கல்வியியல் மாநாட்டு

ஆய்வுக்கோவை 2020 தொகுதி – I

October 2nd, 3rd, 4th 2020

இணையவழிப் பன்னாட்டு மாநாடு

OISCA சர்வதேச நிறுவனம் (ஜப்பான்)

தமிழ் அநிதம் (அமெரிக்கா)

உலகத்தமிழ் மென்பொருள் குடும்பம் (அமெரிக்கா)

வல்லமை, முத்துக்கமலம் (மின்னிதழ்கள்)

தி ஸ்டாண்டர்டு ஃபயர்ஒர்க்ஸ் இராஜரத்தினம் மகளிர் கல்லூரி (த),சிவகாசி.

பார்வதீஸ் கலை அறிவியல் கல்லூரி,திண்டுக்கல்

ஸ்ரீஎஸ்.இராமசாமி நாயுடு ஞாபகார்த்தக் கல்லூரி(த), சாத்தூர்.

நாகூர் தமிழ்ச்சங்கம் , நாகூர்

Title:	கல்வியியல் மாநாட்டு ஆய்வுக்கோவை 2020தொகுதி – I
ISBN:	978-0-9839088-2-1
Subject:	Research Paper
Language:	Tamil English
Authors:	DR.SAHAYA SAILA T
	Tamilselvi.V
	Dr.Dhinesh D
	Dr.Althaj Begum H
	Dr.Anurama P
	Annalakshmi P
	Mr.SUSEENDRAN S
	Dr.JEYAKARTHIC.M
	Dr Janaki K
	Dr.SudhaPeriathai.R.
	VEERAMMAL P.
	Senthilkumar Thiyagarajan
	KEERTHANA. C.
	Abdul Qaiyum
	Dr.VasumathiV.
	AarlinRaj A
	Thangaraja Sivabalu
	Saba ArulSubramaniyam
	Dr Ponni.B.
	Dr. J kaveri
	Dr.Gunaseelan R
	Sathyaraj T.
	NageshwariP.
	Dr.MEKALADEVIJ
	Dr.RAJENDRANN
	Rangalakshmi N
	Kalliyanadham P
	Dr.Kanmani Ganesan
Edition;	First
Copyright:	Authors
Fonts	: Microsoft Vijaya
Font size :	16
Publisher:	Tamilunltd
	10 Maybellecourt
	Mechanicsburg PA 17050

கல்வியியல் மாநாட்டு ஆய்வுக்கோவை

2020

October 2nd, 3rd, 4th 2020

தொகுதி – 1

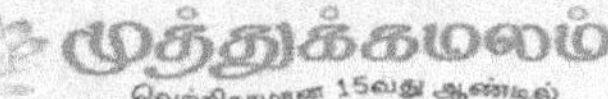

மாநாட்டுக் குழு

மாநாட்டு ஆலோசகர்கள்

பேராசிரியர் ஜெ. ஆர். ஜெயசந்திரன்
மேனாள் இயக்குனர். தஞ்சை தமிழ்பல்கலைக்கழகம்
பதிப்பகத்துறை நெறியாளர் :நாகூர்தமிழ்ச்சங்கம்
முனைவர்.இ. இனியநேரு
துணைத்தலைமை இயக்குனர்.
தேசியத் தகவலியல் மையம்,விஜயவாடா.
திரு. சொ. ஆனந்தன் *BE*
உரிமையாளர்,
வள்ளி மென்பொருள் நிறுவனம், சென்னை
வழக்கறிஞர் திரு .P.G. சந்தோஷ் குமார்
செயலர்
ஓயிஸ்க்கா நிறுவனம். தமிழ்நாடு கிளை
திருமதி. சுகந்தி நாடார்
நிறுவனர் தமிழ்அநிதம் அமெரிக்கா
தமிழ் அநிதம் அற நிறுவனம் இந்தியா

மாநாட்டுத் தலைவர்கள்

மரு. வெங்கடேஷ் க நாடார் *M.D*
பேராசிரியர்
சிக்கலான இரத்தநாடி செருகுக் குழாய்
சிகிச்சைக் குழு அமெரிக்கா
இயக்குனர் CARE
மருத்துவ ஆராய்ச்சி நிறுவனம் அமெரிக்கா
தமிழ்அநிதம் (அமெரிக்கா)
தமிழ்அநிதம் அற நிறுவனம். இந்தியா
வழக்கறிஞர். திரு. டி.சரவணன்
தலைவர்
சர்வ தேசிய நடுவர் தலைவர்
தலைவர்
ஓயிஸ்கா சர்வதேச நிறுவனம் தமிழ்நாடு கிளை

ஆய்வு வல்லுநர் குழு

முனைவர்.இ. இனியநேரு
துணைத்தலைமை இயக்குனர்.
தேசியத் தகவலியல் மையம், விஜயவாடா.
முனைவர் வீ. ரேணுகாதேவி
தகைசால் பேராசிரியர்,
மேனாள் புலம்& துறைத் தலைவர்
மொழியியல் மற்றும் தகவல் தொடர்பியல் புலம்
மதுரை காமராஜர் பல்கலைக்கழகம்.மதுரை
பேரா. ஜெ. ஆர். ஜெயசந்திரன்
மேனாள் இயக்குனர்.
தஞ்சை தமிழ் பல்கலைக்கழகம் (பதிப்பகத்துறை)
நெறியாளர் :நாகூர் தமிழ்ச்சங்கம்

முனைவர். T மாலா நேரு
இணைப்பேராசிரியர்
அறிவியல் தகவல் தொழில் நுட்பப்பிரிவு
கிண்டி பொறியியல் கல்லூரி
அண்ணா பல்கலைக் கழகம் சென்னை
முனைவர்.வ.தனலெட்சுமி
உதவிப்பேராசிரியர்,
தமிழ்த்துறை,
அரசு மகளிர் கலைக்கல்லூரி,கிருஷ்ணகிரி.
பேரா. அ. காமாட்சி
தகைசால் பேராசிரியர்
(கால்டுவெல் இருக்கை)
தஞ்சாவூர் தமிழ் பல்கலைக்கழகம்
தமிழ்அநிதம் (செயலர்)
முனைவர் கா.உமாராஜ்
உதவிப்பேராசிரியர்
மொழியியல்
தகவல் தொடர்பியல் புலம்
மதுரை காமராஜர் பல்கலைக்கழகம். மதுரை.
வல்லமை மின்னிதழ்
முனைவர். அண்ணாகண்ணன்
ஆசிரியர்.
முத்துக்கமலம் மின்னிதழ்
திரு. தேனி மு. சுப்பிரமணி
ஆசிரியர்.

மாநாட்டு ஒருங்கிணைப்புக் குழு

தி ஸ்டாண்டர்டு ஃபயர்ஹர்க்ஸ்
இராஜரத்தினம் மகளிர் கல்லூரி
(தன்னாட்சி), சிவகாசி.
முனைவர் த.பழனீஸ்வரி
முதல்வர்

தமிழ்த்துறைப் பேராசிரியர்கள்

முனைவர். பா.பொன்னி
துறைத்தலைவர்
திருமதி. ர.விஜயப்ரியா,

உதவிப்பேராசிரியர்
முனைவர் ச.தனலெட்சுமி
உதவிப்பேராசிரியர்
முனைவர் ப.மீனாட்சி
உதவிப்பேராசிரியர்

ஸ்ரீஎஸ்.இராமசாமி நாயுடு
ஞாபகார்த்தக் கல்லூரி
(தன்னாட்சி), சாத்தூர்.
முனைவர் சே.கணேஷ்ராம்
முதல்வர்

தமிழ்த்துறைப் பேராசிரியர்கள்

முனைவர். பி. ஸ்ரீதேவி
துறைத்தலைவர்
திருமதி.நா. ரெங்கலெட்சுமி
உதவிப்பேராசிரியர்
செல்வி.பா.நாகேஸ்வரி,
உதவிப்பேராசிரியர்
திருமதி.அ. முருகலெட்சுமி
உதவிப்பேராசிரியர்
*பார்வதீஸ் கலை அறிவியல்
கல்லூரி,திண்டுக்கல்*
முனைவர் சோ.சுகுமார்
முதல்வர்

தமிழ்த்துறைப் பேராசிரியர்கள்

செல்வி ப.கலைவாணி
துறைத்தலைவர்
முனைவர் எஸ். துரைமுருகன்,
உதவிப்பேராசிரியர்
திருமதி.ம.கீதா,
உதவிப்பேராசிரியர்

முனைவர். கல்பனா சேக்கிழார்
விரைவுரையாளர் தமிழ்த்துறை
அண்ணாமலைப்பல்கலைக் கழகம் சிதம்பரம்
முனைவர். இரா. குணசீலன்
உதவிப்பேராசிரியர், தமிழ்த்துறை
பூ.சா.கோ. கலை அறிவியல் கல்லூரி.
கோயமுத்தூர்.
முனைவர். த சத்யராஜ்
உதவிப்பேராசிரியர், தமிழ்த்துறை
ஸ்ரீ கிருஷ்ண ஆதியா கலை அறிவியல் கல்லூரி,
கோயமுத்தூர்
வழக்கறிஞர் சங்கீதா ராஜ்குமார்
செயற்குழு உறுப்பினர் தமிழ்நாடு ஒயிஸ்கா கிளை
தலைவர் மகளீர் அணி ஒயிஸ்கா சென்னை
திரு. டேவிட்இராசாமணி *NJ (USA)*
கணினிப் பொறியாளர்
*நிறுவனர் உலகத்தமிழ் மென்பொருள்
குடும்பம்
(அமெரிக்கா)*

திருமதி மது மயில்வாகனன் *BE*
கணினிப் பொறியாளர்
சிட்னி ஆஸ்திரேலியா

முனைவர் இலெட்சுமி கார்மேகம்
பேராசியர் சென்னை
எஸ் சாஹா மாலிம்
பொதுச்செயலாளர் நாகூர் தமிழ்ச்சங்கம்

தொழிநுட்பக்குழு

திரு. டேவிட்இராசாமணி*NJ (USA)*
கணினிப் பொறியாளர்
*நிறுவனர் உலகத்தமிழ் மென்பொருள்
குடும்பம் (அமெரிக்கா)*
முனைவர். தனலெட்சுமி
உதவிப்பேராசிரியர், தமிழ்த்துறை,
அரசு மகளிர் கலைக்கல்லூரி,கிருஷ்ணகிரி.
முனைவர். குணசீலன்
பூ.சா.கோ. கல்லூரி, கோயமுத்தூர்.
முனைவர். தனலெட்சுமி
உதவிப்பேராசிரியர்
கிருஷ்ணம்மாள் அரசு மகளிர் கலைக்கல்லூரி
கோயமுத்தூர்
முனைவர். த சத்யராஜ்
உதவிப்பேராசிரியர், தமிழ்த்துறை
ஸ்ரீ கிருஷ்ண ஆதியா கலை அறிவியல் கல்லூரி,
கோயமுத்தூர்
முனைவர். தேவி
தமிழ்த்துறைத் தலைவர்
ஸ்ரீஎஸ்.இராமசாமி நாயுடு ஞாபகார்த்தக்
கல்லூரி.சாத்தூர்.
முனைவர். முருகலெட்சுமி
உதவிப்பேராசிரியர்
**ஸ்ரீஎஸ்.இராமசாமி நாயுடு ஞாபகார்த்தக்
கல்லூரி.சாத்தூர்**

பதிப்பகக்குழு

திரு. அண்ணாகண்ணன்
வல்லமை மின்னிதழ் ஆசிரியர்
திரு. தேனிசுப்பரமணியம்
முத்துக்கமலம் மின்னிதழ் ஆசிரியர்
முனைவர். கல்பனா சேக்கிழார்
விரைவுரையாளர் தமிழ்த்துறை
அண்ணாமலைப்பல்கலைக் கழகம் சிதம்பரம்
மருத்துவர் வெங்கடஷ் க நாடார்
திருமதி. சுகந்தி நாடார்
முனைவர். பொன்னி
தமிழ்த்துறைத்தலைவர்
திஸ்டாண்டர்டும்ஃபயர்ஒர்க்ஸ்இராஜரத்தினம் மகளிர்
கல்லூரி>சிவகாசி.
பேரா. ப. கலைவாணி
தமிழ்த்துறைத்தலைவர்
பார்வதீஸ் கலை அறிவியல் கல்லூரி திண்டுக்கல்
பேரா. நாகேஸ்வரி
உதவிப்பேராசிரியர்
ஸ்ரீஎஸ்.இராமசாமி நாயுடு ஞாபகார்த்தக் கல்லூரி
சாத்தூர்.
முனைவர். எஸ். துரைமுருகன்

உதவிப்பேராசிரியர்பார்வதீஸ் கலை அறிவியல்
கல்லூரி>திண்டுக்கல்

நிகழ்ச்சித் தயாரிப்புக் குழு

திரு. தேனிசுப்பரமணியம்

முத்துக்கமலம் மின்னிதழ் ஆசிரியர்
முனைவர். கல்பனா சேக்கிழார்
விரைவுரையாளர் தமிழ்த்துறை
அண்ணாமலைப்பல்கலைக் கழகம் சிதம்பரம்
முனைவர் இலெட்சுமி கார்மேகம்
பேராசியர் சென்னை

இணையக் குழு

சுகந்தி நாடார்
முனைவர். இரா. குணசீலன்
உதவிப்பேராசிரியர், தமிழ்த்துறை
பூ.சா.கோ. கலை அறிவியல் கல்லூரி.
முனைவர். விஜயப்பிரியா
உதவிப்பேராசிரியர், தமிழ்த்துறை
திஸ்டாண்டர்டும்ஃபயர்ஒர்க்ஸ்இராஜரத்தினம் மகளிர்
கல்லூரி>சிவகாசி.

வாழ்த்துரை

முதல்வர் முனைவர் த. பழனீஸ்வரி

தி ஸ்டாண்டர்டு ஃபயர் ஒர்க்ஸ் இராசரத்தினம் மகளிர் கல்லூரி (தன்னாட்சி) சிவகாசி.

சமூகத்தில் மாற்றங்கள் இயல்பானது. கல்வி அத்தகைய மாற்றங்களை ஏற்படுத்தும் காரணிகளில் முதன்மையானது. நிலவை ரசித்த மனிதனை நிலவில் கால் பதிக்க வைத்தது கல்வியின் சாதனை. அந்தக் கல்விமுறையிலும் காலந்தோறும் மாற்றங்கள் ஏற்பட்டு இன்று இணையத்தின் வழியே அனைத்து செயல்பாடுகளையும் சாத்தியமாக்கியுள்ளது கல்வி. அதனைப் பெருமைப்படுத்தும் வகையில் ஆறு நிறுவனங்களும் இரண்டு மின்னிதழ்களும் இணைந்து மூன்று நாள் கல்வியியல் மாநாட்டினை சிறப்பாக நடத்தத் திட்டமிட்டுள்ளன.

இணையவழிக்கற்பித்தலில் உள்ள சிக்கல்கள், கல்வியில் தொழில் நுட்பத்தின் ஆளுமை, கற்பித்தல் கருவிகள், விளையாட்டுவழிக் கற்றல் முறைகள், திறந்த கல்வி வளங்கள் என்று ஒவ்வொரு தலைப்புகளும் இணையவழிக் கற்றல் கற்பித்தலை அடுத்த வளர்ச்சி நிலைக்கு எடுத்துச்செல்வனவாக அமைந்துள்ளன. சிக்கல்களை மட்டும் அல்லாமல் அச்சிக்கல்களுக்கான தீர்வுகளையும் காணமுயன்று இருப்பது மாநாட்டின் சிறப்பு. மாநாட்டில் அமெரிக்கா, பஹ்ரைன், சென்னை, விழுப்புரம் என்று பல இடங்களில் இருந்தும் கருத்துகள் பதிவிடப்பட்டு இருப்பது தமிழ் மொழியின் சிறப்பு.

செந்தமிழை இணையவழித் தமிழாக முன்னடத்தும் கல்வியியல் மாநாட்டிற்கு என் வாழ்த்துகள்.

T-Palaneeswari

வாழ்த்துரை

முதல்வர்முனைவர் சோ. சுகுமார்
பார்வதீஸ் கலை அறிவியல் கல்லூரிதிண்டுக்கல்

உலக மொழிகளின் வரலாற்றில் பேச்சு வழக்கிலும் எழுத்து வழக்கிலும் பயன்பாட்டில் உள்ள தொன்மையான மொழிகளின் வரிசையில் தமிழ் மொழி தனக்கென தனித்த அடையாளத்தைப் பெற்றுத் திகழ்கின்றது. இத்தகு நிலையில் நாம் பேருவகை கொள்ளும் வேளையில் செம்மொழியாம் நம் தமிழ் மொழியில் இறவாப் புகழ்பெற்ற எண்ணற்ற இலக்கியங்கள் தமிழரின் வாழ்வியலைப் பறைசாற்றுகின்றன.

'சென்றிடுவீர் எட்டுத்திக்கும் கலைச்செல்வங்கள் யாவும்

கொணர்ந்திங்கு சேர்ப்பீர்!

என்ற பாரதியின் வரிகளுக்கு ஏற்ப எத்திசை சென்றிடினும் தமிழ் மொழியின் மேன்மையை நிலைநாட்ட அயராது பாடுபட்டு வரும் திருமதி சுகந்தி நாடார் அவர்களின் பெருமுயற்சியின் விளைவாக தமிழ் அநிதம் (அமெரிக்கா) என்ற அமைப்போடு பல்வேறு நிறுவனங்களும் இணைந்து கூட்டுமுயற்சியாக இணையவழிப் பன்னாட்டு கல்வியியல் மாநாடு நடைபெறுகின்றது. காலமாற்றத்தால் இணையத்தின் வழியே மட்டுமே நம்மால் இணையமுடியும் என்ற இக்கட்டான சூழ்நிலையில் கணினி வழிக் கல்வியில் எதிர் கொள்ளும் சிக்கல்களுக்குத் தீர்வு காணும் அரியதொரு முயற்சியில் ஈடுபட்டு தமிழாசிரியர்களையும் பிறதுறைசார்ந்த ஆசிரியர்களையும் ஊக்கப்படுத்தி தமிழுலகிற்கு அரும்பணியாற்றும் தமிழ் அநிதம்

அமைப்போடு இணைந்து பணிபுரிவதில் எமது பார்வதீஸ் கலை அறிவியல் கல்லூரி‍இ திண்டுக்கல் பெருமை கொள்கின்றது.

மாநாடு சிறக்கவும் வெற்றி பெறவும் வாழ்த்துக்கள்!

வாழ்த்துரை

முதல்வர் முனைவர் சே.கணேஷ்ராம்
ஸ்ரீ எஸ்.இராமசாமி நாயுடு ஞாபகார்த்தக் கல்லூரி, சாத்தூர்.

OISCA சர்வதேச நிறுவனம் (ஜப்பான்), தமிழ் அநிதம் (அமெரிக்கா), உலகத்தமிழ் மென்பொருள் குடும்பம் (அமெரிக்கா), வல்லமை, முத்துக்கமலம் (மின்னிதழ்கள்), தி ஸ்டாண்டர்டு ஃபயர்ஒர்க்ஸ் இராஜரத்தினம் மகளிர் கல்லூரி (தன்னாட்சி) சிவகாசி, பார்வதீஸ் கலை அறிவியல் கல்லூரி திண்டுக்கல், நாகூர் தமிழ்ச்சங்கம் நாகூர், இவர்களுடன் இணைந்து, சாத்தூர் ஸ்ரீஎஸ்.இராமசாமி நாயுடு ஞாபகார்த்தக் கல்லூரி தமிழ்த்துறையும், இணைந்து கல்வியியல் என்னும் பொருண்மையில் இணையவழி பன்னாட்டு மாநாடாக 3 நாட்கள் தொடர்ந்து நடத்துவது மிக்க மகிழ்ச்சியைத் தருவதாய் அமைந்துள்ளது.

உலகளாவிய அளவில் தமிழை கணினி வழி எடுத்துச் செல்லும் பெரும்பணியை கையில் எடுத்து தமிழ்அநிதம் செயலாற்றி வருகிறது. அடுத்த தலைமுறையினருக்கு இணையவழி தமிழ் கற்பதற்கும், கற்பிப்பதற்கும் வழி செய்யும்; சிறந்த பணியினை ஆற்றிவருகிறார்கள். அவர்களுக்கு எனது மனமார்ந்த பாராட்டினையும் வாழ்த்தினையும் தெரிவித்துக் கொள்கிறேன். இவ் இணையவழி பன்னாட்டு மாநாட்டில் சிறப்பாக செயலாற்றிக் கொண்டிருக்கும் எம் கல்லூரி தமிழ்த்துறையினரையும், பிற ஒருங்கிணைப்பாளர்கள் அனைவரையும் பாராட்டுவதில் மகிழ்ச்சியடைகிறேன். இதுபோல் இணையவழி மாநாடுகள் பல தொடர்ந்து நடத்துவதற்கு என் மனமார்ந்த பாராட்டுக்களையும் வாழ்த்துக்களையும் தெரிவித்துக் கொள்கிறேன்.

Message from Conference Chair

Dr. Venkatesh.K Nadar M.D

Dear Educators, Researchers and Developers,

I would like to welcome everyone to the Conference 2020-Education sponsored by Tamilunltd This year it will be a virtual conference due to Covid-19.Its time for all of us to join hands to reinvent educational methods to suit the individual needs and capacity of the millennial students,. To tackle this challenge Tamilunltd has taken the opportunity during this pandemic to collaborate with great organizations such as Oisca International Tamil Nadu Chapter, World Tamil Software Open Community, NJ , and great educational institutions such as The Standard Fireworks Rajaratnam College for Women (Autonomous), Sivakasi. Parvathy's Arts and Science College, Dindigul, Sri S. Ramaswamy Naidu Memorial College, Sattur and Tamil e-magazine sites namely Vallamai and Muthukamalam. It is a pleasure to work with Dr Inya Nehru, Mr Ananda Chockalingam and Advocate P G Santhosh kumar as they have agreed to be our advisor and give guidance in conducting this conference. Advocate Mr Saravanan has agreed to chair this conference along with me. Education was my single best investment of my life. it gave me the self confidence that I lacked. That said , today's Gen Z becomes the educators of the new era and the Gen Alpha the learners. They both lack people skills and they need IT (computer skills)to survive during this challenging time. They spend more time on their phones than with people.

Education is the only way we can create balance between technology, nature and society. At this juncture I thank our secretary Mr Kamatchi for the wonderful initiative he has taken for Tamil computing and supported all our endeavors whole heartedly. Because of his commitment and enthusiasm Tamilunltd,USA has registered a "Tamil Anitham Foundation" in India on 26th May of 2020. I have taken over the directorship of the company in USA and India from Suganthi V Nadar, so she can focus on her legal practice, writing and art. Hopefully we can a have a live conference next year. Details will be communicated by the organizing committee

Best,

VKN

Message From Conference Chair

Advocate D. Saravanan

The benefits of education.

Respected Academicians, Scholars and Creators,

Greetings! Tamilunltd is collaborating with OISCA International, Tamil Nadu State Chapter, World Tamil Software Open Community, NJ, and educational institutions such as The Standard Fireworks Rajaratnam College for Women (Autonomous), Sivakasi. Parvathy's Arts and Science College, Dindigul, Sri S. Ramaswamy Naidu Memorial College, Sattur and Tamil e-magazine sites namely Vallamai and Muthukamalam, Nagore Tamilsangam in organizing a conference 2020 – on Education.The benefits of education would not only mean the paybacks to an individual but also to the society at large when such individual advances in multiplicity. When the Society goes up with higher rates of literacy, the levels of education tend to be healthier in terms of economic stability, greater equilibrium, civic involvement, health consciousness,

sustainability of cultural and traditional richness and lowering down the crimes against society and individuals. People with an education can think well stretching the mind and pushes one to do better. Educated persons would be fascinated to expose themselves to a diverse set of people and ideas globally. Educated individuals that enter the workforce will put their knowledge of climate change into company policies,leading to increased sustainability. A society that is well educated feels a higher sense of unity and trust. Women with an education have better decision-making capabilities and are more likely to take charge of their own lives. Every literature, history and invention of past were recorded by the educated intellectuals and education alone is going take such things forward in future. Every paradigm shift with education. The 'common book of world community' by Thiruvalluvar says about eternity of education as follows:

ஒருமைக்கண் தான்கற்ற கல்வி ஒருவற்கு

எழுமையும் ஏமாப்பு உடைத்து.

which means a man who acquired his learnings through education in one birth it will yield him pleasure in his 7 births.Through the gained knowledge of education, OISCA has been contributing to the development of the world society through Capacity Building, Rural Development, Environmental Conservation, and Children`s Forest Program (CFP) and several hundreds of students were educated on the importance of environmental conservation and protection through tree planting and seminar/workshop activities.With this short note, I would like to welcome one and all to the Conference 2020-Education.

Yours Sincerely,

D.Saravanan,

President

OISCA (TN) & CNICA

பொருளடக்கம்

ஆசிரியர்களுக்கான கல்வியியல் ஐ.சி.டி கருவிகள் - ஓர் பார்வை

முனைவர். த. சகாய சைலா

எண். கே. தி. தேசிய பெண்கள் கல்வியியில் கல்லூரி (தன்னாட்சி)
எண்.41, டாக்டர். பெசன்ட் ரோடு, திருவல்லிக்கேணி, சென்னை – 600 005
மின்னஞ்சல் முகவரி: _arunsailajesun@yahoo.co.in_ அலைபேசி எண்: 9790732902

ஆய்வுச்சுருக்கம்:

அண்மையில் உலகெங்கும் கவனத்தைப் பெற்ற ஒரு துறையாக ஐ.சி.டி துறை விளங்குகிறது. அசாதாரணமான இந்த காலகட்டத்தில் தொன்றுதொட்டு வரும் கல்வி முறைகளில் மிகப்பெரிய மாற்றம் ஏற்பட்டுள்ளது. கல்வி செயல்பாட்டில் ஐ.சி.டியின் பயன்பாடுகள் அதிகரித்துள்ளது. சுயபயிற்சி, சுயகற்றல் மற்றும் ஆசிரியர்களின் செயல்திறனை அதிகரிப்பதற்கான ஒரு பகுத்தறிவு வழியாகவும் இது செயல்படுகிறது. தொழில்நுட்பங்களின் முக்கிய கல்வி மதிப்பு என்னவென்றால் ஆசிரியர் மற்றும் மாணவர்கள் இருவருக்குமிடையே பல உணர்ச்சிகரமான ஊடாடும் கல்விச் சூழலை உருவாக்குவது. ஐ.சி.டி கருவிகள் ஆசிரியர்களின் அறிவுசார் ஆக்கப்பூர்வமான திறன்களையும் புதிய அறிவையும் சுயாதீனமாக பெறுவதற்கான அவர்களின் செயல்திறனையும் பல்வேறு தகவல்களுடன் பணியாற்றுவதற்கும் அனுமதிக்கின்றது. ஆசிரியர்களுக்கும் மாணவர்களுக்கும் உயர்தரமான ஐ.சி.டி கருவிகளின் அறிமுகம் இச்சூழ்நிலையில் கிடைத்திருக்கின்றது. ஆகவே இக்கட்டுரையானது ஆசிரியர்களுக்கான கல்வியியல் ஐ.சி.டி கருவிகளை அறிமுகப்படுத்தும் ஒரு களமாக அமைகின்றது.

குறிப்புச்சொற்கள்:

புத்தொளிர் திறன் பலகை, மெய்நிகர் கற்றல் வகுப்பறை, கற்றல் மேலாண்மை அமைப்புகள், ஊடாடும் வெண்பலகைகள், மன வரைபடங்கள், மதிப்பீட்டுக் கருவிகள்,

முன்னுரை (Introduction)

கற்பித்தலை உங்கள் மாணவர்களுக்கு அதிக விளையாட்டுத்தனமாகவும் மற்றும் கலந்துரையாடலாகவும் உருவாக்க விரும்புகிறீர்களா? உங்கள் மாணவர்களை வகுப்பில் சிறந்த விதத்தில் ஈடுபடுத்த விரும்புகிறீர்களா? இதைச் செய்வதற்கு இணையவழி கற்பிப்பு கருவிகளே சாவியாகும். வீடியோக்கள், படக்காட்சிகள், விளையாட்டுகள், மற்றும் குழு விவாதச் செயல்பாடுகள் போன்றவை உங்கள் சார்பில் முக்கிய கருவிகளாக இருக்க வேண்டும் மேலும் நீங்கள் மாணவர்கள் போல தொழில்நுட்பத்தில் ஆர்வமுள்ளவராக இருக்கும் போது, வகுப்பறையில் அற்புதமான விஷயங்கள் நடக்கும். வகுப்பறையில் கணினியை ஒருங்கிணைப்பது 21 ஆம் நூற்றாண்டில் வேகமாக

வளர்வதற்கு மாணவர்களுக்கு தேவைப்படும் முக்கிய தொழில்நுட்ப திறன்களை பலப்படுத்துவது மட்டுமின்றி மாணவர்களின் ஈடுபாட்டை அதிகரிக்கிறது மற்றும் கற்றலையும் மேம்படுத்துகிறது.

புத்தொளிர் திறன் பலகை *(Smart Board)* நவீன கற்பித்தல் முறையின் முதல்கட்ட வளர்ச்சியாக, புத்தொளிர் திறன் பலகை கற்பித்தல் முறை *(Smart Board Education)* பல பள்ளிகளில் கல்லூரிகளில் மற்றும் பல்கலைக்கழகங்களில் அறிமுகம் செய்யப்பட்டுள்ளது. பாடங்களைக் காட்சி வடிவிலும், காணொளி வாயிலாகவும் கற்பிக்கும் புத்தொளிர் *(Smart Classrooms)* வகுப்பறைகள் கற்றலை மேலும் எளிமையாக்குகிறது. ஆசிரியர்கள் நேரடியாக வகுப்பறையில் கற்பிக்கும்போது, சில சமயம் சில பாடங்கள் புரியாமல் போகலாம். ஆனால், படங்கள், வீடியோக்கள் மூலம் பாடம் கற்பிக்கப்படுவதால், கற்பனைத் திறன் விரிவடைகிறது. வேறு எங்கும் கவனம் சிதறவே சிதறாது. திரையில் என்ன வரும் என்பதைப் பார்த்து தெரிந்துகொள்வதில்தான் கவனம் இருக்கும். கவனம் சிதறாமல் படிப்பதால், ஏராளமான விஷயங்களைப் புரிந்துகொள்ள முடிகிறது. எல்லா பாடங்களும் காட்சிப்படுத்தப்படுவதால், வகுப்பில் ஆசிரியரால் புரியவைக்க முடியாத விஷயங்களையும் புரிந்துகொள்ள முடியும். இது கரும்பலகையாகவும் தொடுதிரையாகவும் தொலைக்காட்சியாகவும் பயன்படுகிறது. புத்தொளிர் திறன் பலகையின் சிறப்பே, அதன் நேரடித்தன்மையும் அதனோடு இணைந்துள்ள இணையமும்தான். எந்த வகுப்பாக இருந்தாலும், அதில் நடைபெறும் சமீபத்திய விஷயங்களை, உடனடியாக இணையத்தில் இருந்து தரவிறக்கமும் செய்து கொள்ளவும் இயலும்.

மெய்நிகர் கற்றல் வகுப்பறை *(Smart Virtual Classroom*

கற்றல் கற்பித்தலை கணினி, வெண்பலகைகள், படம் காட்டும் கருவிகள், சிறப்பு மென்பொருட்கள், காணொளி கருத்தரங்குக்கள் போன்றவைகளைக் கொண்டு ஒருங்கிணைக்கும் வாய்ப்புகளை நல்கி தொழில்நுட்ப வகுப்பறைகளை உருவாக்கும் நோக்கத்தோடு துவங்கப்பட்ட ஒரு செயல்திட்டமே மெய்நிகர் கற்றல் வகுப்பறைகள் ஆகும். மெய்நிகர் கற்றல் வகுப்பறையானது *(Smart Virtual Classroom)* தொழில்நுட்ப கருவிகளைக் கொண்டு நிறுவப்பட்ட படபிடிப்புக் கூடத்திலிருந்து *(Studio)*

ஒளிபரப்பப்படும் கல்வி நிகழ்ச்சிகளானது அந்த படப்பிடிப்புக் கூடத்தோடு இணையதளம் மூலம் இணைக்கப்பட்ட பள்ளிகளில் நேரடியாக ஒளிபரப்பபடுகிறது. ஆசிரியர்களும் மாணவர்களும் நிகழ்ச்சியில் காணொளிக் கலந்துரையாடலில் உள் நுழைந்து (logged) ஊடாடும் வெண்பலகை (Interactive White Board), படவீழ்த்தி, கணினி ஆகியவைகள் உதவியோடு மெய்நிகர் வகுப்பறைச் சூழலில் கற்றுக்கொள்கிறார்கள்

கற்றல் மேலாண்மை அமைப்புகள் *(Learning Management Systems)*

எல்எம்எஸ் (LMS) எனப்படும் *Learning Management Systems* என்பது ஒரு மென்பொருள் செயலி. இந்த செயலியைப் பயன்படுத்தி கல்வி நிறுவனங்களில் கற்றல் நிகழ்ச்சிகளை நடத்தவும், செயல்படுத்தவும், கற்றல் தொடர்பான ஆவணங்களை தயாரிக்கவும், தயாரித்த ஆவணங்களை சரிபார்க்கவும், கற்போரின் கால அட்டவணைகளைக் கண்காணிக்கவும், கற்கத்தேவையான பாடத்திட்டங்கள் மற்றும் கற்பித்தலுக்குத் தேவையான வளங்களை ஒருங்கிணைக்கவும், கற்போரின் வளர்ச்சியை மேம்படுத்தவும் முடியும். பெரும்பாலும் பல்கலைக்கழகங்களில் பயன்படுத்தப்படுவதுண்டு. அசாதாரணமான இந்த காலகட்டம் தான் நிகழ்நிலை கற்றல்-கற்பித்தல் கருவிகளை நம் அனைவருக்கும் அறிமுகப்படுத்தி உள்ளது.

ஊடாடும் வெண்பலகை *(Interactive Whiteboard)*

ஊடாடும் வெண்பலகைகள் *(Interactive Whiteboard)* தொழில்நுட்பத்தின் மூலமாக கற்பித்தல் நடைபெறுகிறது. ஆசிரியரும், மாணவரும் தங்களுக்கான கணினியில் அமர்ந்து கொள்வார்கள். கணிப்பொறி மற்றும் ப்ரொஜெக்டருடன், ஒரு ஊடாடும் வெண்பலகை *(Interactive Whiteboard)* இணைக்கப்பட்டிருக்கும். அந்த ப்ரொஜெக்டர், பேனா, விரல், தொடுஊசி *(Stylus)* உள்ளிட்ட சாதனங்களைக் கொண்டு ஒரு பயன்பாட்டாளர் கட்டுப்படுத்தக்கூடிய பலகைப் பகுதியில், கணினியின் திரையை வடிவமைக்கிறது. இதன்மூலம், ஒரு ஆசிரியரும், மாணவரும், தங்களுக்கான உரையாடலை தடையின்றி தொடர முடியும். ஊடாடும் வெண்பலகைகள் என்பது ஒரு எளிய கருவியாகும், ஒரு இலவச, கட்டண மற்றும் திறந்த-மூல ஊடாடும் வெண்பலகை மென்பொருள்களும் உள்ளன. இது உடனடியாக பயன்படுத்தலாம். ஒரு வகுப்பை உருவாக்கி, உங்கள் மாணவர்களை சேர அனுமதிப்பதன் மூலம், அனைவருக்கும்

டிஜிட்டல் வெண்பலகை கிடைக்கும். இது உங்கள் வகுப்பறைக்கான உடனடி மதிப்பீட்டு கருவியாகும், இது உங்கள் மாணவர்களின் நேரடி கருத்து மற்றும் உடனடி கண்ணோட்டத்தை உங்களுக்கு வழங்குகிறது. தொலைதூரக் கற்றல் மூலம் ஒன்றாகச் செயல்பட்டாலும், கல்வியாளர்கள் அனைத்து மாணவர்களையும் கற்றல் செயல்பாட்டில் ஈடுபடுத்த முடியும்.

மனவரைபடம் (Mind Map)

மனத்தில் தோன்றும் கருத்துக்களையும் அவற்றுக்கிடையேயான தொடர்புகளையும் வரைபடமாக ஆவணப்படுத்தும் ஒரு எளிய முறை ஆகும். சொல், படம், குறியீடு என எந்த எளிய முறையாலும் ஒரு கருத்தை குறித்து, அதனோடு தொடர்ந்து தோன்றும் கருத்துக்களையும் கோடுகளால் இணைத்து குறிப்பதாகும். கருத்துக்களை ஆக்க, பாக்க, பகுக்க, கட்டமைக்க பயன்படும் இந்த வழிமுறை, படித்தல், ஒழுங்குபடுத்தல், சிக்கல் தீர்த்தல், முடிவு செய்தல் ஆகிய செயல்களில் உதவுகிறது. இது டெஸ்க்டாப் கருவியாகும் விண்டோஸ் மற்றும் மேக். இலவச விகிதத்தில் மன வரைபடங்களை உருவாக்குவதற்கான 25 வார்ப்புருக்கள் கிடைக்கின்றன. பதிவு இல்லாமல் கூட இந்த இலவச சேவைகளைப் பயன்படுத்தலாம்.

மதிப்பீட்டுக் கருவிகள் (Assessment Tools)

இணைய யுகத்தில் எல்லாமே எளிதாகிவிட்ட நிலையில், விடைத்தாள்களை மதிப்பீடு செய்யவும் எளிதான வழிமுறைகள் வந்துவிட்டன. இணையதளத்தில் மாணவர்களின் மதிப்பெண்களை மதிப்பீடு செய்ய முடியும். உங்கள் பள்ளியின் அல்லது கல்லூரியின் பெயர், மாவட்டத்தின் பெயர், பின்கோடு, கேள்விகள் மற்றும் மதிப்பெண் ஆகியவற்றைப் பதிவு செய்தாலே போதுமானது. கடவுச் சொல்லை உருவாக்கி நமது ஐடியைப் பதிவு செய்த உடனே *FA, SA, Total Grade* ஆகிய எல்லாவற்றையும் அதுவாகவே செய்து சமர்ப்பித்து விடுகிறது. இதை ஆன்லைனில் மட்டுமே பயன்படுத்தமுடியும். ஒரு முறை இதனை உங்கள் கணினியில் அல்லது உங்கள் ஆன்ட்ராய்ட் போனில் இலவசமாகத் தரவிறக்கம் செய்து இந்தச் செயலியைப் பயன்படுத்தலாம்.

நிகழ்நிலை கற்றல்-கற்பித்தல் கருவிகளின் நன்மைகள்

மின் வழிக்கற்றல் (e-learning) மூலமாக கல்வி சம்மந்தமான காணொளிகளை பார்ப்பது, மைய சேவையகத்தில் சேமித்து வைத்திருக்கும் காணொளிகளை தரவிறக்கிப் பார்ப்பது (Download), காணொளிக் கலந்துரையாடலில் கலந்துகொண்டு பிற பள்ளி மாணவர்களுடன் கலந்துரையாடுவது, பல்வேறு விதமான பங்களிப்புகளை பகிர்ந்துகொள்வது, பதிவு செய்து வைக்கப் பட்டிருக்கும் காணொளிகளையும் (Recorded videos), ஒலிப்பதிவுகளையும் (audios) பயன்படுத்துவது என மாணவர்களுக்கான பயன்களை அடுக்கிக்கொண்டே போகலாம். ஆசிரியர்களுக்கு இது ஒரு முற்றிலும் வேறுபட்ட களம். அவர்கள் மெய்நிகர் கற்றல் வகுப்பறைச் சூழலில் இருப்பதால் மாணவர்களுடன் நேரடியாக பயணிக்க முடியாத ஒரு சூழ்நிலை இருக்கிறது. ஆனாலும் பொதுவான வலைப்பின்னல் மூலமாக மாணவர்களுடன் இடைவினை புரிவதும் ஒரு அருமையான தருணம் தான். நேரலையாக ஒளிபரப்பப்படும் இந்த பாடங்கள் பதிவுசெய்து வைக்கப்படுவதால் மாணவர்கள் எந்த நேரத்திலும் அவற்றைப் பயன்படுத்தலாம். எத்தனை முறை வேண்டுமானாலும் அவற்றைக் கண்டுகளிக்கலாம். நிகழ்நிலை கற்றல்-கற்பித்தல் கருவிகள் மூலம் நேரலை வகுப்பு ஒரே நேரத்தில் பல பள்ளிகளில் நடைபெறுவதால் ஆசிரியர் பற்றாக்குறையினையும் சரிசெய்யலாம்.

முடிவுரை

நிகழ்நிலை கற்றல்-கற்பித்தல் கருவிகள் ஒலி, ஒளி, உரைநடை, உருவப்படங்கள் சித்தரிக்கப்பட்ட சூழ்நிலைகள் மற்றும் உயிரோட்டமான வகுப்பறைகள் ஆகியவற்றை கொண்டிருப்பதனால் சிறப்பான கற்றல் அனுபவங்களைப் பெற ஊக்கமளிக்கிறது, இன்றைய கணினி உலகில் உயர்தர படிப்புக்கும் அதிக ஊதியம் உடைய வேலைக்கும் செல்லத் தேவையான திறமைகளையும் வாய்ப்புகளையும் மாணவர்களுக்கு நிகழ்நிலைக் கல்வி (Online Education) ஏற்படுத்தித் தருகிறது.

மேற்பார்வை நூல்கள்

கே. புவனேஸ்வரி *(2009) Computer A to Z* விகடன் பிரசுரம், *757,* அண்ணா சாலை சென்னை- *600 002.*

வலைப்பூக்களின் முகவரிகள்

https://www.onenote.com/edupartners?omkt=ta-IN

ஊடகங்களின் வழி கல்வி கற்றல்

நா. ரெங்கலட்சுமி

தமிழ்த்துறை உதவிப்பேராசிரியர்,
ஸ்ரீ.எஸ்.இராமசாமிநாயுடு ஞாபகார்த்தக் கல்லூரி, சாத்தூர்.
மின்னஞ்சல்: *rengaveeru@gmail.com* அலைபேசி எண்: 8300820229

இன்றைய காலக்கட்டத்தில் ஊடகத்தின் பங்கு இன்றியமையாதது. ஊடகங்களால் பல தீ;மைகள் உண்டு என்றாலும் அவற்றில் சில நன்மைகளும் உண்டு. தற்போது ஊடகங்களின் உதவியால் நாம் கல்வியை எளிதாக கற்க முடிகிறது. வகுப்பறையின் மூலம் கற்று வந்த கல்வியை இன்று ஊடகங்களின் வழியாக கற்பதற்கு ஏற்றவாறு நம் நாடு கணினி மற்றும் இணைய வளர்ச்சியில் முன்னேறிவிட்டது. அச்சு வழி ஊடகங்கள், மின்வழி ஊடகங்கள், மின்னணு ஊடகங்களின் வழியாக மாணவர்கள் கல்வியினை விரும்பியும் எளிமையாகவும் கற்கின்றனர். அச்சு வழி ஊடகமான செய்திதாள்களும், பத்திரிகைகளும் மாணவர்களின் கல்விக்கு பெரிதும் உதவுகிறது. செய்திதாள்களில் அரசுத் தேர்வுகளுக்கான வினாவிடை, வங்கித் தேர்வு, பள்ளி மாணவர்களின் பொதுத் தேர்விற்கான வினாவிடையும் வெளியிடப்படுகிறது.

மின் வழி ஊடகங்களான வானொலியும், தொலைக்காட்சியும் மாணவர்கள் கல்வி கற்பதற்கு வானொலியின் மூலம் கல்வி கற்றல் என்பது கேட்கும் திறனுடையது. அன்றைய காலக்கட்டத்தில் வானொலி நாட்டின் சமூக, பொருளாதாரம் மற்றும் கல்வி வளர்ச்சிக்கும் பெரும் பங்காற்றியுள்ளது. தொடக்கக் கல்வி முதல் உயர்கல்வி வரை அனைவருக்கும் பயன்தரும் வகையில் கல்வி நிகழ்ச்சிகள் ஒலிபரப்பப்படுகின்றன. வானொலியைப் போன்று தொலைக்காட்சியிலும் கல்வி நிகழ்ச்சிகள் ஒளிபரப்பப்படுகின்றன. கொரோனா காலக்கட்டத்திலும் மாணவர்கள் கல்வி கற்பதற்கு ஏற்றவாறு தமிழக அரசு கல்வி தொலைக்காட்சி என்னும் சேனலை உருவாக்கியுள்ளது. இந்த தொலைக்காட்சியில் ஆரம்பப் பள்ளி முதல் பிளஸ் 2 வரை உள்ள அனைத்து தரப்பு மாணவர்களுக்கும் பயன்படும் விதமாக உள்ளது.

மின்னணு ஊடகங்களான கணினி, இணையம், அலைபேசி ஆகியவைவயும் கல்வி கற்பதற்கு பெரும் துணையாக இருக்கின்றன. இன்றைய அறிவியல் வளர்ச்சியில் மனிதனின் வாழ்வோடு ஒன்றிவிட்ட ஒன்று கணினி. கல்வித்துறையில் கணினியின் பங்கை யாரும் மறுக்க இயலாது. பல பள்ளிகளில் கணினி வழி கல்வியே பின்பற்றப்படுகிறது. இணையத்தின் உதவியால் மாணவர்கள் கல்வியினை எளிமையாக கற்கின்றனர். வலைத்தளங்கள், வலைப்பூக்கள், வலைப்பதிவுகள் போன்றவற்றின் மூலமும் கற்கின்றனர்.

இணைய இதழ்களில் கவிதைகள், கட்டுரைகள், சிறுகதைகள் போன்றவற்றை ஆய்வு கட்டுரைகள் இடம்பெறுகிறது. இக்கட்டுரைகள் ஆய்வு மாணவர்களுக்கும், முனைவர் பட்ட ஆய்வாளர்க்கும் உதவியாக இருக்கிறது. இணைய நூலகங்கள் பல இணையதளத்தில் செயல்படுகின்றன. சென்னை நூலகம், தமிழ் இணையக் கல்விக்கழகத்தின் நூலகம், மதுரைத் திட்டம், தமிழ் மின்னூலகம் போன்ற இணைய நூலகங்கள் வழியாக பல்வேறு புத்தகங்களை இலவசமாக படிக்கவும் தரவிறக்கம் செய்யவும் உதவுகிறது.

அச்சு வழி ஊடகங்கள், மின்வழி ஊடகங்கள் மற்றும் மின்னணு ஊடகங்களால் மக்கள் பிணைக்கப்பட்டுள்ளனர். ஆசிரியர்கள் சொல்லிக் கொடுப்பதனை கேட்பதோடு மட்டுமில்லாமல் அதனோடு தொடர்புடைய இன்னும் அரிய தகவல்களை பெறுவதற்கு இவ்வூடகங்கள் பெரிதும் துணைபுரிகின்றன என்பதனை விளக்கும் விதமாக ஆய்வுக் கட்டுரை அமைகிறது.

இன்றைய காலக்கட்டத்தில் ஊடகத்தின் பங்கு இன்றியமையாதது. உலகம் முழுவதும் ஊடகங்களால் சூழப்பட்டுள்ளது. ஊடகங்களால் மக்களுக்கு சில தீமைகள் உண்டு என்றாலும் பல நன்மைகளும் உண்டு. உலகில் நடக்கும் செய்திகள் அனைத்தும் வெகுவிரைவில் ஊடகங்கள் நமக்கு தந்துவிடுகின்றன. ஊடகத்தின் உதவியால் பல வி~யங்களை நாம் கற்றுக் கொண்டாலும் தற்போது கல்வியையும் ஊடகம் மூலமாகவும் கற்கமுடிகிறது.

"கரும்பலகையின் வழி கல்வி கற்றல் என்பது பழைய முறை

ஊடகங்கள் வழி கல்வி கற்றல் என்பது புதிய முறை"

வகுப்பறையின் மூலம் கற்று வந்த கல்வியை இன்று ஊடகங்களின் வழியாகவும் கற்கமுடிகிறது. கல்வியை கணினி மற்றும் இணையம் வழி கற்கும் நிலைக்கு நம் நாடு முன்னேறிவிட்டது. அச்சு வழி ஊடகங்கள், மின்வழி ஊடகங்கள், மின்னணு ஊடகங்கள் போன்ற ஊடகங்களின் வழியாக மாணவர்கள் கல்வியை எளிமையாக கற்கமுடிகிறது. இன்றைய கொரானோ காலக்கட்டத்திலும் மாணவர்கள் ஊடகங்களின் வழியாக கல்வியை கற்று வருகின்றனர். ஊடகங்களின் வழி கல்வி கற்றல் முறைமையினை எடுத்துரைக்கும் விதமாக இக்கட்டுரை அமைகிறது.

அச்சு வழி ஊடகங்களின் வழி கல்வி கற்றல்

அறிவியல் வளர்ச்சி நாளும் புதுமைகளைத் தோற்றுவிக்கின்றது. அச்சு வழி ஊடகமான செய்திதாள்களும், பத்திரிகைகளும் மாணவர்களின் கல்விக்கு பெரிதும் உதவுகிறது. அவ்வகையில் செய்திதாள்களும் பல வளர்ச்சிகளை கொண்டு இயங்குகிறது. செய்திதாள்களில் அரசுத் தேர்வுகளுக்கான வினாவிடை, வங்கித்தேர்வு, பள்ளி மாணவர்களின் பொதுத்தேர்விற்கான வினாவிடையும் வெளியிடப்படுகிறது. இதன் மூலமும் மாணவர்கள் கல்வியைக் கற்கின்றனர்.

தேர்விற்கான வினாவிடை மட்டுமில்லாதது வரலாற்றுச் செய்திகளையும், கோயிலின் தலவரலாற்றையும் அக்கோயிலின் சிறப்பம்சங்களையும் செய்திதாள்கள் வெளியிடுகிறது. இதன் மூலம் பொது அறிவையும் பெறுகின்றனர். உதாரணமாக கல்வி மலர், ஆன்மிக மலர், சிறப்பு மலர், தொழில் மலர்.

செய்திதாள்களோடு இதழ்களும் கல்வி வளர்ச்சிக்கு பெரிதும் உதவிபுரிகிறது. இதழ்களிலும் கல்வித் துறை மட்டுமில்லாமல் மருத்துவம், சோதிடம், சட்டம், வணிகம், கிராமநலம், அறிவியல் போன்ற துறை சார்ந்த இதழ்களும் வெளிவருகின்றன. கல்விக்கென்று தமிழ்க் கல்வி பத்திரிகை, பாலர் கல்வி, முதியோர் கல்வி கல்விக் கதிர், புத்தக நண்பன், கல்வி, ஆசிரியர் குரல்: நூல் போன்ற இதழ்கள் உள்ளது.

மின்வழி ஊடகங்கள் வழி கல்வி கற்றல்

மின் வழி ஊடகங்களான வானொலியும், தொலைக்காட்சியும் மாணவர்கள் கல்வி கற்பதற்கு பெரிதும் உதவியாக இருக்கிறது. அன்றைய காலக்கட்டத்தில் வானொலி நாட்டின் சமூக பொருளாதாரம் மற்றும் கல்வி வளர்ச்சிக்கும் பெரும்

பங்காற்றியுள்ளது. அகில இந்திய வானொலியின் கல்வி ஒலிபரப்புகள் பாடம் தொடர்பான பாடங்களில் திறமையடையவும் அறிவுக் கூர்மையினை பெறவும் வானொலி பள்ளிக் கல்வி ஒலிபரப்புகள் துணைபுரிகின்றன. கல்வி ஒலிபரப்புகள் பள்ளி பருவ காலங்களில் வாரத்தில் ஐந்து நாட்கள் ஒலிபரப்பாகின்றன. கல்வி ஒலிபரப்பிற்கான பாடங்களை அகில இந்திய வானொலியும் மாநிலக் கல்வித்துறையும் இணைந்து தயாரிக்கின்றன. தொடக்கக் கல்வி முதல் உயர்நிலைப் பள்ளி வரையிலான மாணவர்களுக்கான ஒவ்வொரு துறை பாடத்திலும் வல்லுநர்களால் பாடத்திட்டம் வகுக்கப்பட்டு அவை ஒலிபரப்பாகி வந்தது. சென்னை வானொலி நிலையம், ஞானவாணி வானொலி போன்ற வானொலி நிலையங்கள் கல்வியை ஒளிபரப்பி வந்தது. ஆனால் தற்போது இணையத்திலும் வானொலிகள் ஒலிபரப்பி வருகின்றன. இணையத்தில் ஒலிபரப்பாகும் வானொலிகள்

http://www.radio-locator.com

http://www.radiomirchi.com/

கல்வித் தொடர்பான செய்திகள் மட்டுமில்லாமல் வேளாண்மை, மருத்துவம், சோதிடம், சமையல், நாடகம் போன்ற நிகழ்ச்சிகளையும் வானொலி ஒலிபரப்புகிறது.

வானொலியைப் போன்று தொலைக்காட்சியிலும் கல்வி நிகழ்சிசிகள் ஒலிபரப்பபடுகின்றன. கொரானா காலக்கட்டத்திலும் மாணவர்கள் கல்வி கற்பதற்கு ஏற்றவாறு தமிழக அரசு கல்வி தொலைக்காட்சி எனும் சேனலை உருவாக்கியுள்ளது. இந்த தொலைக்காட்சியில் ஆரம்பப் பள்ளி முதல் பிளஸ் 2 வரை உள்ள அனைத்து தரப்பு மாணவர்களுக்கும் பயன்படும் விதமாக உள்ளது. பாட அறிவு மட்டுமில்லால் தொலைக்காட்சிகளில் ஒரு சில நிகழ்ச்சிகள் பொதுஅறிவையும் வளர்க்கும் விதமாக ஒலிபரப்பப்படுகின்றன.

மின்னணு ஊடகங்கள் வழி கல்வி கற்றல்

செய்திதாள்கள், பத்திரிகைகள், வானொலி, தொலைக்காட்சி போன்றவைகள் மட்டுமில்லால் மின்னணு ஊடகங்களான கணினி, இணையம், அலைபேசி ஆகியவையும் கல்வி கற்பதற்கு பெரிதும் துணையாக இருக்கின்றன.

இன்றைய அறிவியல் வளர்ச்சியில் மனிதனின் வாழ்வோடு ஒன்றிவிட்ட ஒன்று கணினி, கல்வித் துறையில் கணினியின் பங்கை யாரும் மறுக்க இயலாது. பல பள்ளிகளில் கணினி வழி கல்வியே பின்பற்றப்படுகிறது. இணையத்தின் உதவியால் மாணவர்கள் கல்வியினை எளிமையாகக் கற்கின்றனர். பாடப் பொருளை கற்கும் மாணவர்கள் விரும்பிக் கேட்பதற்கு காணொலிக் காட்சி என்று அழைக்கப்படுகின்ற *POWER POINT* பெரிதும் பயன்படுகிறது. கணினியில் *PPT* மூலமாகவும் படக் காட்சிகள் மூலமாகவும் ஆசிரியர்கள் கற்றுக் கொடுக்க அதன் மூலம் மாணவர்கள் பாடங்களை சுலபமாக புரிந்துக்கொள்கின்றனர்.

இணையம் வழி கற்றல்

தகவல்களை தேடுவதற்கு மட்டும் இணையம் பயன்படவில்லை. அதன் மூலம் நிறைய கற்றுக் கொள்வதற்கும் இணையம் பயன்படுகிறது. பல கல்வி நிறுவனங்களும் அனுபவம் வாய்ந்த பல ஆசிரியர்களும் இணையம் வழியாக பல கருத்தரங்களையும், பயிலரங்களையும் நடத்தி வருகின்றது. உதாரணமாக உலகத் தமிழராய்ச்சி நிறுவனம், உலகத் தமிழ்ச் சங்கம், தமிழ் இணையக்கழகம் போன்ற நிறுவனங்கள் பல கருத்தரங்குகளையும், இணையச் சொற்பொழிவையும் நடத்தி வருகின்றன. நிறுவனங்கள் மட்டுமில்லாமல் கல்லூரிகளும் இணைய வழி திறனறிவுத் தேர்வு, கருத்தரங்குகளையும் நடத்தி வருகின்றது. இணையத்தில் இதழ்கள், நூலகங்கள் இருக்கிறது. இவை மூலமும் நமக்குத் தேவையான தகவல்களை பெறமுடிகிறது.

இணையதளங்கள் வழி கற்றல்

இணையம் மட்டுமில்லாமல் இணையதளங்களும் கல்வி கற்பதற்கு உதவுகிறது. இணையதளங்களும் மாணவர்கள் கல்வி கற்பதற்கு பயனள்ளதாக இருக்கிறது. ஆசிரியர்கள் நடத்தும் பாடங்களை பற்றி மேலும் தெரிந்துக் கொள்ள உதவுகிறது. இதனால் மாணவர்கள் ஆசிரியர்கள் சொன்னதை விட அந்த பாடங்களை பற்றி நிறைய தெரிந்து கொள்கின்றனர். உதாரணமாக

http://www.tamilvu.org

www.keetru.com

www.puthinam.com

இது போன்ற இணையதளங்கள் இன்னும் நிறைய இருக்கின்றன.

இணைய இதழ்கள்

இணைய இதழ்கள் செய்திகள், கட்டுரைகள் மற்றும் பிறத் தகவல்களை படிக்கவும் உதவுகிறது. இணையத்தின் வளர்ச்சியால் தமிழ் இதழ்கள் இணையத்தின் வாயிலாக படிக்க வழிவகை செய்துள்ளன. தினமலர், தினகரன், புதிய தலைமுறை, தினந்தி, விகடன் போன்ற நாளிதழ்களை இணையத்ததின் வாயிலாகவும் படிக்கலாம். இணையத்தில் மட்டும் இயங்குகின்ற தமிழ் இதழ்களும் அதிகளவில் உள்ளன. அவை தமிழ் மணம், தமிழ்.காம், முத்தமிழ், திண்ணை, தமிழ்க்கூடல், முத்துக்கமலம் போன்றவை இணைய இதழ்களாகும். இந்த இதழ்களில் கட்டுரைகள், கவிதைகள், சிறுகதைகள், ஆய்வுக்கட்டுரைகள் இடம்பெறுகிறது. இக்கட்டுரைகள் ஆய்வு மாணவர்களுக்கு உதவியாக இருக்கிறது.

இணைய நூலகங்கள்

நூலகம் என்பது மக்களின் அறிவு வளர்ச்சிக்கு புதிய சிந்தனைகளை உருவாக்கக் கூடிய பல்வேறு துறைச் சார்ந்த நூல்களை ஒரே இடத்தில் இருந்தவாறு வாசிக்கவும் பயன்படுகிறது. அதே போன்று இணையத்தில் நமக்குத் தேவையான செய்திகள், நூல்களை அதற்குரிய தலைப்பைத் தேர்வு செய்து இணையதளத்தில் செல்லும் போது தகவல்கள் அமுதசுரபி போன்று பெறமுடியும். சூல செய்திகள் அல்லது நூல்களை வாசிக்கவும் பிரதி எடுத்துக் கொள்ளவும் முடியும். சில நூல்களை இலவசமாகவும் பதிவிறக்கம் செய்து செய்து கொள்ளலாம். இணையவழி கற்றல் கற்பித்தலுக்கு இணைய நூலகம் அதிகளவில் பயன்படுகிறது. இணைய நூலகங்கள் பல உள்ளன. சென்னை நூலகம், தமிழ் இணையக்கல்வி கழக நூலகம், விக்கிபீடியா, தமிழ் மின்னூலகம் போன்ற இணைய நூலகங்கள் இலவசமாக மக்களுக்கு கிடைக்கின்றன.

அலைப்பேசியின் மூலம் கற்றல்

இன்றைய காலக்கட்டத்தில் ஸ்மார்ட் போன் இல்லாத வீடுகளே இல்லை எனலாம். ஸ்மார்ட் போன் மூலம் மாணவர்கள் நிறைய தெரிந்துக் கொள்கின்றனர். *google play store* இல் படிப்பதற்கு நிறைய செயலிகள் உள்ளது. சிறு குழந்தைகளுக்கான பாடம்

முதல் இளைய தலைமுறையினருக்கு ஏற்ற பாடங்கள் வரை அனைத்தும் இருக்கிறது. மேலும் ஒரு சொல்லின் பொருளை அறிவதற்கு அகராதிகள், இலக்கணங்கள், புத்தகங்கள், சிறுகதைகள், நாவல், இலக்கியம், பொது அறிவு போன்றவைகளை போனில் தரவிறக்கம் செய்து கொண்டு மாணவர்கள் நேரம் கிடைக்கும் போது படிப்பதற்கும் உதவுகிறது.

மேலும் IAS, TNPSC, VAO, NET EXAM, BANK EXAM, SET EXAM , NEET போன்ற தேர்வுகளுக்கான செயலிகளும் இருக்கிறது. இந்த செயலிகளால் அந்த தேர்விற்குரிய வகுப்பிற்கு செல்லாமலும் எந்தவிதமான கட்டணம் செலுத்தாமலும் வீட்டிலிருந்தே கற்கின்றனர்.

நமது சமுதாய மக்கள் ஊடகங்களால் சூழப்பட்டுள்ளனர்.. அச்சு வழி ஊடகங்கள், மின் வழி ஊடகங்கள் மற்றும் மின்னணு ஊடகங்கள் என ஊடகங்களால் மக்கள் பிணைக்கப்பட்டுள்ளனர். இந்த ஊடகங்களால் மாணவர்கள் கல்வி கற்பதில் தொடங்கி பலவிதமான தகவல்களைப் பெறவதற்கு பெரிதும் உதவியாக இருக்கிறது. ஆசிரியர்கள் சொல்லிக் கொடுப்பதனை கேட்பதோடு மட்டுமில்லாமல் அதனோடு தொடர்புடைய இன்னும் அரிய தகவல்களை பெறுவதற்கு இவ்வூடகங்கள் பெரிதும் துணைபுரிகின்றன என்பதனை விளக்கும் விதமாக ஆய்வுக் கட்டுரை அமைகிறது.

Online Teaching and Learning – Problems and Solutions

V.Tamilselvi

Assistant Professor
Department of Business Administration
Parvathy's Arts and Science College Dinigul

Introduction

Online learning is **education** that takes place over the **Internet**. It is often referred to as "e- **learning**" among other terms. However, **online learning** is just one type of "**distance learning**" - the umbrella term for any **learning** that takes place across **distance** and not in a traditional classroom.

Online learning is catalyzing a pedagogical shift in how we teach and learn. There is a shift away from top-down lecturing and passive students to a more interactive, collaborative approach in which students and instructor co-create the learning process. The Instructor's role is changing from the "sage on the stage" to "the guide on the side." Main advantages of online learning

Convenience

24/7 access from any online computer; accommodates busy schedules; no commuting, no searching for parking.

Enhanced Learning

Increased depth of understanding and retention of course content; more meaningful discussions; emphasis on writing skills, technology skills, and life skills like time management, independence, and self-discipline.

Leveling of the Playing Field

Students can take more time to think and reflect before communicating; shy students tend to thrive online; anonymity of the online environment.

Interaction

Increased student-to-teacher and student-to-student interaction and discussion;a more student-centered learning environment; less passive listening and more activelearning; a greater sense of connectedness, synergy.

Innovative Teaching

Student-centered approaches; increased variety and creativity of learning activities; address different learning styles; changes and improvements can translate to on-ground courses as well

Improved Administration

Time to examine student work more thoroughly; ability to document and record online interactions; ability to manage grading online.

Savings

Accommodate more students; increased student satisfaction = higher retention and fewer repeats.

Maximize Physical Resources

Lessen demand on limited campus infrastructure; decrease congestion on campus and parking lots.

Outreach

Give students options; reach new student markets; appeal to current students thus increasing enrollments.

Online Learning Challenges Faced by Students

1. Adaptability

Students find it difficult to adapt to an online learning environment immediately after traditional classroom learning. Due to the sudden change, they are not able to adapt to the commuter based learning. Students who have been always studying in the traditional classroom mindset are not able to focus on online platforms. It is important for them to accept the new learning environment with an open mind.

. 2.Technical Issues

Many students are not well equipped with a high internet connection that is required for online learning. Due to this, they face problems in going live for virtual learning and other platforms that require internet connection. They face technical issues as they are not much aware of technology and computer applications. A slow and high internet connection can play an important role in how quickly you can attend the class and do not miss any live sessions. There is a possibility of poor connectivity if you find difficulty in downloading some information related to the subject, blurred videos, etc.

You just need to find a high-speed internet connection at your home. And know where you can get technical support for your connection and other technical issues related to software and tools for effective learning.

3. Computer Knowledge

Lack of computer education is a major concern in today's world. There are many students who still cannot operate basic computers with MS word and PowerPoint. And whenever some technical issues emerge, they find it difficult to solve the problem in such a scenario. They face difficulties with live classes, usage of appropriate icons, MS office, communication-related apps and websites, browsing study materials, etc. Sometimes they do not know technology proficiency like login, live classes, creating and submitting work, communicating with teachers and friends.

4.Time Management

In many cases students find difficulty in managing their time with online learning. Online learning is completely new for them and requires intensive work. They need a scheduled planner to manage their time in an effective manner. Online learning provides flexible time unlike traditional classrooms. But some face difficulties in adjusting to the time required for online learning.

5. Self Motivation

Students start losing hope once they find difficulty in online learning. It requires motivation to complete tasks and engage students with their learning. Lack of motivation is a common challenge for all students.

6 . Distraction

Learning from home is an amazing experience. You might expect things around you to be like a school campus. But at home things are different for example, you might want a massive classroom, parks, playgrounds, canteens, friends, teachers around you to guide and learn. But with online learning, you have to manage everything in one room with parents around you. You can be easily distracted by small things at home.

7 . Learning Styles

Most of the students have learned in the physical classroom. Online learning can make you adapt to different styles of learning. There are some students who can adapt to these styles quickly but what about the students who need time? In such cases, they lack concentration, inability to understand the live classes, difficulty in creating projects and assignments using technology.

8.Communication

Students lack effective communication skills during online learning. Teachers give assignments for improving reading and writing skills but there is a possibility that they might not be able to write so convincingly that educators understand the concept behind their assignments.

There are some students who feel shy to communicate with their teachers and friends due to the new model of learning. It might happen due to lack of interest, poor technological skills with apps and video calls or unable to express themselves via live chats, emails or text messages.

9.Virtual Engagement

Online classes help teachers to provide reading material, assignments, communication via email, live chats or messages and delivering content by live sessions, presentations, recorded videos or lectures for the students.

In spite of all these activities, still some students do not find engaging compared to a traditional one. Students find it difficult to communicate in person who struggles with understanding concepts. Many times these students do not even approach teachers to clear their doubts.

10. Feedback

Every student needs feedback for their performance during the learning process so that they can improve their learning abilities. They are not only observed during the tests or exams but also for each assignment and project. Research reveals that the students hardly visit their assignments to check their suggestions and comments. The feedback model with respect to online will be difficult for them to understand and implement.

Solutions for the on line Learning

Nowadays adaptive learning is using Artificial intelligence to adjust the content according to individual needs. It helps in providing personalised courses to identify their weaknesses and strengths for better learning outcomes.

Need to find a high-speed internet connection at your home. And know where you can get technical support for your connection and other technical issues related to software and tools for effective learning.

Students should be provided access to support devices that can help them solve technical problems via call, email or live chat. You should pay attention to your instructor during the process of solving the issues.

Time management *is the most important factor in online learning. It needs time and effort for better learning outcomes. You should know the factors that can affect your timings during the learning process such as*

A)Avoid Distractions – Try to avoid distractions that can affect your learning. There are many platforms that can engage you for entertainment and communication. But make sure that you set time for breaks and focus on learning as scheduled to avoid missing live classes or sessions.

B)Create To-Do List – You can prepare a list of activities on an everyday basis. Try to break down large activities into smaller ones for better learning outcomes. Use this list to tackle each task. Make sure that you adhere to the list and establish the routine that can make time management practices easy.

C)Seek Help – To manage time during online learning seek help from your parents, friends and families. So that you will not miss out on learning and at the same time work will be done.

D)Avoid Multitasking – Do not try to take up multiple tasks at the same time. Complete one task at a time as it can make your work less effective and productive

E)Involve Yourself – You should show up for all the activities and learning during the sessions. Make sure that you log in every day, check for the status and appear in all the sessions and discussions. Connect with your friends and teachers for asking and sharing information.

F)Schedule Time for Learning – You have to stick to a study plan for effective learning. Take a break and resume back to learning with the same interest and enthusiasm.

G)Stay Positive – Make sure that you are positive towards online learning. Make use of the time in the best way and gain knowledge for better learning outcomes.

Inform the parents and friends about the time of online learning so that there will be no distractions from their side. Restrict the study area for others to come during live sessions and video calls. Make sure you relax in the breaks set in the time table. In this way, you will concentrate on learning and spend quality time with your friends and family.

To get better learning outcomes, it is important to understand the learning styles. You can learn through interaction, visual presentations, audio classes or written notes. Follow your own learning style that helps in enhancing your learning experience.

Become aware of the importance of communication for better learning. Online learning enhances your learning experience. It provides a platform for communication and interaction with others. In this way, you are able to learn from them and improve their knowledge and skills. If you have any issues in communication, then seek help from teachers and friends. Ask them tools that can help you improve your communication skills. You read, write and interact for better communication.

Communicate with your teachers in private to clear doubts either through virtual learning platforms or calls. Your teachers might be able to help you out more clearly. And they can help you with some of the easy reading materials that are simple to understand. You can also take extra time with your teachers and friends after the online classes for a better understanding of the subject.

You can approach your teachers for feedback related to your performance. Teachers can give your personalized guidance for improvement and identify your weaknesses and strengths. You can improve your learning pattern based on the feedback. Unless you receive feedback from teachers, there are chances of less improvement in your learning.

Online Learning Challenges Faced by Teachers

As education is going on online, many educators are being asked to teach their students from home. We know that all the teachers are not aware of online learning and their process as most of them are into traditional classroom teaching. It sometimes makes it difficult for them to change their way of teaching. Proper online training should be given to teachers before teaching students. With all the benefits of online learning still there are few challenges faced by teachers.

There is a saying <u>for every problem, there is a solution.</u> So let us not only see the challenges but also find solutions to overcome them. Here are 10 challenges for teachers faced during the online learning process along with ways to overcome them

1. Engaging students

As students are moving towards online learning from traditional classrooms, it becomes difficult for teachers to adjust to a new learning platform. Teaching online may not influence and engage students for longer periods of time. They can easily get distracted and lose concentration during live sessions.

solution

You need to understand that online learning has a lot of advantages with respect to tools and interesting platforms to engage students in learning. Try to include those tools and multiple types of learning approaches such as podcasts, videos (teaching channel, own videos, live classes), discussions, various forms of text through articles and blogs, different assessment methods (tests, quizzes, assignments and projects) learning activities and collaboration for better learning outcomes.

2. Time Commitment

If the course content is thought in person then you might not really understand the time commitment. It is still difficult to convert those learning into effective online format. Teachers should be given some time for proper planning of the content and methods to deliver to the students. Teachers are not able to deliver the effective content in time. It said that teachers take more time in teaching online than face to face. If students exceed their deadline in submitting assignments or projects can lead to more work for you.

Solution

Use a friendly tone for communicating with your students to establish rapport. You can set reminders for assignments and projects in your learning management system. Send it to your students one week prior to the submission deadline

3. Communication

The more detailed the syllabus, the easier to communicate to the students. Sometimes teachers are not given enough time for the preparation of content for their students. And also there are students who avoid communication with teachers during online learning.

Online teaching is like communicating without body language, so students might misunderstand and can result in their poor performance. Sometimes students might ask for an extension for their work or give any excuse for the delay

Solution

Give flexibility for the students when they ask for not making up to their deadlines. You must recognize the need of keeping in contact with the students and understand what kind of activities can accomplish your goal. Conduct discussions for specific content for the students with the opportunity to solve the problem and learning effectively.

Also providing discussion on practical questions by the students that can reduce frustration, problem-solving skills and handling technical issues. You should provide a platform for the students in order to communicate and collaborate with other fellow classmates.

4. Assessment

Assessment is the most important part of online learning for students as well as teachers. And it causes stress to students at times. So whenever there are assignments or projects, teachers might face a lot of questions from the students. As there is less communication between students and teachers, expectation from the students' performances also differs. Students are likely to experience less homework, less assignments or lack of examination at times. This can cause difficulties for teachers in assessments.

Solution

You must understand the type of questions students might ask and prepare FAQs for the common questions. Make sure that you give proper assignments and conduct tests at regular intervals. This can help you to assess them based on their performance.

5. Feedback

Every student needs feedback for their performance for improvement. Teachers find it difficult to give feedback to all students individually. Sometimes few students get benefited from it and others don't. As students are not given proper feedback leading to poor performance. Teachers do not find proper methods of providing feedback to all the students.

Solution

You should understand how important it is to give feedback for the students for their growth and improvement. Make sure that you provide personalized guidance to all the students so that they can work on their learning abilities.

6. Learning Management Systems

Teachers experience a hard time in expressing their content to students, especially assignments and assessments. There have been problems with understanding the level of difficulty in terms of course content among students. According to teachers, the incident opportunities that happen face to face communication fail in online learning.

Solution

You should have an understanding of the strong learning management system and web technologies that can help your pedagogy. Think and take advantage of the training and workshops attended during teacher training. Apply the methods for effective teaching and management systems. You can also approach other teachers who know about the management system in online learning.

7 . Teaching Methods

We know that most of the teachers follow typical classroom-style teaching methods, as they use to teach with only blackboard and books. It becomes difficult for them to adopt new teaching methods that are completely virtual and technology-driven.

Solution

Most important thing is to get comfortable in a virtual classroom. Find out different kinds of tools that make teaching and assessment simple and easy. You can develop many teaching methods that can improve their learning such as conducting different activities, model making, debates, group activities, virtual tours, group discussions, role play etc.

8. Fear of Cheating

Sometimes teachers might feel concerned about the risk of cheating in online learning. They feel that students can cheat to get better results in the tests and assignments.

Solution

There are many reliable ways to enhance the integrity of online learning. You should allow students to take exams according to their convenience. Do not force for assignments or any tests unless they are ready.

9. Technical Issues

Many teachers struggle with technical issues that are unavoidable and cause stress. They become helpless if something technical errors come in the middle of the live session or communicating with students.

Solution

You should contact technical support for solving problems that can cause hindrance in the learning process. Make sure you upgrade your computer with apps and software that can help in an effective learning process with a high-speed internet connection.

10. Course Content

The course content was designed earlier with respect to traditional classrooms. But with the shift to online learning, it requires redesigning of course which can take a considerable amount of time and energy. It would have been successful when it started well in advance for better learning outcomes. Most of the cases, these courses work well in traditional classrooms but go flat in online learning. It happens when there are no content-related activities, assignments or projects that can be done online.

Solution

You must understand the course content and how to fit it into your online course. Make sure you modify some changes in terms of activities and assignments for a better understanding of the concepts

Conclusion

In this quarantine on line is the only way to continue our Teaching and Learning. Instead of talking about the Problems we have focus on the Solutions to Improve our Condition. Measures have to be Taken by the Government and Educational Institutions to Simplify the Process and Improve the Comfort Level of the Students.

கற்பித்தலில் தொழில்நுட்பத்தின் தேவை

முனைவர் பா.பொன்னி
துறைத்தலைவர் & உதவிப்பேராசிரியர் தமிழ்த்துறை
தி ஸ்டாண்டர்டு ஃபயர் ஒர்க்ஸ் இராஜரத்தினம் மகளிர் கல்லூரி(தன்னாட்சி)
சிவகாசி.
srisrijaa@gmail.com 9787800804

இன்றைய காலச்சூழலில் தொழில்நுட்பம் வழிக்கற்பித்தலின் தேவை முதன்மையானதாக இருப்பதற்கான காரணங்களை ஆராய்வதாக இக்கட்டுரை அமைய உள்ளது.

தமிழ்மொழி கற்பித்தலில் முதன்மையானவை

தமிழ் இலக்கியம் பயிலும் மாணவர்களுக்கு கற்பிக்க வேண்டிய திறன்களில் முதன்மையானவை கேட்டல், பேச்சு,வாசிப்பு, எழுத்து, இலக்கணம், மொழியணிகள் ஆகியவை.ஆனால் இன்றைய வகுப்பறைச் சூழலில் கரும்பலகை மற்றும் புத்தக வாசிப்பு முறை இவற்றை மட்டுமே பயன்படுத்தினோம் என்றால் இத்தகைய திறன்களை மாணவர் மத்தியில் வெளிக்கொணர்வது உறுதியல்ல.

புளும் தக்சோனொமி படிநிலை

உயர்கல்வித்துறையின் தரத்தினை உயர்த்துவதாக அமையும் புளும் தக்சோனமி மாணவர்கள் மத்தியில் கல்வி அறிவாற்றல், புரிந்துணர்வு, பயன்பாடு, பகுப்பாய்வு, மதிப்பீடு, உருவாக்கம் ஆகியவற்றை உயர்த்துவதாக அமைய வேண்டும் என்று வரையறை செய்துள்ளது.இப்படிநிலைகள் அடிப்படையில் மாணவரின் கற்றல் திறன் உயர வேண்டும் என்றால் அதற்குத் தொழில் நுட்பத்தின் பயன்பாடு மிகவும் இன்றியமையாத ஒன்றாகும்.

தகவல்தொழில் நுட்பங்கள்

தகவல்தொழில்நுட்ப உபகரணங்களாக ஆடியோ வீடியோ மற்றும் இணைய வடிவிலான கருவிகள், (வானொலி,தொலைக்காட்சி,அலைபேசி), மென்பொருள், இணைக்கும் முறைகள் (*google classroom,google meet,whatsapp*), ஊடகம் கல்வி தொடர்பான இணைய தளங்கள் ஆகியவற்றைக் குறிப்பிடலாம்.

தகவல்தொழில் நுட்பத்தின்பயன்பாடு

தகவல் தொழில் நுட்பத்தின் வழி மாணவருக்கு எழுத்து(written), ஒலி (sound), காட்சி (visual), அசைவுப்படம் (graphics), நிகழ்ப்படம் (video), உடலியக்கம் (psychomotor), இருவழித் தொடர்பு (interactive) ஆகிய முறைகளில் கற்கும் திறனை மேம்படுத்த இயலும் என்பதனை விளக்குவதாக ஆய்வுக்கட்டுரை அமைய உள்ளது.

மனிதனின் முதல் ஆசிரியர் இயற்கை எனலாம். ஏனென்றால் மனிதன் இயற்கையிடம் இருந்து தான் தன்னுடைய வளர்ச்சிக்குத் தேவையான அடித்தளங்களைக் கற்றுக் கொண்டான். அடுத்ததாக மனிதனின் தேவைகள் அவனை அடுத்த நிலைக்கு வளர்ச்சியடைய, முன்னேறத் தூண்டின. அவன் தான் கற்றுக் கொண்ட அனுபவங்களைப் பிறருடன் பகிர்ந்து கொள்ளத் தொடங்கிய நிலையில் கற்றல் கற்பித்தல் வளர்ச்சியடையத் தொடங்கியது. காலச்சூழலின் வளர்ச்சி மற்றும் மாற்றங்களுக்கு ஏற்பக் கற்றல் கற்பித்தல் முறையிலும் பல்வேறு மாற்றங்கள் ஏற்பட்டன. அவ்வகையில் இன்றைய காலச்சூழலில் தொழில்நுட்பம் வழிக் கற்பித்தலின் தேவை முதன்மையானதாக உள்ளது. அதற்கான காரணங்களை ஆராய்வதாக இக்கட்டுரை அமைகின்றது.

கற்பித்தலில் தொழில்நுட்பத்தின் தேவைக்கான காரணங்கள்

மாற்றம் என்ற ஒன்றைத் தவிர அனைத்தும் மாற்றம் பெறுவது இயல்பு. அந்த வகையில் கல்விமுறையில் மாற்றங்கள் ஏற்படுவதும் தவிர்க்க இயலாதது. தற்காலத்தில் அறிவியல் வளர்ச்சி தொழில்முறைகளில் மட்டும் அல்லாது கல்வி முறையிலும் மாற்றங்களைக் கொணர்ந்துள்ளது.உலகம் எங்கும் பயணம் செய்து கற்கும் முறையில் இருந்து இன்று உலகமே இல்லத்திற்குள் வரும் வகையில் கல்வி முறையில் தொழில்நுட்ப சாதனங்கள் பல்வேறு மாற்றங்களைக் கொணர்ந்துள்ளன. அவற்றைப் பயன்படுத்தினால் மட்டுமே இன்றைய கற்றல் கற்பித்தல் சிறப்பான வளர்ச்சியை நோக்கி நகர இயலும் என்ற சூழல் தற்காலத்தில் நிலவுகிறது. கற்பித்தலில் தொழில்நுட்பத்தின் தேவைக்கான காரணங்களாகக் கீழ்க்காணும் காரணிகளைச் சுட்டலாம்.

- கற்றல் கற்பித்தல் முறையிலான மாற்றங்கள்

- மாணவர்களின் உளவியல்

- மாணவர்களுக்குக் கற்பிக்க வேண்டிய திறன்கள்

- புளூம் தக்சோனொமியின் படிநிலை வளர்ச்சி

இக்காரணிகளின் விளைவாகத் தகவல் தொழில்நுட்பத்தினைக் கற்பித்தலில் பயன்படுத்த வேண்டிய தேவை உருவாகியுள்ளது எனலாம்.

கற்றல் கற்பித்தல் முறையிலான மாற்றங்கள்

ஒவ்வொரு குழந்தைக்கும் தாய் மற்றும் தந்தையே முதல் ஆசிரியர்கள் என்பதனை மறுக்க இயலாது. ஆரம்ப காலங்களில் பெற்றோர்கள் குழந்தைகளைக் கல்வியறிவு பெறும் வகையில் தகுதி வாய்ந்த குரு ஒருவாிடம் நேரில் சென்று கல்வி கற்கும் படி அனுப்பினர். அதனைக் குருகுலக்கல்விமுறை என்று அழைத்தனர். மாணவன் ஆசிரியர் இருக்கும் இடம் தேடிச் சென்று அவருக்குத் தேவையான பணிவிடைகளைச் செய்து அறிவைப் பெறும் வகையில் இக்குருகுலக் கல்வி முறை அமைந்தது. இக்கல்வி முறையில் மாணவர்கள் தங்கள் கல்வி முறையில் பயிற்சி முடிந்த பின்னரே இல்லத்திற்குச் செல்ல அனுமதிக்கப் பட்டனர். இக்குருகுலக்கல்வி முறையில் இருந்தே ஆசிரியரை மையமிட்ட கல்வி முறையே வழக்கில் இருந்து வருகின்றது. அதற்கு அடுத்த காலங்களில் ஆசிரியர்களும், மாணவர்களும் ஒரே இடத்திற்கு வந்து கற்கும் கற்பிக்கும் முறை வழக்கில் வந்தது. இன்றைய அறிவியல் வளர்ச்சி, அறிவியல் சாதனங்களின் துணையால் ஆசிரியர்கள் மாணவர்களின் இல்லத்தில் கருவி வழி பாடம் நடத்தும் முறையினை சாத்தியமாக்கியுள்ளது.

இதன்வழி கற்றல் கற்பித்தல் முறையில் காலந்தோறும் மாற்றங்கள் ஏற்படுவது இயல்பானது என்பதனையும் அதனை ஏற்றுக் கொள்வது காலத்தின் அவசியம் என்பதையும் அறியலாகின்றது

மாணவர்களின் உளவியல்

இன்று மாணவர்களின் உளவியல் காரணிகளை பாதிக்கக் கூடிய காரணிகள் மிகுதியாக இருப்பதனை நாம் ஏற்றுக் கொள்ள வேண்டும். பத்து வருடங்களுக்கு முன்பு பிள்ளைகள் வீட்டை விட்டு வெளியே அதிகம் சென்றால், கூடா நட்பின் விளைவால்

தவறான செயல்களில் ஈடுபட்டு விடுவார்கள் என்ற அச்சம் பெற்றோர்களுக்கு இருந்தது. ஆனால் இன்று தொழில்நுட்ப வளர்ச்சியின் விளைவால் உலகமே வீட்டுக்குள் என்பது எவ்வளவு உண்மையோ, அதே அளவு மாணவர்களின் கவனச்சிதறலை உருவாக்கும் காரணிகளும் இத்தொழில்நுட்ப வளர்ச்சியின் காரணமாக வீட்டுக்குள்ளேயே மாணவர்களை பாதிக்கின்றன என்பதும் உண்மை. இத்தகைய சூழலில் மாணவர்களின் கவனத்தை சாியான முறையில் திசை திருப்ப,இத்தொழில் நுட்பக் கருவிகளை சாியான முறையில் பயன்படுத்த மாணவர்களுக்கு ஆசிரியர்கள் வழிகாட்டியாக இருக்க வேண்டும் என்பது இன்றைய சூழலில் முதன்மையானதாகும்.

.மாணவர்களுக்குக் கற்பிக்க வேண்டிய திறன்கள்

இன்றைய காலத்தில் மாணவர்களுக்குக் கற்பிக்க வேண்டிய திறன்களில் முதன்மையானவை கேட்டல், பேச்சு, வாசிப்பு, எழுத்து ஆகியவை ஆகும். அதுமட்டுமல்லாது கல்வி மாணவர்க்குக் கற்றுத் தர வேண்டியவை ஒத்துழைப்பு (Colloboration), பேச்சுக்கலை (communication), ஆக்கச்சிந்தனை (creativity), விமர்சனச் சிந்தனை (critical thinking), மறுமொழி (feed back), புத்தாக்கம் (Innovation), படைப்பு (presentation), சிக்கல் கலைதல் (problem solving), உற்பத்தி (productivity), மீட்டுணர்தல் (reflection) ஆகியவை என்றும் அறிஞர்கள் குறிப்பிடுவர்.

ஆனால் இன்றைய வகுப்பறைச் சூழலில் கரும்பலகை மற்றும் புத்தக வாசிப்பு முறை இவற்றை மட்டுமே பயன்படுத்தினோம் என்றால் இத்தகைய திறன்களை மாணவர் மத்தியில் வெளிக்கொணர்வது சாத்தியமல்ல. ஆகவே தொழில்நுட்ப வளர்ச்சி தொடர்பான சாதனங்களைப் பயன்படுத்த வேண்டிய கட்டாயத்தில் இன்றைய கல்விமுறை உள்ளது எனலாம்.

புளூம் தக்சோனொமியின் படிநிலை வளர்ச்சி

உயர்கல்வித்துறையின் தரத்தினை உயர்த்துவதாக அமையும் புளூம் தக்சோனமி மாணவர்கள் மத்தியில் கல்வி அறிவாற்றல், புரிந்துணர்வு, பயன்பாடு, பகுப்பாய்வு, மதிப்பீடு, உருவாக்கம் ஆகியவற்றை உயர்த்துவதாக அமைய வேண்டும் என்று வரையறை செய்துள்ளது. இப்படிநிலைகள் அடிப்படையில் மாணவாின் கற்றல் திறன்

உயர வேண்டும் என்றால் அதற்குத் தொழில் நுட்பத்தின் பயன்பாடு மிகவும் இன்றியமையாத ஒன்றாகும்

புளும் தக்சோனொமி குறிப்பிடும் திறன்களை மாணவர் மத்தியில் வளர்க்க வேண்டும் என்றால் நம் கல்விமுறை ஆசிரியரை மையமிட்ட கல்விமுறையில் இருந்து மாற்றம் பெற்று மாணவரை மையமிட்ட கல்விமுறையாக அமைய வேண்டியது முதன்மையாகிறது.

மாணவரை மையமிட்ட கல்விமுறையில் மட்டுமே மாணவர்கள் இணைந்து கற்கும் நிலை மேலோங்கும். இக்கல்விமுறையில் திறனுக்கு மட்டுமே முன்னுரிமை இருக்கும். மாணவரின் செயற்பாங்கு வழியிலான உயர்நிலைச் சிந்தனை மேலோங்கும். செய்முறை பயிற்சிகள் வழி சிந்தனைத் திறன் உயரும். அதன்வழி மாணவரின் வாழ்வியல் திறன் முன்னேறும். குழுமுறை வாயிலான கல்வித் திறன் மூலம் சமுதாயத்திற்கான பயன்படு சிந்தனைத்திறன் பெருகும். மாணவர்களின் மதிப்பெண்களுக்காகக் கற்றல் என்ற நிலை மாறி வாழ்க்கைக்காக கற்றல் என்ற உணர்வு சிறப்படையும். அதற்குத் தகவல் தொழில்நுட்பத்தின் பயன்பாடு இன்றியமையாததாகும்.

தகவல்தொழில் நுட்பங்கள்

தகவல்தொழில்நுட்ப உபகரணங்களாக ஆடியோ வீடியோ மற்றும் இணைய வடிவிலான கருவிகள், (வானொலி,தொலைக்காட்சி,அலைபேசி), மென்பொருள், இணைக்கும் முறைகள் (google classroom,google meet,whatsapp), ஊடகம் , கல்வி தொடர்பான இணைய தளங்கள் ஆகியவற்றைக் குறிப்பிடுவர்.

இத்தகவல் தொழில் நுட்பத்தின் வழி மாணவருக்கு எழுத்து(written), ஒலி (sound), காட்சி (visual), அசைவுப்படம் (graphics), நிகழ்ப்படம் (video), உடலியக்கம் (psychomotor), இருவழித் தொடர்பு (interactive) ஆகிய முறைகளில் கற்கும் திறனை மேம்படுத்த இயலும்.

தகவல் தொழில்நுட்பத்தின் பயன்பாடுகள்

தகவல் தொழில்நுட்பக் கருவிகளின் வழி கற்பிப்பதால் காலமும், சக்தியும் சேமிக்கப்படும். அரிதான பொருட்கள், வகுப்பறைக்கு எடுத்துச் செல்ல இயலாத பொருட்கள் ஆகியவற்றை மாணவர்களுக்கு எடுத்துக் காட்ட இயலும். ஒருமுறை கற்பித்த பாடங்களை மீண்டும் ஒருமுறை மீள்பார்வை செய்யஇயலும். விளக்கப்படங்கள் வரைதல், உருவங்கள் வரைந்து காட்டல் , ஒலி, ஒளிப்படங்கள் ஒளிபரப்புதல் என்ற வகையில் மாணவர்களுக்கு பாடம் நடத்துவதால் ஆரோக்கியமான வகுப்பறைச்சூழல் ஏற்படும். மாணவர்களின் படைப்புத்திறன் மேம்படும்.

கற்பித்தலில் தொழில்நுட்பத்தைப் பயன்படுத்துவதன் வழி மாணவர்கள் தொழில்நுட்பத்தின் வளர்ச்சியைத் தெரிந்து கொள்வர். வளர்ந்து வரும் தொழில்நுட்பத்திற்கு ஏற்ற வகையில் தம்மை வளர்த்துக் கொள்ள ஆயத்தமாவர். மனனம் செய்து படிப்பதைக் காட்டிலும் புரிந்து படிக்க ஏதுவாக அமையும். ஒவ்வொரு மாணவரின் கற்றல் திறன் வேறுபடும். பலமுறை கற்றால் மட்டுமே புரிந்து கொள்ளும் மாணவருக்கு இத்தகவல் தொழில் நுட்பம் பேரளவில் துணை புரியும்.

மேலே சுட்டப்பட்ட கருத்துகளின் வழி தொழில்நுட்பத்தின் தேவையை நாம் அறிந்து கொள்ள இயலும். ஆயினும் எந்த ஒரு தகவல் தொழில்நுட்பமாக இருந்தாலும் அது கற்பிக்கும் ஆசிரியரின் திறனாலேயே சிறப்பு பெறும். ஆசிரியர்களுக்கு இணையாக எந்த ஒரு சாதனத்தையும் நாம் குறிப்பிட இயலாது. ஆனால் ஆசிரியர்கள் இவற்றை பயன்படுத்தும் சூழலில் மாணவர்களுக்கு மேற்சுட்டப்பட்ட திறன்களை சிறப்பாக வளர்ச்சிபெறச் செய்யலாம் என்ற அடிப்படையில் இன்றைய காலத்தில் கற்பித்தலில் தொழில்நுட்பத்தினைப் பயன்படுத்துவது அவசியம் எனலாம்.

பார்வை தளங்கள்

https://morsmal.no/ta/tamil/7896-2016-11-23-14-22-51

http://shodhganga.inflibnet.ac.in/jspui/bitstream/10603/207681/16/9%20chapter2.pdf

http://talias.org/wp-

மொழிக்கல்வியில் தொழில்நுட்பத் தேவைகள்

T.Sivapalu B.Ed. Hons, M.A in Ed. Cey.

இந்தக் கட்டுரை தமிழ்மொழியைக் கற்பித்தலில் தொழில்நுட்பத்தை பயன்படுத்துவதைப் பகுப்பாய்வு செய்வதை நோக்கமாகக் கொண்டுள்ளது. தமிழ்மொழியை முதலாம் மொழியாகவும் இரண்டாம் மொழியாகவும் கற்றலிலும் கற்பித்தலிலும் தொழிநுட்பத்தைப் பயன்படுத்துவதில் மாணவர்களும் ஆசிரியர்களும் எதிர்கொள்ளும் பிரச்சினைகளை வெளிக்கொண்டுவரவதன் முக்கியத்துவத்தை முதன்மைப் படுத்துகின்றது. விஞ்ஞானத் தொழில்நுட்பத்தின் விரைவான வளர்ச்சி மொழியைக் கற்பித்தல் உத்திகள் குறித்து ஆராய்வதற்கு சிறந்த ஒரு வாய்ப்பைத் தந்துள்ளது. முன்னர் அறிந்திராத நவீன தொழில் நுட்பவளத்தையும் தளத்தையும் மொழி கற்பித்தலில் பயன்படுத்த வேண்டிய தேவை இன்று தவிர்க்கமுடியாததாகி உள்ளது. மொழிக் கல்வியில் தொழில் நுட்பத்தின் வகிபாகம், தொழில்நுட்பப் பயன்பாட்டில் எதிர்கொள்ளப்படும் சவால்கள் என்பன பற்றியும் ஆராய முற்படுகின்றது. அவற்றிற்கேற்ப கற்றல்-கற்பித்தலை எவ்விதம் திட்டமிடலாம் என்பதனையும் பகிர்ந்துகொள்வது அவசியமாகின்றது. தொழிநுட்ப வளங்களுடன் மொழி கற்பித்தல் முறைகளை மாற்றிக் கொள்ளவும் மேம்படுத்தவும் ஆசிரியர்கள் பயன்படுத்த வேண்டிய உத்திகளை மட்டுமல்லாது கற்றல்-கற்பித்தலில் பெற்றோரின் பங்களிப்பின் தேவை பற்றியும் அவர்களுக்கு உதவக்கூடிய தொழில்நுட்ப வளங்களின் பயன்பாடு பற்றியும் இக்கட்டுரையில் ஆராயப்படுகின்றது.

இன்றைய காலவோட்டத்திற்கேற்ப ஆசிரியர்கள் தொழில் நுட்ப வளங்களையும் தளங்களையும் பாட அலகுகளில் இணைத்துக்கொண்டு பயணிக்கவேண்டிய வழிகளையும் கோடிட்டுக்காட்ட விளைகின்றது,

அறிமுகம்

நாம் கணினி யுகத்தில் வாழ்கின்றோம். எதிலும், எப்பொழுதும், எதற்கும் தொழில்நுட்பம் என்றாகிவிட்டது. கோவிட்-19 அனைவரையும் வீட்டில் முடக்கியுள்ளது. கல்வியில் தொழில் நுட்பத்தின் தேவை தவிர்க்கமுடியாதது.

இணையவழித் தொலைநிலை, கலப்புமுறை, உள்ளகவலைத் தளம், மின்-கற்றல் போன்றனவற்றைத் தொழில்நுட்பம் தருகின்றது. கற்றலில் தொழில்நுட்பத்தின் வகிபாகம் மற்றும் அதன் தேவைபற்றி ஆய்வது இன்று முக்கியமாகின்றது. வளர்ச்சியடைந்த நாடுகளைப் போலல்லாமல் இந்தியா, இலங்கை, மலேசியா, சிங்கப்பூர் ஆகிய தமிழ் மொழி பேசப்படும் நாடுகளில் எல்லா மட்டங்களிலும் இவ்வாயப்புக்கள் சமமாகக் கிடைப்பதில்லை. தொழில்நுட்ப வளங்களைப் பயன்படுத்தி கற்பிப்பதனால் மாணவர்கள் இலகுவாக மொழியைப் பேச *Boyle. Simth, and Eckert 1976, Collett 1980) Rassool, 1999; Murray, 2000; Warschaure, 2000* எழுத, வாசிக்க் கூடிய ஆற்றலை விரைவாக விருத்தி செய்கின்றனர். மொழிக் கல்வி வாழ்வாதாரத்தோடு இணைந்தது. அது வாழ்வியலில் இருந்து பிரிக்கமுடியாதுள்ளது. தொழில்நுட்பம் இன்று அர்த்தமுள்ளதும், உணர்ச்சிமயமானதும், உளமற்றம் சமூக விருத்தி தொடர்பானதும் ஆகும். மாணவர்களைத் தாமே செயற்படாமல் தடைசெய்யும் கற்பித்தலில் இருந்து பயனுள்ள செயற்பாட்டிற்கான தாக்கத்தைக் கொண்டுள்ளது. தன்னுரக்கத்தோடு தாமே ஈடுபட்டுக்கற்கும் நிலைக்கு மாணவர்களை வளப்படுத்துகின்றது. மொழிக்கல்வியில் ஆழமாக மூழ்கிவிடக்கூடிய நிலையை ஏற்படுத்தும் சிறந்த கருவியாக விளங்குகின்றது. தொழில்நுட்பத்தை ஆங்கில மொழியைக் கற்பதில் பயன்படுத்தும் நிலை *1960* இல்தான் பரந்தளவில் பயன்படுத்தப் பட்டுள்ளமையைக் கறோல் ஏ. சப்பல் அவர்கள்: "இருபத்தியோராம் நூற்றாண்டில் நாம் நுழையும்போது நாளாந்த மொழிப்பாவனை மிக அதிகளவில் தொழில்நுட்பத்தோடு பிணைக்கப்பட்டிருக்கும்; இன்று தொழில்நுட்பத்தினூடு மொழியைக் கற்றுக்கொள்ளுவது வாழ்க்கையின் ஒரு அம்சமாக மாறிவிட்டது. குறிப்பாக மொழியியல் பயன்பாட்டாளர்களிடையே தாக்கத்தை ஏற்படுத்தியுள்ளது"*i* எனப் *(2001)* பதிவிட்டுள்ளார். *Boyle. Simth, and Eckert 1976, Collett 1980, Rassool, 1999; Murray, 2000; Warschaure, 2000* முதலிய பலர் வெவ்வேறு மொழிகள் சார்ந்து தொழில்நுட்பப் பயன்பாடு பற்றி ஆய்வுகளை மேற்கொண்டுள்ளனர். ஜேர்மெனி, பிரான்ஸ், ஐக்கிய இராச்சியம், ஐக்கிய அமெரக்கா. கனடா கீழை நாடுகளில் யப்பான், சீனா போன்ற நாடுகளும் மொழிக்கல்வியல் தொழில்நுட்பப் பயன்பாட்டில் முன்னிலை வகுக்கின்றன.

ஆனால் இந்தியா, இலங்கை, மலேசியா போன்ற நாடுகளில் மொழியைக் கற்பதற்கு கணினிப் பாவனையையோ அன்றி வேறு தொழில்நுட்ப சாதனைங்களையோ பாவிப்பதற்குப் பதிலாக பாரம்பரிய முறைக் கற்றலையே ஆரம்ப நிலை வகுப்புக்களில் இன்றும் மேற்கொள்ளப்பட்டு வருவது தவிர்க்கப்படவேண்டும். ஆங்கிலத்தைக் கற்பதில் காட்டப்படும் அக்கறையும் ஆர்வமும் தமிழ் மொழியைக் கற்பதில் இல்லை. "இந்திய மாநிலங்களில் ஆங்கிலத்தைக் கற்றுக் கொள்வதற்கான ஆர்வம் அதிகரித்துள்ளது. எனினும் ஆங்கிலத்தைக் கற்பிப்பதற்கான போதுமான தொழில்நுட்பப் பயன்பாடோ அல்லது உத்திகளோ பயன்படுத்தப்படுவதில்லை"ii என்னும் கருத்து ஆர்.அபிலாசா மற்றும் எம். இளங்குமரன் இருவரும் இணைந்து மேற்கொண்ட ஆய்வுக்கட்டுரையில் பதிவிடப்பட்டுள்ளது. ஆங்கிலத்தைக் கற்பதில் எதிர்கொள்ளும் சவால்கள் பற்றி ஆராயப்பட்டுள்ளது. ஆனால் ஆரம்ப தரங்களில் தமிழ் மொழியைக் கற்பித்தலில் உள்ள தடங்கல்கள், பின்னடைவுகள், உத்திகள்இ தொழில்நுட்ப வளங்கள் பற்றி போதியளவு ஆராயப்படவில்லை என்பது துர்லபமே.

தமிழ்க் கல்வியை மின்-கற்றல் மூலம் கற்றல் பற்றி பாரதியார் பல்கலைக்கழக ஆய்வாளர் மாணவர் விஜயலஷ்மி முருகேசன் iii கல்வியில் நவீன கற்பித்தல் தொழில்நுட்பம் என்னம் பொருளில் ஆய்வுக்கட்டுரையை கோயாம்புத்தூர் மகாநாட்டில் (2019) வாசித்துள்ளார். மனோன்மணியம் சுந்தரனார் பல்கலைக்கழகத்து துணைப்பேராசிரியர்களாக இருந்த ஜி. றெக்ஸ்லின் ஜோ மற்றும் பி.வில்லியம் தர்ம ராஜா ஆகிய இருவரும் இணைந்து மேற்கொண்ட ஆய்வுகள்iv (2011) போன்றன தமிழ் மொழிக்கல்வியில் தொழில்நுட்பத்தின் தேவையும் அவற்றின் பயன்; பற்றியும் ஆராயந்துள்ளது. எனினும் மேலும் ஆராயப்பட வேண்டிய ஒரு பரப்பாகவே உள்ளது.

மொழிக் கல்விக்கான தொழில்நுட்ப வளங்களும் தளங்களும்

இன்று தொழில்நுட்பத்தின் கல்விக்கான பங்களிப்பு தவிர்க்கமுடியாதது. தொழில்நுட்பம் நாளுக்கு நாள் மாற்றம் அடைந்து வருகின்றது. அதற்கேற்ப நாம் எம்மை தயார்படுத்த வேணடியவர்களாக உள்ளோம். அத்தோடு தொழில்நுட்ப வளங்களின் பயன்பாடும் அதிகரித்து வருகின்றது. *Zoom, Google classroom, seesaw, Khan Academy, Epathshala, Moodle, WizIZ, Groupworld, UnRemot, NewRow, Vedamo, Big Blue Button, learn*

Cube, Electa Live, Adobe Connect, Kahoot, Skype, Prezi, Live Binders, Class Dojo, e-learning, Brightspace, schoolpad போன்ற கற்பித்தற் தொலைத் தொடர்புச் சாதனங்கள் பயன்படுத்தப்படுகின்றனர். இவற்றுள் பல கட்டணமற்றவை, சில கட்டணம் செலுத்தவேண்டிவை. *Zoom, Google classroom, Kahoot* போன்றவற்றை ஆசிரியர்களும் மாணவர்களும் கல்விச்சபையின் கணக்கில் இலவசமாகப் பயன்படுத்தக் கனடாவின் அனைத்து மாகாணங்களிலும் உள்ள கல்விச் சபைகள் வாய்ப்பளித்துள்ளன. இவற்றைப் பயன்படுத்தவதால் மாணவர்களின் கல்வி ஆற்றலையும் அடைவையும், அதிகரிக்கமுடியும் என்பதனைப் பல்வேறு ஆய்வுகள் வெளிக் கொண்டுவந்துள்ளன. இவற்றை மொழிப் பாடவிதானத்தல் சேர்த்துக் கொள்ளவேண்டியது இன்றியமையாததும் தவிர்க்கமுடியாததும் ஆகும்.

வகுப்பறைக் கற்றல் - கற்பித்தலில் தொழில் நுட்பம்

தொழில் நுட்பத்தின் முக்கிய தேவைகளைப் பின்வருமாறு வகைப்படுத்தலாம்

1.ஈடுபடுத்துதல்: கற்றலும் - நோக்கம், ஊக்கமூட்டல், தூண்டல் - துலங்கல்

2.பிரதிநிதித்துவப் படுத்தல்: வகுப்பறை வளங்களையும் கல்வி தருநனையும் தொழில் நுட்பம் பிரதிநிதித்துவப்படுத்துகின்றது. தொழில்நுட்பம் தருநரைப் பிரதிநிதித்துவ் படுத்துகின்றது. வளமார்ந்த, அறிவுபூர்வமான கல்வி, மற்றும் தகவல்களையும் உள்ளடக்கங்களையும் வெவ்வேறு உத்திகளின் அடிப்படையில் வேறுபடுத்துத உதவுகின்றது.

3.செயற்பாடும் வெளிப்பாடும்: இலக்கு – நோக்கி வழிப்படுத்தப்பட்ட மாணவர்கள், மாணர்வளின் வேறுபட்ட வழிகளில் மாணவர்கள் தங்கள் ஆற்றல்களை வெளிப்படுத்த வழிப்படுத்துதல் .

வகுப்பறையில் தொழில்நுட்பத்தைப் பயன்படுத்துவதில் உள்ள பயன்களை *Vawn Himmelsbach*[v] என்பவர் பின்வருமாறு வகைப்படுத்துகின்றார்:

1. தொழில்நுட்பத்தால், கற்பித்தலில் அதிக பரிசோதனைகளைச் செய்து கருத்துக்களைப் பெறமுடியும்.

2. மாணவர்களைப் முழுமையான பங்கேற்பை உறுதிப்படுத்த உதவுகின்றது.

3. கற்றலை மேம்படுத்த, பயன்பெற, விளையாட்டாகக் கற்க எண்ணற்ற வளங்கள் உள்ளன.

4. கடினமான பணிகளை தொழில்நுட்பம் இலகுவாக்கி நேரத்தை மீதாக்கி தன்னியல்பாக்குகின்றது.

5. மாணவர்களைப் அனுபவங்களைப் பெறத்தக்க புதிய தகவல்களை அணுகும் வாய்பை தருகின்றது.

6. நாங்கள் வாழும் எண்ணிம உலகத்தில் தொழில்நுட்பம் என்பது வாழ்க்கைத் திறனாகும்

வகுப்பறையில் மொழியைக் கற்பிப்பதில் தொழில் நுட்பத்தின் தேவையை உறுதிப்படுத்துவதாக அவரது கூற்றக்கள் அமைந்திருப்பதனைக் காணமுடிகின்றது. ஆசிரியர்கள் தொழில்நுட்பத்தைப் பயன்படுத்துவது மாணவர்களின் கல்வியை துரிதமாக விருத்திசெய்கின்றது. படங்கள், வீடியோக்களைக் காட்சிப்படுத்திக் கற்றல்-கற்பித்தலுக்குப் பயன்படுத்த வேண்டிய கட்டாயத் தேவை கல்வி உலகை ஆட்கொண்டுள்ளது. ஸ்மாட்போட், அல்லது கணினி, ஐபாட், போன்ற சாதனங்களை வகுப்பறைகளில் கல்விக்காகப் பயன்படுத்த முடியும். இன்று மொழிக் கல்விக்கான அனுகூலமானவற்றை முகநூல், இணையத்தளங்கள் போன்றவற்றில் இருந்து தரவிறக்கம் செய்ய முடியும். இவற்றை மொழிக் கல்வியல் பயன்படுத்துவது கற்றல்-கற்பித்தல் பரப்பை இலகுபடுத்துகின்றது என்பதை ஆய்வுகள் காட்டுகின்றன. புதிய கல்;விக் கருத்துக்களைக் காட்சிப்படுத்தவும், இலகுவாக விளங்கிக் கொள்ளவும் இவை உதவுகின்றன. மாணவர்களின் திறன்களை மேற்பார்வை செய்யவும் அவர்களது கருத்துக்களைப் பரிமாறவும் உதவுகின்றன. சுயமாகக் கற்க உதவுவதால் கற்றலில் ஊக்கம், ஊடாட்டம், ஒன்றிணைதல் என்பனவற்றை தொழில்நுட்பச் சாதனங்களின் வழி மேற்கொள்ளமுடியும். இவற்றைப் பயன்படுத்தும் தேவை தவிர்க்க முடியாதது. " என கரோல் எ. சப்பல் என்பவர் தனது மொழி கற்கைக்கான ஆய்வு நூலில் குறிப்பிடுகின்றார். தொழில்நுட்பப் பயன்பாட்டில் ஆசிரியர்கள் பெறும் பயன்களும் அடையும் நன்மைகளையும் பின்;வருமாறு வகைப்படுத்த முடியும் அவற்றைத் தமிழ் மொழிக்

கல்வியில் பயன்படுத்தும் திறன்களை ஆசிரியர்கள் பெற்றுக்கொள்ள வேண்டிய தேவை உண்டு.

ஆசிரியர்கள் எதிர்கொள்ளும் சவால்கள்:

தொழில்நுட்பச் சாதனங்களின் பயன்பாடு மொழிக்கல்வியில் ஆசிரியர்களின் பாரம்பரிய முறைக்கற்பித்தலை மாற்றியமைத்துத் புதிய தேடல்களையும் திட்டமிடலையும் புகுத்தியுள்ளது. நவீன தொழில்நுட்பக் கல்வி நடத்தைகள் இன்றைய கோவிட்-19 காலகட்டத்தில் கணினி மயமாக்கப்பட்டுள்ளதோடு பல்வேறு சாதனைங்களையும் பயன்படுத்த ஊக்குவிக்கின்றது.

ஆசிரியர்கள் தெரிந்து கொள்ளவேண்டிய அடிப்படைத் தொழில்நுட்பத் தேவைகள்:

இன்றைய மாணவர்கள் நாளைய சமூக உறுப்பினர்கள். அவர்களைத் தயார்ப்படுத்த உறுதியான கல்வி மற்றும் கற்பித்தல் முறை தேவை. முன்னோக்குப் பார்வையோடு வாழ்வியல் திறன்களை வளர்ப்பதற்கு தொழில்நுட்பம் வழிவகுக்கின்றது.

மாணவர்களிடையே அக்கறை, விருப்பு, அர்த்தம் உள்ள தொடர்பாடலையும், ஒன்றிணைவையும் ஏற்படுத்தும் கல்வி தேவை. தொழில்நுட்பக் கருவிகளைப் பயன்படுத்துவதன் மூலம் கற்றலை எளிதாக்கமுடியும். மாணவர்களை ஒன்றிணைப்பதில் தொழில்நுட்பம் இலகுவான சாதனமாக உள்ளது. திறனாய்வுச் சிந்தனைத் திறன்கள், எதிர்வினைகள் பற்றிய நுட்பங்களையும் வழிகளையும் தேவைகளையும் தொழில்நுட்பம் தருகின்றது. நவீன தொழில்நுட்பப் பயன்பாட்டில் மாணவர்களின் கருத்துரிமைக்கு முதன்மை அளித்து அவர்களின் கருத்துக்களுக்குச் செவிசாய்த்து, பகுப்பாய்ந்து மதிப்பீடு செய்யவேண்டும். தொழில்நுட்பப் பயன்பாட்டுத் தேவைகளும் அவற்றிற்கான தளங்களும் நாளாந்தம் பல்கிப் பெருகுகின்றன.

எப்படியாக பொருத்தமான கற்றற் தொடர்புச் சாதனங்களைப் பயன்படுத்துவது என்பது ஆசிரியர்களின் சவாலாக உள்ளது. தொழில்நுட்பப் பயன்பாட்டை மொழிக்கல்வியல் பயன்படுத்த வேண்டிய ஆய்வினையும் கல்வியையும்

பெற்றுக்கொள்ள வேண்டும். மாற்றமடைந்து வரும் தொழில்நுட்பத்தைப் பயன்படுத்தவும் அவற்றின் அடிப்படையில் கற்பித்தலைத் திட்டமிடவும் ஆசியர்கள் தம்மைத் தயார் செய்துகொள்ள வேண்டும்.

பாரம்பரிய மொழிக்கல்வி பயிற்றுமுறையைப் புறத்தொதுக்கி நவீன முறைகளைக் கையாள வேண்டியது அவசியமாகிறது. தமிழ் மொழிக் கற்றலை நவீன தொழில்நுட்பம் இலகுவாக்கும் என்பதை ஆசிரியர்கள் உணரத்தலைப்படுதல் வேண்டும். இதனை மாணவர்கள் அறியவும் பயன்படுத்தவும் ஏனைய ஆசிரியர்களோடு இணைந்து செயற்பட வேண்டி தேவை தவிர்க்கமுடியாததே.

அறிவியல், கணிதம் போன்றனவற்றில் தொழில்நுட்பத்தை ஆசிரியர்கள் பயன்படுத்துவது பல காலமாகத் தொடர்கின்றது. எனினும் ஆங்கில மொழிக் கல்வியில் இதன் பயன்பாடு மேலை நாடுகளில் குறிப்பிடத்தக்க அளவு முன்னேற்றம் கண்டுள்ளது. தமிழ் மொழிக்கல்வியிலும் இவ்வித முன்னேறம் ஏற்படுத்தப்படுவதன் மூலமே தமிழ் மொழியை மாணவர்கள் சிரமின்றியும் விருப்போடும் கற்கமுடியும். இன்று இளம் சந்ததியினர் தொழில்நுட்பத்துடன் வாழ்ந்து கொண்டிருக் கின்றார்கள். பல நூற்றுக் கணக்கான இணையத் தளங்கள் கல்விக்கான வளங்களை தந்தவண்ணம் இருக்கின்றன. இவ்வளங்களையும் தளங்களையும் தமிழ் மொழிக் கல்வியில் எவ்விதம் பயன்படுத்தலாம்?, அதன் தேவை என்ன?, அதன் பயன் எத்தகையது? என்பனபோன்ற கேள்விகளுக்கு விடைகாணப்படவேண்டும். குழந்தைகள் முதல் பால்கலைக்கழக மாணவர்கள் வரை தொழில்நுட்பச் சாதனங்களைப் பயன்படுத்தும் நிலை தவிர்க்கமுடியாதுள்ளது. ஆனால் வளர்ந்தோர் மத்தியில் அவற்றைப் பயன்படுத்தும் தலைமுறை இடைவெளி வளர்முக நாடுகளில் அதிகமாக உள்ளது. பெற்றோருக்கும் தொழில்நுட்பச் சாதசனங்கள் பற்றிய அறிவை வளர்க்கவேண்டிய கடப்பாடும் உண்டு.

வகுப்பறைகளுக்கு வெளியேயும் உள்ளேயும் தொழில் நுட்பத் தேவைகளும் பயன்பாடும்

தொழில் நுட்பத்தின் ஊடாக ஆசிரியர் வழிகாட்டிக் கற்றலும் மாணவர்கள் தன்னியல்பாகக் கற்றலுக்குமான தேவைகள் அதிகரித்து வருகின்றன. பாடசாலை மட்டத்தில் தொழில்நுட்பம் அதன் தாக்கத்தை அதிகளவிற்கு ஏற்படுத்தி வருகின்றது.

தொழில்நுட்பங்களின் வழி ஆசிரியர் இல்லாமல் எதனையும் கற்றுக்கொள்ள இயலாது என்ற உண்மை உணரப்படவேண்டும். ஆசிரியர்களின் தேவை எப்போதுமே இருந்துகொண்டே இருக்கும். தொழில்நுட்பம் ஆசிரியர்களை ஒதுக்கிவிட முடியாது. இதில் மாற்றுக் கருத்துக்கு இடமில்லை. தொழில்நுட்பத்தைப் பயன்படுத்த வழிப்படுத்துவதும் மாணவர்களை தன்னியல்பாக இயங்கவைப்பதும் ஆசிரியர்களது பணியாகும். தொழில்நுட்பம் மாணர்வர்கள் நேரடியாக அனுபவித்து விருப்போடு ஈடுபடத்தூண்டுகின்றது.

தொழில்நுட்பப் பயன்பாட்டால் மாணர்வள் பெறும் அனுகூலங்களைப் பின்வருமாறு வகைப்படுத்தலாம்:மாணவர்களுக்கு இன்று ஆர்வத்தைத் தூண்டும் கருவியாக தொழில்நுட்ப வளங்களைப் பயன்படுத்த வேண்டிய தேவை தவிர்க்கமுடியாதது. வகுப்பறையில் தொழில்நுட்பத்தினைப் பயன்படுத்துதல் கற்றலில் மிகுந்த ஈடுபாடு, விருப்பு, மகிழ்ச்சி, இலகுத்தன்மை, எளிதாகப் புரிந்துகொள்ளல் என்பனவற்றிற்கு வழிவகுக்கின்றது. மொழியைக் கற்பது உண்மைநிலைப் பாடங்கள், காணொளி, நிழல்படக்கருவிகள் போன்றனவற்றின் துணையோடு இடம்பெறும்போது மாணவர்களின் ஈடுபாடும் விருப்பமும் அதிகரிக்கின்றது.

மாணவர்களை எதிர்காலத்திற்காக தயார்ப்படுத்த இலகுவாகக் கையாளக்கூடிய வகையில் நம்பகத்தன்மையை தொழில்நுட்பம் ஏற்படுத்துகின்றது. கற்றல் என்பது தரவுகளையும், சொல்வளத்தையும் மனப்பாடம் செய்வதாக அன்றி பிரச்சினைகளுக்குத் தீர்வுகாணல், ஒன்றிணைந்து கற்றல் போன்றவற்றிற்கான வாய்ப்பைத் தருகின்றது.

மாணவர்கள் தங்களின் வசதி, வாய்ப்பு, காலம் என்பவற்றிற் கேற்பக் கற்றுக்கொள்ளவும் தாம் செல்லும் இடங்களிலும் தொடர்ந்து கற்பதற்கான வாய்ப்பையும் தொழில்நுட்பம் தருகின்றது.

தொழில்நுட்பம் மாணவர்களிடையே தொடர்பை ஏற்படுத்துகின்றது. பாடசாலைக்கு வெளியேயும் அவர்கள் தொடர்புகளை ஏற்படுத்திக்கொண்டு கல்விபற்றிக் கலந்துரையாடவும் ஒப்படைகளைச் செய்யவும் வாய்ப்பாக உள்ளது.

மாணவர்கள் தாங்கள் கற்பவற்றையும் தாங்களே செய்தவற்றையும் நேடியாக சேமிக்கக்கூடிய தளங்கள் தாராளமாகவே இலவசமாகக் கிடைக்கின்றன. அவர்கள்

கற்பவற்றை பதிவாக்கி மீண்டும் கேட்கக்கூடிய வாய்ப்பினைத் தொழில்நுட்பம் தருகின்றது. பாரம்பரிய வகுப்பறைகளில் காண்படாத ஒரு வெகுமதியாக இது அமைகின்றது. தாங்கள் பதிவிட்டவற்றை திரும்பப் பார்த்து அவற்றைப் பற்றி மேலும் அறிந்துகொள்ள வாய்பளிக்கின்றது. அனைத்தையும் பதிவிடல், பின்னூட்டஅளித்தல், மீள்பார்வை செய்தல் என்பன மிக இலகுவான முறையில் செய்யக்கூடிய வாய்ப்பை இவை நல்குகின்றன. இலகுவாக காணொளிகளையும், படங்களையும் இணைக்கவோ அன்றி பதிவிட்டு அவற்றை வெளிப்படுத்தவோ முடியும். மிகக் குறைந்த நேரத்தில் இவற்றை எல்லாம் செய்யக்கூடிய வாய்ப்புக்களை தொழில்நுட்பம் தருகின்றது. பாடநூல்கள், பயிற்சிக்கான கருவிகள் அனைத்துமே தொழில்நுட்பவழி கிடைக்கின்றன. மாணவர்களின் செலவினத்தைக் குறைக்கின்றது. மாணவர்கள் மிகவும் ஆர்வமாகவும் விருப்புடனும் நவீன தொழில் நுட்பத்தை மொழிக் கல்வியில் பயன்படுத்த முன்வருகின்றார்கள். அவற்றை அவர்களின் தரம், வயது, என்பனவற்றிற்கேற்ப திட்டமிட்டு வளங்கவேண்டிய பொறுப்பு பாடசாலை நிருவாகத்திற்கும் ஆசிரியர்களுக்கும் உண்டு. "மாணவர்களுக்கு *Padlet, Popplet, Linoit and Pinterest* போன்ற பொறிமுறைகள் மொழியை விளையாட்டாகக் கற்பதற்கு உறுதுணையாகவும் மொழியில் சரளமாக உரையாட பயிற்றவும் உதவுகின்றன*vi*" என *Joe Dale* என்னும் மொழிகற்கைக்கான கனடா நாட்டு ஆலோசகர் குறிப்பிடுகின்றார். முன்பள்ளிப் பருவத்தினருக்கும், ஆரம்ப வகுப்பு மாணவர்களுக்கும் தொழில்நுட்பச் சாதனங்களின் வழி கற்பிக்கப்படுவதால் ஏற்படும் சாதகமான விளைவுகள் பற்றிய அய்வுகள் நெடுங்காலமாக இடம்பெற்றுவருகின்றன. இதனைப் பற்றி பிறெட் றோஜர் என்பவர் "குழந்தைகள், பாலர் பள்ளி, மழலையர் பள்ளி, முதலாம், இரண்டாம், மூன்றாம் வகுப்பு மற்றும் சிறு குழந்தைகள் தொழில்நுட்பம், ஊடகம் தொடர்பான சொற்கள், தொழில்நுட்பம் மற்றும் ஊடகம் தொடர்பான இரண்டாம் நிலை தேடல் சொற்கள் "வயது தொடர்பான" தொகுப்புகளுக்கு சொல்வள வங்கி பயன்படுத்தப்பட்டன. இதைச் செய்ய, தொழில்நுட்பம், சாதனங்கள் மற்றும் குழந்தைகள் தொடர்பு கொள்ளும் ஊடாடும் ஊடகம் தொடர்பான சொற்களுக்கு வயது தொடர்பான ஒவ்வொரு தொகுப்பின் சுருக்கத்தையும் நாங்கள் தேடினோம். இந்த நிலைகளில் பெரும்பாலானவை கூட்டு நிலை அறிக்கையில் அடையாளம் காணப்பட்ட

வன்பொருள் மற்றும் மென்பொருளிலிருந்து வெளிவந்தன*vii*" எனக் குறிப்பிட்டுள்ளமை கருத்திற்கொள்ளற்பாலது.

மொழியைக் கற்பதில் முன்னுரிமை அளிக்கப்படும் சொல்வளத்தின் பயன்பாட்டை தொழில்நுட்பச் சாதனங்கள் ஊக்;குவிக்கின்றன. மாணவர்கள் செய்யும் வேலைகளை அவர்கள் செய்து முடித்தநேரம், காலம் என்பனவற்றை துல்லியமாக அறிந்துகொள்ளவும் முடிகின்றது. எனவே மாணர்வளின் திறன்களைத் தனித்தனியாக பார்த்து மதிப்பீடு செய்யவும் வாய்ப்பாக உள்ளது.

தமிழ் மொழிக் கற்றலில் எழுத்து, சொல், என்பனவற்றிற்கா இலக்கணத்தை இலகுவாகக் கற்றுக்கொள்ளவும் அவற்றின் உச்சரிப்பை இலகுவாகப்பயிற்சி பெறவும் தொழில்நுட்பம் உதவுகின்றது. ஒலியால் ஆனது எழுத்து என்பதனைத் தெளியவைக்க ஒலியன்களைப் பயன்படுத்முடியும். எழுத்துக்களின் சேர்க்கை அவற்றின் ஒலி மாற்றங்களைத் துல்லியமாகப் புரிந்துகொள்ள தொழில்நுட்பப் பயன்பாட்டின் தேவை இன்று உணரப் பட்டள்ளது. ஒலி வடிவத்தை மாணவர்கள் புரிந்துகொண்டு அவற்றில் தேர்ச்சி பெற வைப்பதற்குத் தொழில் நுட்பக் கருவிகள் உதவுகின்றன. இவற்றின் மூலம் தமிழ் மொழியை இலகுவாகக் கற்றுக்கொள்ள முடிகின்றது. சொற்களுக்கான உண்மைத் தன்மையை நேரடியாகப் பார்த்து அறிந்துகொள்ளும் வாய்ப்பை தொழில்நுட்பம் தருகின்றது. அத்தோது சரியான உச்சரிப்பையும் விளக்கத்தையும் எங்கும் செல்லாமல் அறிந்துகொள்ளவும் வைக்கின்றது.

மொழிக் கல்வியை வளப்படுத்தவும் கற்பித்தலை மேம்படுத்தவும் ஆசிரியர்களுக்கும் மாணவர்களுக்கும் இன்றியமையாத மிகவும் தவிர்க்கமுடியாத தேவையாக இன்று தொழில்நுட்பம் முதன்மை பெறுகின்றது. ஆங்கிலம், பிரஞ்சு, ஜேர்மனி, சீனம், யப்பானியம் போன்ற மொழிகளை மாணவர்கள் மிக விருப்போடு கற்றுவருவதற்கும் அவற்றைச் சரளமாகப் பேசுவதற்கும் தொழில்நுட்பச் சாதனங்கள் உதவுகின்றன என்பதனை கருத்திற்கொண்டு அவற்றை தமிழ் மொழிக்கல்வியில் பயன்படுத்துவதன் மூலம் மொழிக்கல்வியை விரிவுபடுத்த முடியும் என்னும் முடிவுக்கு வரமுடிகின்றது.

முடிவுரை

பொதுவாகத் தொழில்நுட்பப்பயன்பாடு கற்றல்-கற்பித்தல் தொடர்பான அனைத்து மட்டங்களிலும் முகியத்துவம் பெறுகின்றது, தொழில்நுட்பத்தின் பயன்பாடு மாணவர்களுக்கு ஊக்குவிக்கும் கருவியாகவும் வழங்கியாகவும் உள்ளது, பெற்றோர் தொலைத்தொடர்பு கற்றல் சாதனங்களைப் பயன்படுத்தத் தெரிந்திருத்தல் வேண்டும் என்பது முக்;கியமானது. அனைத்துப் பாடசாலைகளிலும் தொழில்நுட்ப வளங்கள் கிடைக்குமா? மடிக் கணினிகளை தமிழ்நாட்டு அரசு சில மாணவர்களுக்கு வழங்கினாலும் பாடசாலைகளுக்கு வெளியே பயன்படுத்தமுடியுமா? போன்ற கேள்விகள் எம்முன்னே எழுகின்றன. இன்று தொழில்நுட்பப் பயன்பாடு நகரங்களில் காண்படுவதுபோன்று கிராமப்புறங்களில் இல்லை. வளர்ச்சியடைந்த கனடா, அமெரிக்கா போன்ற நாடுகளிலும் கிராமிய பாடசாலைகளுக்கும் நகர்ப்புறப் பாடசாலைகளுக்குமிடையே இ;வ்வித வேறுபாடுகள் காண்பபடுகின்றன. ஒவ்வொரு பாடசாலைக்கும் தொழில்நுட்பத்தைப் பயன்படுத்தக்கூடி வாய்ப்புகள், வளங்கள் தேவை. அற்றைப் பெற்றுத்தருவது யாருடைய பொறுப்பு என்பது ஒரு சமூகப் பிரச்சினையாக உள்ளது. அரசாங்கங்கள்தான் இவற்றிற்குப் பொறுப்பேற்கவேண்டிய கடப்பாடு உண்டு என்பது மறுப்பதற்கில்லை. கோவிட்-19 காலகட்டத்தில் கனடாவில் மாகாண அரசுகள் கல்விச் சபைகளிநூடாக மடிக்கணினிகள் போன்ற தொழில்நுட்பச் சாதனங்களை இரவல் கொடுத்துள்ளன. ஆனால் இது உலகில் உள்ள எத்தனை நாடுகளில் சாத்தியமாகும்? கனடாவின் மத்திய அரசு கடந்த 25.08.2020 அன்று இரண்டு மில்லியன் டொலர்களை ஒன்றாறியோ மாகாணக் கல்விச் சபைகளுக்கு வழங்கி வகுப்பறைகளில் குறைந்தளவான மாணர்வளை உள்வாங்கி கற்றலக்கு உதவியுள்ளது. ஆனால் இந்த நிலை வளர்ச்சி பெறும் பொருளாதார சமத்துவமற்ற பாடசாலைகளில் சாத்தியமற்றது. தமிழ் நாட்டு அரசாங்கம் 2017ல் இலவச மடிக்கணினித் திட்டத்தை 3000 கோடி ரூபா நிதி உதவியுடன் உயர்நிலை மாணவர்களுக்கு வளங்கத் தீர்மானித்திருந்தமை வரவேற்பைப் பெற்றிருந்தாலும் ஆரம்ப, இடைநிலை மாணவர்களுக்கு இவை கிடைக்க ஆவன செய்யப்படவேண்டும் என்பதே பொதுவான எதிர்பார்ப்பாகும். ஏழை மாணவர்கள் கற்கும் பொதுப் பாடசாலைகளுக்கு இவ்வித தேவைகள் அதிகம். ஆவற்றைப் பூர்த்தி செய்ய அரசு முன்வரவேண்டும்.

இணைய வழிக் கற்றல் கற்பித்தலில் உள்ள சிக்கலும் தீர்வும்

திருமதி பெ.காளியானந்தம்,

தமிழ்த்துறைத் தலைவர்(சுயநிதி),எஸ்.பி கே கல்லூரி, அருப்புக்கோட்டை.
அலைபேசி எண்: 94870 52850 மின்னஞ்சல்: kaliyanantham@gmail.com

இன்று உலகம் முழுதும் சிறுவர் முதல் பெரியவர் வரை தொழிலாளி முதல் முதலாளி வரை பள்ளி மதல் பல்கலைக் க.ழகம் வரை ஏழை பணக்காரன் எனும் வேறுபாடின்றி அனைவரும் இணையக் கட்டுப் பாட்டில் வாழ்ந்து கொண்டிருக்கிறோம்.இந்த இருபத்தொன்றாம் நூற்றாண்டில் நாம் விரும்பினாலும் விரும்பாவிட்டாலும் பேரிடர்காலம் நம்மை இணையத்திற்குள் புகுத்திவிட்டது. இச்சூழல்[சில இன்னல் களைத் தந்தாலும் நமக்கு நன்மை தரும் விடயங்களைத் கற்றுத் தந்தது ஏராளம் எள்பது மறுக்க முடியாத உண்மை.இச்சூழலில் இணையவழி ஆசிரியர் மாணவர்களிடையே கற்றல் கற்பித்தல் நிகழும் போது உண்டாகும் சிக்கலையும் அதற்கான தீர்வையும் பதிவு செய்வதுடன் அவற்றோடு தொடர்புடைய கருத்துக்களையும் ஆராய்வதே இக்கட்டுரையின் நோக்கமாகும்.

இருபத்தொன்றாம் நூற்றாண்டு ஆசிரியர்கள்

உலகமே மாறிவரும் சூழலில் ஆசிரியர்கள் மட்டும் விதிவிலக்கா என்ன ? உலகின் அதிவேக மாற்றங்களுக்கு ஆசிரியர்களும் ஆயத்தமாகி விட்டார்கள்.இன்றைய சூழலில் கற்றலுக்குப் பயன்படும் கருவிகளும் குறுஞ்செயலிகளும் வல்லமை பெற்றுள்ளன.ஆசிரியர்களோடு இணைந்து மாணவர்களும் கற்றலுக்குரிய மென்பொருள்கள், கருவிகள்,செயலிகள் போன்றவற்றை அறிந்து மிக்க ஆர்வத்துடன் மின்னுலகில் எதிர்நீச்சல் போட்டு வருகிறார்கள்.இதனால் ஆசிரியர்கள் ,மாணவர்கள், பெற்றோர்கள் ஆகியோர்களின் மனநிலை மாற்றம் அடைந்துள்ளது.

கற்றல்–கற்பித்தல்-கருவிகள்-துணைக்கருவிகள்

இணையமே முதன்மைக் கருவியாகும்.இணையம் வழி ஆசிரியர் கற்பிக்கவும் , மாணவர்கள் கற்கவும் ஆகிய பணியில் இன்று கற்றல் கற்பித்தல் கருவிகளும் அதன் பயன்பாடுகளும் மேம்பட்டு வருகின்றன. தொடக்கத்தில் இத்தகைய கல்வியல் கோட்பாடுகளையும் செல்நெறிகளையும் அறிமுகப்படுத்திய போது இக்கற்றல்

கருவிகள் சாத்தியமில்லை எனும் எதிர்வினை எழுந்தது.ஆசிரியர்கள் ,பொது இயக்கங்கள் ,பெற்றோர்கள் என அனைவரும் பல்வேறு விவாதங்களை முன் வைத்தனர்.காரணம் 19 ஆம் நூற்றாண்டு கற்றல் கற்பித்தல் வகுப்பறை பயன்பாட்டுச் சூழலே ஆகும். ஆனால், இந்த 21ஆம் நூற்றாண்டு தலைமுறை ஆசிரியர்களின் பங்கு விளைபயன்மிக்க மாற்றங்களுக்கு வித்திடும் நடைமுறைச் சாத்தியங்களை ஏற்படுத்தி வருகிறது .

நம்மைச் சுற்றிய வாழ்க்கைச் சூழல், தகவல் தொழில்நுட்ப மாற்றங்கள்,புத்தம் பதிய கையடக்கக் கருவிகளின் பயன்பாடு பேரிடர், ஊரங்கு எனப் பல மாற்றங்கள் நிகழ்ந்த வண்ணம் இருக்கின்றன.நம் பள்ளிகளும் கல்லூரிகளும் புதிய கற்றல் சூழலுக்கு மாறுவது முதலில் சவாலாக இருந்தாலும் சில நாட்களிலேயே தன்னைத் தயாராக்கிக் கொண்டு, சில மாதங்களிலேயே சாதனை புரியுமளவிற்கு எதிர் நீச்சல் போட்டு வருகின்றன இந்தச் செல்நெறிகளும் மாற்றங்களும் ஆசிரியர்களுக்காகவும் மாணவர்களுக்காகவம் சமூக முன்னேற்றத்துற்காகவும் இன்றியமையாதது ஆகிவிட்டன. இந்த அதிரடி மாற்றங்களைச் சமாளிப்பது எளிதில்லை தான். எனினும் 21 ஆம் நூற்றாண்டுக் கல்வியும் ,கற்றல் சூழலும் அதற்கேற்ற வகுப்பறை மாற்றங்களுமே தேவைப்படுகிறது.

எண்ணிமம் கற்றல் கருவிகள்

எண்ணிமம் கற்றல் கருவிகள் ஒன்று தான் இன்றைய சூழலுக்கு ஏற்றதாக உள்ளது. " பழையன கழிதலும் புதியன புகுதலும்" என்பதற்கேற்ப புதிய கல்வி மாற்றத்திற்கு மாறிவரும் ஆசிரியர்களும் மாணவர்களும் இக் கற்றல் கருவிகளைப் பயன்படுத்தும் முறையைக் கற்றுக் கொண்டு தான் ஆக வேண்டும் எனும் நிலை எழுந்துள்ளது. வகுப்பறை மொழிப்பாடத்திற்கு உரிய கற்றல் துணைக்கருவிகளை (*Learning Tools)* செயலிகளைத் தேடிப் பயன்படுத்துவது இதன் மைய நோக்கமாகும்.

ஹⓊஸ்டன் பல்கலைக்கழகம் பின்வருவனவற்றைப் புதிய கற்றல் துணைக் கருவிகள் என வகைப் படுத்தியுள்ளது. அவற்றுள்

ஒத்துழைப்பு – *Collaboration*	படைப்பு – *Presentation*
பேச்சுக்கலை -*Communication*	சிக்கல் களைதல் – *Problem Solving*
ஆக்கச் சிந்தனை – *Creativity*	உற்பத்தி – *Productivity*
விமர்சனச் சிந்தனை – *Critical Thinking*	மீட்டுணர்தல் – *Reflection*
பின்னூட்டம் – *Feedback*	சமூக வலைதளங்கள்-*Social Networking*
புத்தாக்கம் – *Innovation*	

போன்றவை அடங்கும்.

ஆசிரியர்கள் பாட நோக்கத்தைப் பெற்றிடவும், உலகத்தின் ஆணிவேர்களாக விளங்கும் சுற்றுச்சுழல், வாணிகம், பொருளாதாரம், பண்பாடு, உடல் நல விழிப்புணர்வு போன்றவற்றை மாணவர்களின் கவனத்திற்குக் கொண்டு வரவேண்டும். அதே வேளையில் ஆக்கச் சிந்தனையையும் ஆய்வுச் சிந்தனையையும் புத்தாக்கத்தையும் கற்பித்தல் செல்நெறிகளுக்கு உட்படுத்துவது மிகுந்த சவால் நிறைந்ததாய் உள்ளது.

புதிய வகுப்பறை மாற்றங்கள்

இன்றைய வகுப்பறைகள் முன்பு சாத்தியமில்லாதது என்பதை சாத்தியமாக்கும் வல்லமை பெற்று வருகின்றன. மாற்றங்களுக்கு இசைவு தந்து ஆக்கச் சிந்தனை, புத்தாக்கம், சவால்கள் நிறைந்த சிக்கல்களைக் கொண்டதாக உள்ளது. ஆயினும் அந்தச் சிக்கல்களைக் களையவும் உயர்நிலைச் சிந்தனைத் திறன்களுக்கு (*Higher order thinking skills*) வழி வகுக்கும் களமாகவும் வகுப்பறை மாறிவருகிறது.

உயர்நிலைச் சிந்தனையானது நிரல் வழியற்றதும் சிக்கலானதும் சுயகட்டுப் பாட்டுடனும் பொருள் நிறைந்ததும் முயற்சி நிறைந்ததும் பல்வேறு வழிகளையும் நயமான தீர்ப்புகளையும் நிச்சயமற்றத் தன்மையுடனும் இவையெல்லாம் அறிவாற்றலுடன் கூடிய பண்புகளின் அடிப்படையில் வெளிப்படும் தனிமனிதச் செயல் முறையைச் சார்ந்ததாகும். (*Rajendran.N. S.2013 Pg. 22*)

இந்த வகுப்பறையில் ஒவ்வொரு நாளும் ஆசிரியர்கள், கற்பிக்கும் ஆணைகளை வெண்திரை வழி காட்டுவார்கள். தொழில் நுட்ப நிலையம் (*Technology Station*) மாணவர்களுக்கு சுதந்திரமாக கற்கும் சூழலைத் தரும். சிறு குழுவிற்கான கட்டளையுடன் (*Small group instructions*) ஆசிரியர் திறன்களையும் உத்திகளையும் கற்பிப்பர். மாணவர்களுடன் உறவுகளை வலுப்படுத்துவர் சுய வாசிப்புக்கான நிலையமாக (*Independent reading station*) இருக்கும். இந்த வகுப்பறை வசதியான நூல்களைக் கொண்டிருக்கும் மாணவர்கள் மின்வழி கேட்டல் கருவிகளையும் மின் நூல்களை வாசிக்கவும் ஏற்புடைய இடமாக இருக்கும்.

இன்றைய கற்றல் கற்பித்தல் முறைகளில் ஆசிரியர்களும் மாணவர்களும் இணையத்தைப் பயன்படுத்திப் பல்வேறு எண்ணிமக் (*Digital tools*) கருவிகளை ஒவ்வொரு நாளும் பயன்படுத்தி வருகின்றனர். இதனால் கற்றல் தேவை அதிகரித்து வருகிறது.

புலனக் குறுந்தகவல் (*Whatsapp*) அனுப்புதல், தொலைவரி (*Telegam*) சமூக ஊடாடல், பல்லூடகம் (*Multimedia*) என்பனவற்றிற்கு மடிக்கணினி (*Laptop*), அட்டைக்கணினி (*Tablet*), திறன்பேசி (*Smartphone*) போன்ற கையடக்கக் கருவிகளைப் பயன்படுத்தி வருகின்றனர்.

மாணவர்களின் அன்றாட வாழ்வும் பள்ளி, கல்லூரிகளில் கற்கும் சூழலும் மாறிவிட்டது. கல்வி நிலையங்களில் கற்றல் என்ற நிலை மாறுபட்டு வெவ்வேறு உலகங்களாய் காட்சி தருகிறது.

21-ம் நூற்றாண்டுக் கற்றல் திறன்கள்

இன்று கற்றல் திறன்கள் பரந்து விரிந்த அறிவு நிலையு மாய் விளங்குகிறது. அதனால் தேர்ந்தெடுத்த கல்வியை ஏற்புடைய தொழில்நுட்பக் கருவிகளுடன் செயலிகளை முன்னேற்பாடுடனும் கட்டுக்கோப்புடனும் ஒருங்கிணைத்துக் கற்பிக்கும் கற்றல் திறன்கள் ஒரு தனிக் கலையாக இயங்கி வருகிறது.

எண்ணிம வகுப்பறை பாடநூலாளர், மின்னூலாளர், கல்வியல் சார்பான ஆசிரியர்கள், தொழில்நுட்ப வல்லுநர்கள் கல்விச் சமூக ஆர்வலர்கள் அனைவரும் இந்தச் செல்நெறிகளை உணர்ந்து விளை பயன்மிக்க மாற்றங்களுக்கு வழிவகுக்க வேண்டும்.

சிக்கல்களுக்கான தீர்வுகள்

புதிய கற்றல் கற்பித்தல் முறையில் ஏற்படும் சிக்கல்களை பின்வரும் செயல்முறைகளைக் கொண்டுக் களைந்து மாணவர்களயும் ஆசிரியர்களையும் உற்சாகப்படுத்தலாம்.

சிந்தனை முறைகளில் {Way of Thinking } புத்தாக்கச் சிந்தனை,

விமர்சனச் சிந்தனை போன்றவற்றை மாணவர்களிடம் உருவாக்க வேண்டும்.பேசும் கலை, ஒத்துழைப்பு போன்ற செயற்பாட்டு முறைகளை (*Way of working*) நடைமுறைப் படுத்த வேண்டும்.தகவல் தொடர்பு, தொழில்நுட்பத்திற்குப் பயன்படும் கருவிகளை (*Tools for working*) பயன்படுத்த வேண்டும்.குடியுரிமை, வாழ்க்கையும் தொழில்நுட்பமும் சமூகப் பொறுப்பும் நிறைந்த மாணவர்களை உருவாக்கி வாழ்வியல் திறன்களை (*Skills for living the world*) மேம்படுத்த வேண்டும் .

இன்றைய கற்றல் கற்பித்தலில் பழைய வாசித்தல் (*Reading*) , எழுதுதல் (*Writing*) எனும் நிலைகளுடன் பேச்சுக்கலை (*Communication*) , விமர்சனச் சிந்தனை (*Critical thinking*), ஒத்துழைப்பு (*Collaboration*), ஆக்கச் சிந்தனை ஆகிய நான்கையும் மிகவும் இன்றியமையாததாக ஆக்க வேண்டும்.

ஆசிரியர்களின் கடமை

- கற்றல் கற்பித்தலுக்கான திட்டமிடல் மிக அவசியம்

- மாணவர்கள் இந்த வகுப்புக்கு வரும் முன்பே முன்னேற்ற நடவடிக்கைகளில் ஈடுபட ஊக்குவிக்க வேண்டும்.

- கலந்துரையாடலில் கருத்துரைக் கருவி பின்னூட்டக் கருவிகளைப் பயன்படுத்த வேண்டும்.

- மாணவர்களுக்குச் சரியான தகவல்களைச் சரியான நேரத்தில் வழங்க வேண்டும்.

- டுவிட்டர் செயலி, அறிவிப்புப் பலகை செயலி போன்றவற்றை முறைப்படுத்தி நினைவூட்ட வேண்டும்.

- காணொலி உரை, வாசிப்பு ஆவணம் ஒருங்கிணைந்த பல்லூடகம் போன்றவற்றின் மூலம் மாணவர்களின் கற்றலை மேம்படுத்த வேண்டும்.

- கற்றல் ஆவணங்களைக் கருவூலங்களிலிருந்துப் பெற்று மாணவர்களுக்கு வழங்க வேண்டும்.

- எழுத்துக்காணொளி, குரல் பதிவு பல்லூடகம் போன்ற படைப்பு கற்றல் கருவிகளைச் சரியான அமைப்புடன் பயன்படுத்தி கற்றல் திறன்களை மேம்படுத்த வேண்டும்.

- மதிப்பீட்டுச் செயலி மூலம் தரவுகளின் அடிப்படையில் மாணவர்களை ஆய்ந்து மதிப்பிட வேண்டும். பின் அவர்களின் வளர்ச்சி நிலையைக் காண வேண்டும்.

- விரைவுநிலை கற்றல் மாணவர்களை மேலும் உயர்வு நிலைக்குச் செல்ல வழி காட்ட வேண்டும்.

- மெதுநிலை கற்றல் மாணவர்களை ஊக்குவிக்க வேண்டும்.

- ஆசிரியர் மாணவர் உறவை வலுப்படுத்த குறிப்பிட்ட வகுப்பு மாணவர் குழுவுக்கென சமூக வலைக் கட்டமைப்புகளைக் கையாள வேண்டும். இதற்காக வலைப்பு, பலனம், தொலைவரி போன்ற செயலிகளைப் பயன்படுத்த வகை செய்ய வேண்டும்.

- கற்றல் கற்பித்தலுக்குரிய கல்விக் கேள்வி, கலந்துரையாடல் போன்றவற்றிற்கு அரட்டை பகுதி, மின்னஞ்சல் போன்ற செயலிகளைப் பயன்படுத்தச் செய்ய வேண்டும்.

நவீன கல்வி செயலிகளைப் பயன்படுத்துவது வெவ்வேறு ஆசிரியர்களுடனான மடலாடற் குழு கலந்துரையாடல், ஆசிரியர் மேம்பாட்டுத் திறன்களை வளர்க்கும் தொழில்நுட்பப் பயிலரங்குகளில் பங்கு பெற்று திறன்களை வளர்க்க வழி செய்ய வேண்டும்.

ஆசிரியரின் பண்புகள்

ஆசிரியர்கள் நவீன கல்வி முறையில் வரும் சவால்களை எதிர்கொள்ளவும் நிலையான மாற்றங்களைக் கொண்டு வரவும் தங்கள் மனநிலையை பக்குவப்படுத்திக் கொள்ள வேண்டியது காலத்தின் கட்டாயமாகும். நிறைவான ஆற்றலும் ஈடுபாடும், உற்சாகமுழுள்ளவராக இருத்தல் மிக அவசியம்.

- மற்றவர்களுக்கு நல்வாழ்த்து,

- பாராட்டுரை வழங்கும் மனப்பான்மை

- பரிவும் இரக்கமுமிக்க பன்முகத்தன்மை மாணவர்களுடனும் பிறரோடும் பழகும் தன்மையில் உண்மையையும் நேர்மையையும் பின்பற்றுதல்,

- நற்சிந்தனையையும் படைப்பாற்றல் சிந்தனையையும் கொண்டிருத்தல்,

- முடிவெடுக்கும் முன் பல்வேறு கருத்துகளையும் மாற்றுச் சிந்தனைகளையும் பலமுறை கேட்டறிதல்.,

- விடா முயற்சி,

- நேர மேலாண்மைத் திறன்,

- பட்டறிவின் வழி கற்றல் கற்பித்தல்,

- இக்கட்டான சூழலிலும் அமைதி காத்தல்,பல்வேறு குழுமத்தில் வெவ்வேறு துறை சார்ந்தவர்களுக்கும் பயனுள்ள வகையில் படைப்பை வழங்குதல்.

பல்வேறு ஊடகம், தொழில் நுட்பத் தகவல்களிலிருந்து மூலச்சிக்கலையும் வாய்ப்புகளையும் கண்டுணர்தல் போன்ற திறன்களை ஏற்பது ஆசிரியர்களின் தலையாய பண்புகளாகும்.

முடிவுரை

இன்றைய சூழலில் இணைய வழிக் கற்றல் கற்பித்தல் முறை உலக அளவில் மிகப் பெரும் மாற்றத்தை உருவாக்கி வருகிறது எந்த ஒருநாட்டின் முன்னேற்றத்திற்கும் படைப்பாற்றல் திறன் மிகவும் இன்றியமையாத ஒன்றாகும். இதற்கு மாணவர்களின் படைப்புத் திறனை மேம்படுத்த கணினி மென்பொருள் வசதியுடன் கூடிய மொழிப்பயிற்று முறை அனைத்து வகுப்பறைகளிலும் கொண்டு வரப்பட வேண்டும். அன்றைய ஓலைச்சுவடி முதல் இன்றைய இணையம் வரையுள்ள அனைத்து தரவுகளையும் எடுத்துக் காட்ட வேண்டும்.

தற்போதைய சூழலில் இருக்கும் வாய்ப்புகளை முழுமையாகப் பயன்படுத்தி தமிழ் மொழியைக் கற்கவும் கற்பிக்கவுமான புதிய முயற்சிகள் நடைபெற வேண்டும். பழமைக்குப் பழமையும் புதுமைக்குப் புதுமையுமாய் விளங்கும் தமிழ்மொழியின் வளர்ச்சியை இணையம் வழி மேம்படுத்த உலகத் தமிழர்கள் அனைவரும் பாடுபட வேண்டும்.

பார்வை இணைய தளங்கள்:

- *www.thirutamil.blogspot.in*

- *www.ta.wikipedia.org/wiki/*

- *www.tamilunlimited.com*

- *www.asiryakural.blogspot.in*

கல்வியில் தொழில்நுட்பத்தின் ஆளுமை

முனைவர். இரா. சுதா பெரியதாய்,

இயற்பியல் துறை துணை பேராசிரியை,
தி ஸ்டாண்டர்ட் ஃபயர் ஒர்க்ஸ் இராஜரத்தினம் மகளிர் கல்லூரி, சிவகாசி.
கைபேசி எண் : 9443842680 மின்னஞ்சல் : sudhaperiathai-phy@sfrcollege.edu.in

ஆய்வுச் சுருக்கம்

கற்கால மனிதனின் எண்குறிகள் முதல் இன்றைய இணையவழி கற்றல் வரை, கல்வியும் மனிதனோடு சேர்ந்து பரிணாம வளர்ச்சி பெற்றுள்ளது. கல்வி, ஒருவருக்கு விலை மதிப்பற்ற செல்வம் என்கிறார் திருவள்ளுவர். அத்தகைய கல்வியை, எல்லைகள் கடந்து, உலகமக்கள் அனைவருக்கும் கொண்டு சேர்ப்பதில் தொழில்நுட்பம் பெரும் பங்காற்றுகிறது. தொழில்நுட்பத்தின் வளர்ச்சியால் பல்வேறு தகவல்களும் நம் விரல்நுனியில் கிடைக்கின்றன. 15ஆம் நூற்றாண்டில் குட்டன்பர்கின் அச்சு இயந்திரம் தொடங்கிய அறிவுப் புரட்சியை இணையம் இன்று தொடர்ந்து கொண்டிருக்கிறது. புத்தகங்களும் நூலகங்களும் உருவான வரலாற்றையும், தொழில்நுட்பத்தால் கல்வியில் உண்டான மாற்றங்களையும், தற்காலத்தில் கற்றல் மற்றும் வேலைவாய்ப்புத் துறைகளில் உள்ள பன்முக வளர்ச்சி பற்றியும் இக்கட்டுரையில் காண்போம்.

குறிப்புச்சொற்கள்

காகிதம், புத்தகம், நூலகம், அச்சு இயந்திரம், கல்வி, தொழில்நுட்பம், இணையம்

முன்னுரை

இம்மை பயக்குமால் ஈயக் குறைவின்றால்

தம்மை விளக்குமால் தாமுளராக் கேடின்றால்

எம்மை யுலகத்தும் யாம்காணோம் கல்விபோல்

மம்மர் அறுக்கும் மருந்து.[1]

கல்வியின் பெருமையைச் சொல்லும் இந்த நாலடியார் பாடல், நம்முடைய மயக்கத்தை தீர்க்கக்கூடிய மருந்து கல்வியைப் போல எதுவும் இல்லை என்கின்றது. மக்கள் அனைவரும் கல்வியறிவு பெற்றுவிட்டால் அவர்களை சுரண்டிப் பிழைக்க முடியாது என்று ஆட்சி செய்பவர்களும், ஆளும் வர்க்கமும் நினைத்தது. உயர் குலத்தில் பிறந்தோருக்கு மட்டும் கல்வி, செல்வந்தர்களுக்கு மட்டும் கல்வி, அவற்றிலும் ஆண்களுக்கே அன்றி பெண்களுக்கு கல்வி இல்லை என்று சதி செய்யப்பட்டு மிகச்

சிலருக்கே கல்வி கற்க வாய்ப்பளிக்கப்பட்டது. காலங்காலமாக வழக்கத்தில் இருந்து வந்த இந்த இழிநிலை மாற்றம் பெற பெரிதும் துணை நிற்பது குட்டென்பெர்கின் அச்சு இயந்திரம் முதல் இன்றைய இணைய வகுப்புகள் வரை வளர்ந்து வந்திருக்கின்ற தொழில்நுட்பம் தான் என்றால் அது மிகையில்லை. அனைவருக்கும் சமமான இலவச கட்டாயக் கல்வி இல்லாத காரணத்தினால் ஒரு குழந்தையின் கல்விச் சூழலை, அந்தக் குழந்தையின் பாலினமும், பெற்றோரின் மொழியும், இனமும், மதமும், வருமானமுமே தீர்மானிக்கின்றன. காலங்காலமாக இந்த தடைக்கற்கள் இருந்து வந்தாலும், இவற்றை மீறி நம்முடைய குழந்தைகள் அனைவருக்கும் தரமான, சமமான கல்வியை பெறுவதற்கு தொழில்நுட்பத்தின் பங்கு என்ன என்பதைச் சற்று விரிவாக பார்க்கலாம்.

எண்ணும் எழுத்தும்

மொழிக்கு வரிவடிவம் இல்லாமல் போனால் அடுத்த தலைமுறைகளுக்கு அறிவைக் கொண்டு போவது மிகுந்த கடினமான செயல். எழுதா மறையாக 4 வேதங்கள்[2] இருந்ததினால் தான் அதை மனப்பாடமாக சொல்லத் தெரிந்தவர்கள் சதுர்வேதி, திரிவேதி[3] என்று சிறப்பிக்கப்பட்டனர். சங்க இலக்கியத்தை மனப்பாடமாக சொல்பவர்கள் யாரும் இல்லை என்றாலும் ஓலைச் சுவடிகளில் எழுதப்பட்டிருந்த காரணத்தால், உ. வே. சாமிநாதஜயர்[4] அவர்களின் தேடுதலால் 2000 வருடங்களைத் தாண்டியும் நம் கையில் அவை கிடைத்தன.

தாய்மொழிக் கல்வி "தாய் தந்த பிச்சையிலே பிறந்தேனம்மா" என்றார் கவியரசர் கண்ணதாசன்[5]. தாய் நமக்குத் தந்த சீதனத்தில் முதன்மையானது தாய் மொழியாகும். தாய்மொழியில் கல்வி கற்பது ஒவ்வொரு குழந்தையின் உரிமை ஆகும். ஆனாலும் ஆங்கில மொழி பயில்வது, உயர்கல்வி மற்றும் வேலைவாய்ப்பு நிமித்தமாக காலத்தின் கட்டாயமாக உள்ளது. புதிய கல்விக் கொள்கை 2020, தாய்மொழி வழியாக பயில்வதை 5ஆம் வகுப்பு வரை கட்டாயமாக்கி உள்ளது வரவேற்கத் தக்கது. *Wikipedia* போன்ற கலைக்களஞ்சியங்கள் முதன்மையாக ஆங்கிலத்தில் இருந்தாலும், தமிழிலும் மற்றும் பல மொழிகளிலும் இருப்பது நமக்குப் பேருதவியாக இருக்கின்றது. இது தவிர

பல மொழிகளில் *translator* கருவிகள் கிடைக்கின்றன. *Google translator*இன் பயன் நாம் அனைவரும் அறிந்ததே.

காகித ஓடம் "எழுதுகோல் தெய்வம், இந்த எழுத்தும் தெய்வம்" என்று சொன்ன பாரதியார் என்ன காரணத்தினாலோ எழுதும் காகிதத்தை சொல்லாமல் விட்டுவிட்டார். தமிழர்கள் தாங்கள் எழுதும் தளமாக கருங்கற்கள், செப்பேடுகள், பனை ஓலை நறுக்குகள் போன்றவற்றைக் கொண்டிருந்தனர். வடஇந்தியாவிலே மரப்பட்டைகளிலே எழுதும் வழக்கம் இருந்தது. எகிப்தில் நைல் நதிக்கரையில் விளையும் பேபிரஸ் என்ற ஒரு வகைப் புற்களை, பாய் போல நெய்து, அதைப் பகுதி பகுதியாகப் பிரித்து எழுதும் வழக்கம் இருந்தது. சீனர்களால் கண்டுபிடிக்கப்பட்ட காகிதமானது பின்னர் துருக்கியர்கள் மூலமாக ஐரோப்பாவில் அறிமுகப்படுத்தப்பட்டபோது பேபிரசின்[6] நினைவாக பேப்பர் என்று அழைக்கப்பட்டது. தொழில்நுட்ப வளர்ச்சியின் பயனாக அமிலம் கலவாத காகிதத்தால் தயாரிக்கப்பட்ட நீண்ட வாழ் நாட்களை உடைய புத்தகங்கள் தற்போது கிடைக்கின்றன.

அச்சு இயந்திரம்

கல்விக்கான தொழில்நுட்ப வளர்ச்சியில் பெரும் கண்டுபிடிப்பாக திகழ்வது ஜெர்மானியரான ஜான் குட்டென்பர்கின் அச்சு இயந்திரம் ஆகும். விளக்கின் முன் இருள் நீங்குவது போல, அச்சு இயந்திரம் வந்தவுடன் அறியாமை இருள் விலகியது. செல்வந்தர்கள் மற்றும் அதிகாரம் படைத்தவர்களிடம் இருந்து ஏழைகளுக்கும், அதிகாரம் அற்றவர்களுக்கும், கல்வியைக் கொண்டு சென்றது அச்சு இயந்திரம். புத்தகங்களை ஒன்று ஒன்றாக கையெழுத்துப் பிரதி எடுக்கும் முறைக்குப் பதிலாக மொத்தமாக ஒரே நேரத்தில் பல பிரதிகளை தயாரித்த அச்சு இயந்திரம் கல்வியைப் பரவலாக ஆக்கியது. போர்த்துகீசிய தலைநகரான லிஸ்பனிலே முதல் தமிழ் அச்சு நூலான கார்ட்டிலா[7], ரோமானிய எழுத்திலே 1554ஆம் வருடத்தில் தயாரிக்கப்பட்டு தமிழகம் வந்தடைந்தது. இந்திய மொழிகளில் மட்டுமல்ல ஆசிய மொழிகளிலேயே முதல் அச்சு நூல் என்னும் பெருமையைக் கொண்டது. பின்பு கொல்லம் நகரிலே 1578ஆம் வருடத்திலே தமிழ் எழுத்திலேயே அச்சாக்கப்பட்ட "தம்பிரான் வணக்கம்"[7]

என்னும் நூல் வெளியாகியது. *Hickey's Bengal gazette* என்ற பத்திரிக்கை[8] 1780ஆம் ஆண்டு வங்காளத்தில் வெளியாகி அன்றாட அரசியல் சமூக நிகழ்வுகளை மக்களிடம் கொண்டு சேர்த்தது. ஆசியாவின் முதல் செய்தித்தாள் என்ற பெருமையும் பெற்றது. தமிழிலே வெளியிடப்பட்ட இந்தியா போன்ற பத்திரிக்கைகள் மக்களிடம் சுதந்திர தாகத்தை உண்டு செய்தன. பாமர மக்களிடம் செய்திகளைக் கொண்டு சேர்ப்பதில் தினத்தந்தி போன்ற நாளிதழ்கள் பெரும்பணி ஆற்றுகின்றன. குடியரசு போன்ற பத்திரிக்கைகள் மூலம் தந்தை பெரியார் அவர்கள் தமது புரட்சிக் கருத்துகளை மக்களிடம் பரப்பினார். மக்களாட்சியின் மூன்று தூண்களாக சட்டசபை, நிர்வாகம், நீதி ஆகியவை இருக்கையிலே மக்களை விழிப்புணர்வுடன் வைத்திருக்கும் அச்சு ஊடகங்களும் மற்ற இதர ஊடகங்களும் நான்காவது தூணாக மதிக்கபடுகின்றன.

நூலகங்கள்

உலகின் முதல் நாகரிகமாக கருதப் படுகின்ற சுமேரிய நாகரிக காலத்திலேயே களிமண்ணிலே ஆணியால் எழுதி, பிறகு அதனைச் சுட்டு, சுட்ட களிமண் பலகைகளால் ஆன நூலகங்கள் இருந்ததற்கான சான்றுகள் உள்ளன. மன்னர்களின் ஆணைகள் மட்டுமல்ல, உலகின் முதல் ஆதி காவியமான "கில்காமெஷ்" காப்பியமும்[9] நமக்கு கிடைத்துள்ளன. தமிழகத்திலே திருக்கோவில்கள் கலைகளின் மையமாகத் திகழ்ந்து வந்ததை நாம் அறிவோம். மாமன்னர் இராஜராஜன் அவர்கள் பெருமுயற்சி எடுத்து சிதம்பரம் கோயிலிலே சிறைப்பட்டு, செல்லரித்துப் போன ஓலைச்சுவடிகளில் இருந்து தேவாரப் பாடல்களை மீட்டார் என்பதும் நமக்குத் தெரிந்ததே. தஞ்சையில், சரபோஜி மன்னரின் முயற்சியால் கட்டி எழுப்பப்பட்ட சரசுவதி மகால் நூலகம் சிறந்த ஓலைச்சுவடி நூலகமாகத் திகழ்கின்றது. நவீனத் தொழில்நுட்பங்கள் மூலம் அங்குள்ள ஓலைச் சுவடிகளும் பழைய நூல்களும் பராமரிக்கப் படுகின்றன. பல பொது நூலகங்கள் மற்றும் கல்விச் சாலைகளில் உள்ள நூலகங்கள் ஆகியவற்றில் உள்ள நூற்பட்டியலை எளிதாக கணிப்பொறி மூலமாகவும், இணையத்தின் மூலமாகவும் தேடுவது *OPAC* தொழில்நுட்ப வளர்ச்சியின் பயனாக சாத்தியமாகி உள்ளது. கல்லூரி நூலகங்களுக்கு மத்திய அரசின் மூலம் *NLIST* என்ற அமைப்பின் வழியாக இணையத்தின் வழியாக மிக

மிகக் குறைந்த கட்டணத்தில் ஏராளமான டிஜிட்டல் புத்தகங்களும், *digital* பத்திரிகைகளும்வழங்கப்படுகின்றன.

இணையம்

குட்டன்பர்கின் அச்சு இயந்திரத்திற்கு அடுத்தபடியாக கல்வியைப் பரப்புவதில் பெரும்பங்கு வகிப்பது இணையமாகும். கணிப்பொறிகள் ஒன்றோடொன்று பேசிக்கொண்டால் அது இணையாமாகும். கணிப்பொறிகள் வடிவத்தில் சுருங்கி நம் கையளவு வந்து, கைபேசியாக, இணையத்தில் எப்போதும் நம்மை இணைத்திருக்கும் கருவியாக நம் பையிலேயே அமர்ந்துள்ளது. அகராதிகள், கலைக்களஞ்சியங்கள், நாளிதழ்கள், சஞ்சிகைகள், பாடப் புத்தகங்கள், பார்வை நூல்கள் என்று வரி வடிவமாகவும், சமைத்துப் பார் என்று சொல்லாமல், சமைப்பதைப் பார் என்று சொல்லுகின்ற காணொளி காட்சியாகவும் கொட்டிக் கிடக்கின்ற இணையமானது மிகப் பிரமாண்டமாகவிரிந்துகொண்டேசெல்கின்றது.

விரல் நுனியில் உலகத்தைக் கொண்டு வந்து நிறுத்துகின்ற ஊடகமானது, கல்வியைக் கல்விச் சாலைகள் சென்று தான் பெறமுடியும் என்ற நிலையை மாற்றி 'கண்ணிருப்பவர் பார்த்துக் கொள்ளட்டும்' என்ற திருவிவிலிய வாக்கின்படி ஆர்வமிருப்பவர் கற்றுக் கொள்ளட்டும் என்ற நிலையைக் கொண்டு வந்துள்ளது. காப்புரிமை இல்லாத ஏராளமான தமிழ் நூல்கள், சங்க இலக்கியம் முதல் ஜெயகாந்தன் கதைகள் வரை 'பிராஜக்ட் மதுரை' இணைய தளத்தில் சென்று நாம் தரவிறக்கம் செய்து கொள்ளலாம். அதே போல ஆங்கில நூல்களை 'பிராஜக்ட் குட்டன்பர்க்' இணையதளத்தில் சென்று பெற்றுக் கொள்ளலாம். பல்வேறு துறைசார்ந்த பாடப் புத்தகங்கள், 'ஓபன் புக்ஸ்' எனப்படும் திறந்த புத்தகங்கள், பலதுறை வல்லுனர்களால் அனைவருக்கும் தரமான கல்வி கிடைக்க வேண்டும் என்ற எண்ணத்துடன் இலவசமாக கிடைக்கின்றன. ஆராய்ச்சிக்குத் தேவையான சஞ்சிகைகளும், 'ஓபன் ஜர்னல்ஸ்' எனப்படும் வடிவங்களாக இணையத்தில் கிடைக்கின்றன. குறிப்பாக பல்வேறு பத்திரிக்கைகளின் பழைய இதழ்களைத் தேடுவது இப்போது இணையத்தின் வரவால் சாத்தியமாகி உள்ளது. இணையவழி வகுப்புகள்தான் இப்போதைய புதுமை. கொரோனா காலகட்டத்தில் இணையவழி வகுப்புகள்தான் மாணவர்களையும் ஆசிரியர்களையும

இணைக்கின்றன. கடந்த சில ஆண்டுகளாக ' *MOOCs*' என்று அழைக்கப்படும் *Massive Open Online Courses* பிரபலமடைந்து வருகின்றன. *Coursera* மற்றும் *Edx* தளங்களில் வழங்கப்படும் *MOOCs*கள் உலகப் புகழ் பெற்றுள்ளன. இந்தியாவிலும், சிறந்த ஆசிரியர்களைக் கொண்டு *NPTEL* எனப்படும் அமைப்பின் மூலம் *MOOCs* நடத்தப் படுகின்றன. அவற்றின் சான்றிதழ்கள் கல்லூரிகளில் அங்கீகரிக்கப்பட்டு இரண்டு கிரெடிட்கள்கொடுக்கப்படுகின்றன.

பன்முக வளர்ச்சி மற்றும் வேலை வாய்ப்பு

உடல் வளர்ச்சி, அறிவு வளர்ச்சி, மனவளர்ச்சி, ஆன்மிக வளர்ச்சி என்று பல தளங்களில் மனித வளர்ச்சி உள்ளது. இணையத்தில் உள்ள புத்தகங்களும், *wikihow* போன்ற வழிகாட்டுத் தளங்களும், *YouTube* இல் உள்ள காணொளிகளும் நாம் பயணம் செய்ய வேண்டிய பாதையைக் காட்டி, நம்முடன் பயணம் செய்பவர்களை *Facebook, WhatsApp* போன்ற இணையதளங்களின் மூலம் இணைத்தும் வைக்கின்றன. 'காசு காரியத்தில் கண் வையடா தாண்டவக் கோனே' என்றார் உடுமலை நாராயண கவி. சுயதொழில் முனைவோராக இருந்தாலும் சரி, வேலை தேடி அலைவோராக இருந்தாலும் சரி, இணையத்தின் சேவை நமக்குத் தேவையாக உள்ளது. அரசாங்க வேலை வாய்ப்பு மையங்களும், *Naukri, LinkedIn* போன்ற தனியார் வேலை வாய்ப்பு மையங்களும் இணையத்தின் வழியே இயங்குகின்றன. உயர்கல்விக்கு நடத்தப்படும் *JEE, NEET* போன்ற தேர்வுகள் மட்டுமல்லாது, வேலை வாய்ப்பை அளிக்கின்ற *IBPS, SSC* போன்ற தேர்வுகளும் இணைய வழியே நடத்தப் படுகின்றன. *Amcat* போன்ற நிறுவனங்கள் இணையவழித் தேர்வுகள் மூலம் நம் திறனை சோதித்து அறிந்து அதற்கு ஏற்றாற் போல, தனியார் நிறுவனங்களில் நமக்கு வேலை கடைக்கச் செய்கின்றன. நேர்முகத் தேர்வுகளும் விடியோ அழைப்பின் மூலம் நடைபெறுகின்றன. இந்தத் தேர்வுகளுக்கான பயிற்சி வகுப்புகளை *Gradeup, Adda* போன்ற *YouTube channel*கள் வழங்குகின்றன.

ஆபாசப் படங்கள், மனம் மயக்கும் விளம்பரங்கள், பாரபட்சமான செய்திகள், காசுகேற்ற பணியாரம் போன்ற அச்சு ஊடகங்களுக்கு உள்ள குறைகள் அனைத்தும் பல மடங்காக இணைய தளங்களுக்கும் உள்ளன. விதிவிலக்குகளும் உண்டு. 'விதி வழி செல்லும் மதி' போல விளம்பரங்களை நாம் தொடர்ந்தும் செல்லலாம். 'சித்தத்தை சிவன் பால் வைத்தவர் போல' நம் காரியத்தில் மட்டும் கருத்தை வைக்கலாம்.

முடிவுரை

மடங்களிலும், கோவில்களிலும், குருகுலங்களிலும் சிறைபட்டுக் கிடந்த கல்வியை அனைவருக்குமான கல்வியாக மாற்றியது குட்டன்பர்க்கின் அச்சுப்பொறி. அந்தக் கல்வியை ஓரளவிற்கு எல்லைகளற்ற, சமமான, சாதி மத இன பேதமற்ற, இன்பமான, 24*7 கல்வியாக மாற்றியுள்ளது இணையத்தின் வளர்ச்சி.'அறிவை விரிவு செய், அகண்டமாக்கு... மானிட சமுத்திரம் நானென்று கூவு' என்ற பாவேந்தர் பாரதிதாசனின் வரிகளைத் தலைமேற் கொள்வோம்.

பார்வை

- நாலடியார் *(2. பொருட்பால், 2.14 கல்வி, 132)*
- அபிராமி அந்தாதி, *பாடல் 10*
- *https://engrave.in/blog/are-dwivedis-trivedis-chaturvedis-related/*
- என் சரித்திரம் - உ. வே. சாமிநாதஐயர்
- சரஸ்வதி சபதம் திரைப்பட பாடல்
- *https://apps.lib.umich.edu/papyrus_making/pm_intro.html*
- *https://en.wikipedia.org/wiki/Printing_in_Tamil_language*
- *https://yourstory.com/2018/01/indias-first-newspaper-the-bengal-gazette*
- *https://www.britannica.com/topic/Gilgamesh*

இணையத்தில் விளையாட்டு வழி கற்றல் முறைகள்

முனைவர் ஜெ. காவேரி,

தமிழ்த்துறை உதவிப் பேராசிரியை,
வே.வ.வன்னியப்பெருமாள் பெண்கள் கல்லூரி,
விருதுநகர்.
kaverirohini@gmail.com *9994273317*

ஆய்வுச் சுருக்கம்

இணையத்தின் வழி இன்றைய உலக இயக்கம் சுருங்கியதொன்றாக திகழ்கின்றது. கணினியின்றி இயங்காத துறைகளே இல்லை எனுமளவு அனைத்துத் துறைகளிலும் கணினியின் பயன் இன்றியமையாததொன்றாய் திகழ்கின்றது. இன்றைய பேரிடர் காலச் சூழலில் கல்வி மேம்பாட்டிற்கு கணினியே பிரதான வழியாக உள்ளது. இணைய வழி கற்றல் கற்பித்தல் முறைகள் என்பது இன்றைய காலகட்டத்தின் தேவையானதாய் அமைகின்றது. மழலையர் பள்ளி முதல் முதுநிலைக் கல்வி வரை அனைத்து நிலைகளிலும் கணினியின் வழி கற்றல் நடைபெற்று வருகின்றது. கால மாற்றத்தால் கற்பித்தல் முறையில் ஏற்பட்டுள்ள மாற்றங்கள் ஆரோக்கியமானதாகவும் மகிழ்வானதாகவும் அமைய வேண்டும். இளஞ்சிறார்கள் முதல் கணினி வழி, கல்வியைக் கற்கும் சூழலில் புதிய கற்பித்தல் முறைகளாக விளையாட்டு முறை தேவையானதொன்றாய் உள்ளது. அவ்வகையில் இணையத்தில் விளையாட்டு வழி கற்றலுக்கென்று செயலிகள் பல உள்ளன. கல்வியாளர் களால் பெரும்பாலும் பயன்படுத்தப்படும் செயலிகள் மட்டுமே இங்கு எடுத்துக்கொள்ளப்படுகின்றன. *BookWidgets.* ... *Photomath.* ...*Aurasma.* ... *Poll Everywhere.* ... *Explain Everything.* ... *Quizlet.* ... *'Seesaw'* *,Kahoot, Socrative, Nearpod..* போன்று பல செயலிகள் கணினி மற்றும் திறன் பேசியில் காணப்படுகின்றன. இச்செயலிகளின் அமைப்பு முறை, அவற்றைப் பயன்படுத்தும் முறை இச்செயலிகளைப் பயன்படுத்தும் மாணவர் களின் உளவியல் நிலை போன்றவற்றை ஆய்வதாய் இக்கட்டுரை அமைகின்றது.

இணையத்தின் வழி இன்றைய உலக இயக்கம் சுருங்கியதொன்றாக திகழ்கின்றது. கணினியின்றி இயங்காத துறைகளே இல்லை எனுமளவு அனைத்துத் துறைகளிலும் கணினியின் பயன் இன்றியமையாததொன்றாய் திகழ்கின்றது. இன்றைய பேரிடர் காலச் சூழலில் கல்வி மேம்பாட்டிற்கு கணினியே பிரதான வழியாக உள்ளது. இணைய வழி கற்றல் கற்பித்தல் முறைகள் என்பது இன்றைய காலகட்டத்தின் தேவையானதாய் அமைகின்றது. மழலையர் பள்ளி முதல் முதுநிலைக் கல்வி வரை அனைத்து நிலைகளிலும் கணினியின் வழி கற்றல் நடைபெற்று வருகின்றது. கால மாற்றத்தால் கற்பித்தல் முறையில் ஏற்பட்டுள்ள மாற்றங்கள் ஆரோக்கியமானதாகவும் மகிழ்வானதாகவும் அமைய வேண்டும். இளஞ்சிறார்கள் முதல் கணினி வழி, கல்வியைக் கற்கும் சூழலில் புதிய கற்பித்தல் முறைகளாக விளையாட்டு முறை தேவையானதொன்றாய் உள்ளது. அவ்வகையில் இணையத்தில் விளையாட்டு வழி கற்றலுக்கென்று செயலிகள் பல உள்ளன. கல்வியாளர் களால் பெரும்பாலும்

பயன்படுத்தப்படும் செயலிகள் மட்டுமே இங்கு எடுத்துக்கொள்ளப்படுகின்றன. *Kahoot, BookWidgets*. ... *Photomath*. ...*Aurasma*. ... *Poll Everywhere*. ... *Explain Everything*. ... *Quizlet*. ... *'Seesaw'* , *Socrative, Nearpod*.. போன்று பல செயலிகள் கணினி மற்றும் திறன் பேசியில் காணப்படுகின்றன. இச்செயலிகளின் அமைப்பு முறை, அவற்றைப் பயன்படுத்தும் முறை இச்செயலிகளைப் பயன்படுத்தும் மாணவர் களின் உளவியல் நிலை போன்றவற்றை ஆய்வதாய் இக்கட்டுரை அமைகின்றது.

இணைய வழிக் கல்வி

இணைய வழிக் கல்வி என்பது இன்று அனைத்து மொழிகளிலும் தவிர்க்க முடியாததொன்றாகி விட்டது. தமிழில் தமிழ் இணையக் கல்விக் கழகம் என்ற ஒன்றே இப்பணியினை, உலகளாவிய நிலையில் தமிழைத் தாய்மொழியாகக் கொண்டு வேற்று நாடுகளில் வசிக்கும் தமிழர்களின் குழந்தைகள் தமிழைக் கற்கும் நோக்குடன் மழலையர் கல்வி முதல் பட்டப் படிப்பு வரை இணையத்தில் அளித்து வருகின்றது. இது போக வேறு சில தளங்களிலும் இன்று தமிழைக் கற்பிக்கும் முறை நடந்து வருகின்றது. பிற படிப்புகளைக் கற்பது போன்று தமிழ் மொழியைக் கற்பதற்கென்று பல தளங்கள் இல்லாவிடினும் இன்று அதற்கான முயற்சிகளும் கல்வியாளர்களால் மேற்கொள்ளப்பட்டு வருகின்றது. மேலும் இணையமும் வகுப்பறையும் இணைந்து கல்வி கற்கும் நிலை இன்று கல்லூரி அளவுகளில் மிகுந்து காணப்பட்டு வருகின்றது. அவ்வாறு இருக்கின்ற சூழல்களில் மாணவர்களின் மனஅழுத்தத்தைக் குறைக்கும் வண்ணம் மேற்சுட்டிய விளையாட்டு வழிக் கற்றல் தளங்கள் காணப்படுகின்றன.

Kahoot

இணைய வழிக் கல்வியில் விளையாட்டு அடிப்படையில் கற்றலுக்கு, இன்று பெரும்பாலும் பயன்பாட்டில் உள்ள மென்பொருள் இது. பள்ளிகள் மற்றும் பிற கல்வி நிறுவனங்களில் கல்வி தொழில்நுட்பமாகப் பயன்படுத்தப்பட்டு வருகின்றது. இதில் ஆசிரியர்கள், அனைத்து பாடங்களுக்கும் வினாக்கள் தயார் செய்து மாணவர்களைப் பங்கேற்கச் செய்ய முடியும்.

நார்வே அறிவியல் மற்றும் தொழில்நுட்பப் பல்கலைக்கழகத்தின் கூட்டுத்திட்டத்தில் ஜோஹன் பிராண்ட், ஜேமி ப்ரூக்கர் மற்றும் மோர்டன் வெர்சிவிக்

ஆகியோரால் 2012ஆம் ஆண்டு உருவாக்கப்பட்டது இந்த தளம். இது பொதுமக்களின் பயன்பாட்டிற்கு செப்ப்பர் முதல் துவங்கப்பட்டது. ஆனால் இது துவக்கப்பட்ட காலத்தில் பயன்பாட்டிற்கு இருந்ததை விட இன்றைய பேரிடர் கொரனோ தொற்று காலத்தில் மாணவர்களுக்கும் ஆசிரியர்களுக்கும் பன்மடங்கு பயனைத் தருவதாய் திகழ்கின்றது.

Kahoot, Kahoot.it மற்றும் *GetKahoot.com* இரு நிலைகளாகப் பிரிக்கப்பட்டுள்ளது. முதலாவது விளையாட்டில் சேரும் முறை. இரண்டாவது ஆசிரியர் வினாக்களைத் தொடங்கி மாணவர்களை விளையாட அழைக்கும் முறை. முதல் முறையில் ஆசிரியர் அனுப்பிய இணைப்பு வழி நாம் சென்று நமக்கான வினாக்களை விளையாட்டு வழிச் செய்தல். இரண்டாம் முறையில் நாம் நமக்கென்று ஒரு கணக்கினை *Kahoot*இல் இலவசமாகப் பதிவு செய்து, மாணவர்களுக்கு விளையாட்டை அனுப்பல்.

வினாடி வினா வடிவத்திலேயே பெரும்பான்மையான தேர்வுகள் இதில் இடம்பெறும். வினாடி வினா தேர்வு வைக்க முதன்மைப் பக்கத்தில் உள்ள வினாடி வினா என்பதை கிளிக் செய்து உள்ளே செல்ல வேண்டும். அதன் முதல் கட்டத்தில் அவர்கள் கேட்கப்பட்ட வினாக்களுக்கு விடையளிக்க வேண்டும். பின்னர் வலது பக்கம் உள்ள பச்சை பட்டனை அழுத்தித் தொடர வேண்டும். அதனை அடுத்து நமது வினாக்களை அடிக்க வேண்டும். அதனுடனே மாணவர்கள் விடையளிக்க வேண்டிய கால எல்லை போன்றவற்றை எல்லாம் உள்ளீடு செய்து கொள்ளலாம். பொருத்தமான விடையமைப்பில் குறைந்தது இரண்டு முதல் நான்கு விடைகளை வழங்கலாம். இதில் மாணவர்கள் வரியான வினாக்களை டிக் செய்யும் வழிமுறை உள்ளது. இதில் நம் வினாக்களை எழுத்து வடிவில் அடிப்பதுடன், படம், அல்லது வீடியோ வடிவிலும் கேட்கலாம். இவ்வடிவில் கேட்பது மாணவர்களுக்கு மேலும் ஆர்வத்தைத் தூண்டுவதாய் அமையும். இந்த *Kahoot* தளம் மூலம் மாணவர்கள் விளையாட்டு வடிவில் தாங்கள் படித்த பாடங்களுக்குரிய வினாக்களுக்குப் பதில்களை தேர்வு மூலம் புரிகின்றனர். மாணவர்கள் தேர்வு முடித்தவுடனேயே அவர்களுக்கான மதிப்பெண்களும் தரவரிசையும் வந்து விடுகின்றது. ஆதலால் மேலும் ஆர்வமுடன்

இதனைச் செய்கின்றனர். மேலும் இத்தளம் பல வண்ண வடிவங்களில் இருப்பதால் மாணவர்களின் மனதைக் கூடுதலாகக் கவர்வதாய் உள்ளது.

BookWidgets. ... Photomath. ...Aurasma. ... Poll Everywhere. ... Explain Everything. ... Quizlet. ... 'Seesaw' , Socrative, Nearpod.. போன்ற தளங்களும் மேற்சொன்ன *Kahoot* வடிவ அமைப்பிலேயே பெரும்பாலும் காணப்படுகின்றன. எல்லா தளங்களுக்குமே நமக்கென்று பயனர்சொல்லும், கடவுச் சொல்லும் அவசியமாகின்றது. பெரும்பாலும் பொருத்தமான விடை அளிக்கும் வகையிலேயே அமைகின்றன. மாணவர்களின் தரவரிசையை வெளிப்படுத்தும் முறையிலேயே ஒவ்வொரு தளங்களும் தம்முள் வேறுபடுகின்றன. பெரும்பாலும் மீதி செயல் அமைப்பு முறைகளில் ஒன்றுபட்டே உள்ளன. பக்க எல்லையினால் அனைத்தையும் பற்றி இங்கு விளக்கவில்லை.

இயந்திரமயமான இன்றைய உலகில் மாணவர்கள் கல்வியைக் கல்வி நிலையங்களில் கற்பதுடன் அதனை வீட்டிலும் தொடர்வது இன்றியமையாததாகி விட்டது. அதற்கு இத்தகைய தளங்கள் பெரிதும் துணைபுரிவதாய் உள்ளது. இன்றைய கொரனோ கால கட்டத்தில் கல்லூரி பருவத் தேர்வுகள் மூலம் வகுப்புத் தேர்வுகள் வரை அனைத்தும் இயங்கலை வழியே நடைபெற்று வருகின்றது. கற்றலும் அத்தகைய இயங்கலை வழியேவே நடைபெற்றுக் கொண்டுள்ளது. இத்தகைய முறைகள் மாணவர்களுக்கு,

கல்வியை எளிதில் தாங்கள் இருக்கும் இடத்திற்கே கொண்டு செல்வதாய் அமைகின்றது. புரிவதற்கு கடினமான சில பாடங்களை இயங்கலை வழியில் காட்சி ஊடகங்களின் மூலம் காட்டுவதால் எளிதில் புரிந்து கொள்ள வழிவகுக்கின்றது. மாணவர்கள் எங்கு இருந்தாலும் எத்தகைய சூழலிலும் பாடங்களைக் கற்றுக் கொண்டு தேர்வு எழுத முடியும்.

மாணவர்கள் எவ்வாறு கல்வி கற்கின்றனர், அவர்களது படிப்பின் நிலை போன்ற அனைத்தையும் பெற்றோரும் உடனிருந்தே அறிந்து கொள்ள முடிகின்றது.

இவ்வாறு இத்தகைய இணைய வழி விளையாட்டு வழிக் கல்வி மூலம் நன்மைகள் பல இருப்பினும் இதனால் இடர்பாடுகளும் காணப்படுகின்றன.

இயங்கலைத் தேர்வுகளின் நம்பகத்தன்மை சற்று குறைவாகவே காணப்படுகின்றது. மாணவர்கள் வினாக்களுக்கு விடைகளைப் படித்து பார்க்காமல் எழுதுகின்றார்களா என்பதை அறிந்து கொள்வது சற்று கடினம்.

ஆர்வத்தின் காரணமாக இத்தகைய கற்றல் முறைகளில் முதலில் ஈடுபாடு காட்டுகின்றனர். பின்னர் அவர்களது கவனம் சிதறி இதனை வெறும் சம்பிரதாயமாக ஆன் செய்து விட்டு பிற வேலைகளில் கவனம் செலுத்துகின்றனர்.

நீண்ட நேரம் தொடர்ந்து இத்தகைய வகுப்புகளில் கவனம் செலுத்தும் பொழுது மனம், மற்றும் உள்ளம் சோர்வடைகின்றது.

மாணவர்களின் புரிந்து கொள்ளும் திறனை ஆசிரியர்களால் எளிதில் அறிந்து கொள்ளும் வாய்ப்பு குறைவு.

நேரடி பள்ளி, கல்லூரி கல்விகளுக்கு கூடுதல் வலு சேர்க்கும் வகையில் இத்தகைய கற்றல் முறைகள் இருப்பது சிறப்பு. ஆனால் அவற்றிற்கு மாற்று என்ற நிலையில் இத்தகைய கற்றல் முறைகள் பலனைத் தருவது சற்று குறைவு என்றே குறிப்பிடலாம்.

துணைபுரிந்த புத்தகங்கள் மற்றும் தளங்கள்

1. https://kahoot.com/

2. https://en.wikipedia.org/wiki/Kahoot!.

3. https://ta.wikipedia.org/wiki/இணையவழிக்_கல்வி

4. துரையரசன்.க, இணையமும் இனிய தமிழும், இசை பதிப்பகம், கும்பகோணம்.

5. மணிகண்டன்.துரை. தமிழ் கணினி இணையப் பயன்பாடுகள், கமலினி பதிப்பகம், தஞ்சை.

6. சுந்தரம்.இல. கணினி தமிழ், விகடன் பிரசுரம், சென்னை.

இயற்கை மொழிச் செயலாக்கங்களின் தற்போதைய போக்குகள் மற்றும் சவால்கள்

முனைவர். மோ. ஜெயகார்த்திக்

உதவி இயக்குநர் (கல்வி) தமிழ் இணையக் கல்விக்கழகம் கோட்டூர், சென்னை.25

மின்னஞ்சல்: *jeya_karthic@yahoo.com* செல்பேசி: 8667859294

முன்னுரை

இயற்கை மொழி செயலாக்கம் (*Natural Language Processing*) என்பது கணினி விஞ்ஞானத்தில் அதிக ஆராய்ச்சிகளை உள்ளடக்கிய ஒரு துறையாகும். *NLP* கணினிகள் மற்றும் மனித மொழிகளுக்கிடையில் ஒரு பரஸ்பர தொடர்பினை ஏற்படுத்துகின்றது. இயற்கை மொழி ஆய்வு குறியீடுகள் மற்றும் செயற்பாட்டு தொகுப்புகள் மற்றும் மாதிரி தரவுகள் என்பனவற்றைத் தன்னகத்தே உள்ளடக்கி இருப்பதால் இயற்கை மொழி செயலாக்கத்தை (*Natural Language Processing*) எளிதில் நடைமுறைப்படுத்த முடியும். பொதுவாக இயற்கை மொழி செயலாக்கத்திற்குத் (*NLP*) தேவையான முக்கிய செயற்பாடுகளைப் பற்றி விளக்குவதாக இவ்வாய்வுக் கட்டுரை அமைந்துள்ளது.

குறிப்புச் சொல் ; இயற்கை மொழி ஆய்வு, **இயற்கை மொழி உருவாக்கம்,** இயந்திர கற்றல்.

தமிழில் இயற்கை மொழி ஆய்வுக்கான முன்னேற்பாடுகள்

இந்திய மொழிகள் அனைத்தும் கணிப்பொறி அறிவியலில் உரிய இடத்தைப் பெறுவதற்காக நடுவண் அரசும் மாநில அரசும் பல்கலைக்கழகங்களும் ஆராய்ச்சி நிறுவனங்களும் தனியார் நிறுவனங்களும் பல்வேறு முயற்சிகளில் ஈடுபட்டுவருகின்றன. நடுவண் அரசின் தகவல் தொழில்நுட்ப வளர்ச்சி (*TDIL- Technology Development of Indian Language*) என்ற திட்டத்தை உருவாக்கிச் செயல்பட்டு வருகிறது. இதற்காக நாடு முழுவதும் 13 பல்கலைக்கழகங்கள் மற்றும் ஆய்வு நிறுவனங்களைத் தேர்ந்தெடுத்து, பல கோடி ரூபாய் நிதி உதவி அளித்து வருகிறது. இத்திட்டத்தின் கீழ் பல

இந்திய மொழிகளின் தொழில்நுட்ப வளர்ச்சிக்கான பல்வேறு ஆய்வுகள் நடைபெற்று வருகின்றன.

கடந்த ஐந்தாண்டுகளில் தமிழகத்திலும் மாநில அரசானது தமிழ்மொழியின் தொழில்நுட்ப வளர்ச்சிக்காகப் பல்வேறு திட்டங்களைச் செயல்படுத்தியுள்ளது. தமிழ் மென்பொருள் வளர்ச்சிக்கான பல திட்டங்களை அறிவித்துச் செயல்படுத்தி வருகிறது. இதனடிப்படையில் தமிழ் இணைய மாநாடுகள் நடைபெற்று, தமிழ் இணையக் கல்விக்கழகமும் நிறுவப்பட்டது. சென்னைப் பல்கலைக்கழகம், அண்ணா பல்கலைக்கழகம், அண்ணாமலைப் பல்கலைக்கழகம், தமிழ்ப் பல்கலைக்கழகம், பாரதியார் பல்கலைக்கழகம் முதலான பல்கலைக்கழகங்களும் தமிழ்மென்பொருள் உருவாக்கத்திற்காக மானிய உதவியைப் பெற்றுள்ளன என்பது குறிப்பிடத்தக்கது.

மொழி உருவாக்கம் (*Language formulation*)

மொழியியல் என்பது மொழியை அறிவியல் பூர்வமாக ஆராய்வது. ஒலியனியல் நிலை, உருபனியல் நிலை, பொருண்மையியல் நிலை ஆகியப் படிநிலை அமைப்பில் வரும் மொழி அலகுகளாகப் பிரித்தாய்ந்து மொழியின் கட்டமைப்பைப் புரிந்துக் கொள்ளக் கணிப்பொறியைப் பயன்படுத்தலாம். மேலும், சிறிய மொழிக் கூறுகளிலிருந்து பெரிய மொழிக் கூறுகளை ஆக்கலாம். இதனை மொழிப் பகுப்பாய்வு என்றும் மொழி ஆக்கம் என்றும் அழைக்கலாம்.

இலக்கண விதிகளை எளிமைபடுத்தி கணினிக்கு உரை வைக்க மொழியியல் கோட்பாடுகள் அவசியமாகின்றன. இவை ஒரு சொல்லையோ அல்லது அதன் பகுதியையோ கணினி அறிய பயன்படுகின்றது. கணினியுடன் தொடர்புகொள்வதற்கு துணை நிற்பது நிரல்மொழி. ஜாவா, பேர்ல், சி, சி++, பைத்தான் போன்ற நிரல்களை இயற்கை மொழி ஆய்வுகளுக்கு ஆய்வாளர்கள் தேர்வு செய்கிறார்கள். இவற்றின் மூலம் உருபனியல் பகுப்பாய்வியை உருவாக்குவது என்பது எளிதாக நடைமுறைப்படுத்தப்படுகிறது. மேலும் இதன் வெளியீடானது தொடரியல் பகுப்பாய்வுக்கு உள்ளீடாகக் கொடுக்கப்படுகிறது. இது இயந்திர மொழிபெயர்ப்புக்கு உதவியாக அமைகின்றது.

இயற்கை மொழி ஆய்வு

கணிப்பொறி ஒரு மொழியாய்வுக் கருவி. செய்திகளை 1,0 என்ற எண்களால் ஆய்வது தான் கணிப்பொறி. மனித மூளை 0,1 என்ற அடிப்படை எண்களை வைத்துக்கொண்டு இயந்திர மொழி மூலம் எழுத்துக்களும், எண்களும் தனித்தன்மையான குறியீடுகளும் (Special Symbols) உருப்படுத்தம் செய்யப்படுகின்றன. மொழியியலார் கணினியை மொழியின் கடினமாக செயல்பாடுகளைச் செய்யும் கருவியாகப் பயன்படுத்தும் காலம் வந்துவிட்டது. மொழியியல் சார் கணிப்பொறி ஆய்வைக் கணினி மொழியியல் ஆய்வு அல்லது இயற்கை மொழி ஆய்வு என்பர். இவ்வாய்வுப் பேச்சைத் தெரிந்துகொள்ளுதல், பேச்சை உருவாக்குதல், உரைகளை பேச்சாக்குதல், பேச்சுகளை உரை ஆக்குதல், இயந்திர மொழிபெயர்ப்பு, விரிதரவுகளை ஆய்தல், உரைகளை ஆய்தல், மொழி அலகுகளைப் பகுப்பாய்வு செய்தல் என்பனவற்றை உள்ளடக்கும். மொழியாய்வு மொழியைப் புரிந்துக் கொள்ளுதல் என்பதுடன் உரை அல்லது பேச்சுச் செய்திகளைப் பொருள் கொண்டுப் புரிந்துக்கொள்ளுதல், மொழிபெயர்த்தல், உரைகள் அல்லது பேச்சுச் செய்திகளை உருவாக்குதல் முதலானவற்றையும் ஆய்வதாக அமைகின்றது.

இயற்கை மொழி ஆய்வின் அணுகுமுறைகள்

இயற்கை மொழி செயலாக்க அடிப்படையில் இரண்டு பகுதிகளாக வகைப்படுத்தலாம். 1. இயற்கை மொழி புரிதல் என்பது, இயற்கை மொழியில் கொடுக்கப்படுகின்ற உள்ளீட்டைப் பயனுள்ள அமைப்புகளாக அல்லது குறியீடுகளாகப் பொருத்துவது, மற்றும் மொழியின் பல்வேறு அம்சங்களைப் பகுப்பாய்வு செய்தல் என்பதைக் குறிக்கின்றது. 2. இயற்கை மொழி உருவாக்கம் என்பது இயற்கை மொழியின் உள்ளீட்டு குறியீடுகளிலிருந்து பொருண்மைப் பொதிந்த சொற்றொடர்களையும் வாக்கியங்களையும் உருவாக்கும் செயல்முறையாகும். இச்செயல்முறை உரை திட்டமிடல், வாக்கிய திட்டமிடல், உரை உணர்தல் என்ற உட்கூறுகளில் செயல்படுகிறது. மேலும், இயற்கை மொழியை புரிந்துக்கொள்ளுதல் என்பது இயற்கை மொழி உருவாக்கத்தைவிட கடினமானது ஆகும்.

இயற்கை மொழி ஆய்வின் படிநிலைகள்

இயற்கை மொழி ஆய்வில் ஐந்து படிநிலைகள் உள்ளன. 1. சொல் பகுப்பாய்வு என்பது சொற்களையும், சொற்களஞ்சியத்தையும் உள்ளடக்கிய மொழி ஆய்வு சொல் பகுப்பாய்வு ஆகும். 2. தொடரியல் பகுப்பாய்வு என்பது வாக்கியங்களைத் தொடர்களாகவும், சொற்களாகவும் பிரித்து அவற்றின் தொடரியல் மற்றும் சொல் வகையிலான பண்புகளை அடையாளப்படுத்தும் நடைமுறையாகும்.3. பொருண்மையியல் ஆய்வானது மொழியில் உள்ள சொற்களின் பொருண்மையை அறிவியல் நோக்கில் ஆராய்வதாகும். 4.சொல்லாடல் என்பது மொழியில் பொருண்மையைக் கொடுப்பதும் பெறுவதுமாக நிகழும் பரிமாற்றமாகும். 5. சூழ்பொருளியல் ஆய்வானது சொற்றொடரின் பொருளுக்கும், பேசுபவரின் பொருளுக்கும் இடையே உள்ள தொடர்புகளை ஆராய்வது.

இயற்கை மொழி ஆய்வின் போக்குகள்

இயற்கை மொழியை மற்றொரு மொழிக்கு மொழிபெயர்ப்பு செய்யும் போது, சிக்கலான மொழி பழக்கத்திற்கு உட்படுகின்றது. ஒலியனியல் பகுப்பாய்வு, உருபனியல் பகுப்பாய்வு, பொருண்மையியல் பகுப்பாய்வு, பயன்வழியியல் பகுப்பாய்வு, கருத்தாடல் பகுப்பாய்வு ஆகியவை கணினி மொழியியலுக்கு அடிப்படை ஆய்வுகளகும்.

ஒலியனியல் பகுப்பாய்வு ஒலி அடையாள குறிகளிடமிருந்து அல்லது கேட்கும் அடையாளக் குறிகளிடமிருந்து சொற்களைப் பிரித்தெடுக்கும் பேச்சைத் தெரிந்துகொள்ளும்.

ஒலிகள் ⟶ சொற்கள்

/b/+/ɔ:/ +t → bɔ:t/ 'boat'

க் + ஆ+க்+அ+ம்   காலம்

உருபன்களிலிருந்து சொற்களைப் பெறல் சொற்களை உருபன்களாகப் பகுத்தல் என்பனவற்றை உள்ளடக்கும்.

உருபன்கள் ⟶ சொற்கள்

சிலை+கள்   சிலைகள்

தொடரியல் பகுப்பாய்வில் சொற்களின் வரிசை அமைப்பிலிருந்து வாக்கிய அமைப்பைப் பெறுவது அல்லது வாக்கியங்களைச் சொற்களாகப் பிரித்தல் என்பனவற்றை உள்ளடக்கும்.

சொல்வரிசை   ⟶   வாக்கிய அமைப்பு

இராமன் சீதையை மணந்தான் என்ற சொல் வரிசையில்,

இராமன் + சீதை யை+ மணந்தான்

(பெ.தொ.) (வே.தொ.) (வி.தொ.)

(பெ.)+   (பெ.)+(வே.உ)+ (வி.)

பொருண்மையியல் பகுப்பாய்வு என்பது வாக்கிய அமைப்பு சொற்பொருண்மையில் இருந்து வாக்கிய பொருண்மையைப் பெறலாம். எ.கா. இராமன் சீதையை மணந்தான் என்று பகுப்பில் இருந்து மணந்தான் இராமன், சீதை என்பதைப் பெறமுடியும்.

பயன்மொழியியல் பகுப்பாய்வில் வாக்கியப்பொருள் மற்றும் சூழல் இவற்றிலிருந்து சரியானப் பொருளைப் பெறமுடியும். இது பொது அறிவையும் முன்னர் வந்த கூற்றின் அறிவையும் உள்ளடக்கும். எ.கா. அவன் சீதையை மணந்தான் என்ற வாக்கியத்தில் வரும் பதிலீடுப் பெயர் (அவன்) முன்னர் வந்த வாக்கியத்தின் அறிவால் அவன்= ராமன் என்று புரிந்து கொள்ளப்படும்.

முடிவுரை

மொழி ஆய்வில் கணினிப் பெரிதும் பயன்பட்டு வருகின்றது. கணினியில் தமிழைக் கையாளுதல் என்பது சில சமயங்களில் சிக்கலுக்குரிய செயலாக உள்ளது. அச்சிக்கலைக் களைவதற்கு மொழியியல் அறிஞர்களும் கணினித் தொழில்நுட்ப வல்லுநர்கள் இணைந்து செயல்பட்டால் இயற்கை மொழி ஆய்வில் ஏற்படும் இடர்பாடுகளைக் களையலாம்.

பார்வை நூல்கள்

1. *Agesthialingom, S. 1967,   Generative Grammar of Tamil, Annamalai University, Annamalai Nagar.*

2. *Chomsky, N. 1965, Aspects of theory of Syntax, MIT Press, Cambridge.*

3. அரங்கன், கி. 1975, தொடரியல் மாற்றிலக்கண அணுகுமுறை, தமிழ் பல்கலைக்கழகம், தஞ்சாவூர்.

4. இராசேந்திரன், ச. 2019, கணினி மொழியியலும் தமிழ்மொழியின் தொழில் நுட்ப வளர்ச்சியும், கோயம்புத்தூர்.

5. சண்முகம், செ. 1998, சாம்ஸ்கியின் புது மாற்றிலக்கணம், கவிதா பதிப்பகம், சென்னை.

மின் கற்றல் கற்பித்தல் – வளர்ச்சி மற்றும் பயன்பாடுகள்

(e-Learning – Development and Uses)

திரு. ச. சுசீந்திரன்
முனைவர்ப் பட்ட ஆய்வாளர்,
தமிழ்மொழி (ம) மொழியியல் புலம், உலகத் தமிழாராய்ச்சி நிறுவனம், தரமணி, சென்னை -600113.

<u>ஆய்வுச்சுருக்கம்:</u>

தற்பொழுது மின் கற்றல் கற்பித்தல் என்பது எல்லோரின் கவனத்தையும் ஈர்த்துள்ளது. சமீப காலமாக, கற்றல் கற்பித்தலுக்கு என இணையத்தைப் பயன்படுத்துவர்களின் எண்ணிக்கை அதிகரித்து கொண்டே வருகிறது. இணைய வழியில் மொழி, கணிதம், பொருளாதாரம், வானியல், அறிவியல், கணினி அறிவியல், கலை, பண்பாடு, நாகரிகம், கலாச்சாரம் போன்றவற்றைக் கற்க ஏதுவாகவுள்ள தளங்கள் பற்றியும், இவ்வகையில் கற்பதன் மூலம் ஏற்படும் நன்மைகள் மற்றும் குறைபாடுகள் பற்றியும் இந்தக் கட்டுரை விரிவாக முயல்கின்றது. மேலும், இணைய வழிப் பயிற்றுவிப்பிற்கான தரவுகளை எவ்வாறு பயன்படுத்திக் கற்றல் கற்பித்தல் நிகழ்கின்றது என்பதன் சுருக்கத்தையும் இந்த ஆய்வுக் கட்டுரை வாயிலாக அறியலாம்.

இணையத் தளம் மூலம் கற்கும் கல்வியால் ஏற்படும் நன்மைகளான காலவிரயம் தவிர்த்தல், கற்றல் தொடர்பான தரவுகளின் சிறந்த விரிவான விளக்கங்கள், அச்சு நூல்கள் மற்றும் பல்லூடக வசதிகளைக் கொண்ட நூல்கள் தொடர்பான விளக்கங்கள், மின்னூலகப் பயன்பாடுகள், மற்றும் அவற்றிலுள்ள, அகாரதிகள், நிகண்டுகள், கலைச்சொற்கள் போன்றவற்றை எவ்வாறு பயன்படுத்திக் கற்றல் திறனை மேம்படுத்த முடியும் என்பதைப் பற்றி ஆராய்ந்து அறிவதே இவ்வாய்வுக் கட்டுரையின் நோக்கமாகும்.

மின் கற்றல் கற்பித்தல் *(e-learning)* :

மின் கற்றல் கற்பித்தல் என்பது மின்னணு வளங்களின் மூலம் முறைப்படுத்தப்பட்ட கற்பித்தலை அடிப்படையாகக் கொண்ட ஒரு கற்றல் கற்பித்தல் முறையாகும். இணைய வசதியுடன் கூடிய கணினி அல்லது கையடக்க கருவிகள் வாயிலாக வகுப்பறைகளுக்கு வெளியேயும் கற்றல் கற்பித்தல் பணி இதன் மூலம் மேற்கொள்ளப்படுகின்றது. மின் கற்றல் கற்பித்தலுக்காகத் தொழில்நுட்பங்களைப் பயன்படுத்தும் பள்ளிகள் கற்றலுக்கான பாரம்பரிய அணுகுமுறையிலிருந்து ஒரு படி மேலே உள்ளதாக கருதப்பட்டு வருகின்றன.

ஒரே விதமான கல்வியைப் பல்வேறுச் சூழல் சார்ந்த மாணவர்களும் தங்கள் வசதிக்குகேற்ப மின் கற்றல் கற்பித்தல் வாயிலாகக் கற்க முடியும்.

விரைவான கற்றல், குறைவான மனிதவளம், தொழில்நுட்பங்களின் வளர்ச்சி போன்ற காரணங்களால் இக்கல்வி முறையைத் தற்பொழுது பலரும் ஏற்று வருகின்றனர். மின் கற்றல் கற்பித்தல் மூலம் பாட பொருண்மைகள் யாவும் புத்தங்களுக்கு மாறாக வன்தகடு (DVD) அல்லது பென்-டிரைவ்களில் (Pen Drive) குறிப்பு ஏற்றப்படுகிறது. இதன் மூலம் சுற்றுச்சூழலும் பாதுகாக்கப்படுகிறது.

மேலும், இணையம் வழியாக எங்கும், எந்த நேரத்திலும் மாணவர்கள் தங்கள் அறிவைப் பெறவோ அல்லது பகிரவோ முடிகின்றது. குறிப்பாக உலகெங்கிலும் உள்ள மாணவர்கள் தங்களுக்கான அறிவுத் தேடலை பன் மடங்கு அதிகரிக்கவும் இவ்வழிக் கற்றல் உதவுகின்றது.

முக்கிய வார்த்தைகள் (Keywords) :

மின் கற்றல் கற்பித்தல்; மின் கற்றல் கற்பித்தல் வகைகள்; மின் கற்றல் கற்பித்தலுக்கான சில இணைய தளங்கள், இணைய அடிப்படையிலான கற்றல் கற்பித்தலின் நன்மைகள்; இணைய அடிப்படையிலான கற்றல் கற்பித்தலின் குறைபாடுகள்.

மின் கற்றல் கற்பித்தல் வகைகள் (Types of e-learning) ;

மின் கற்றல் கற்பித்தலை இரண்டு வகையாக பிரிக்கலாம். அவை

வகுப்பறை முறை மின் கற்றல் கற்பித்தல் (synchronous e-learning)

வகுப்பறையற்ற முறை (மறைமுக) மின் கற்றல் கற்பித்தல் (asynchronous e-learning)

வகுப்பறை முறை மின் கற்றல் கற்பித்தல் (synchronous e-learning) :

வகுப்பறை முறை மின் கற்றல் கற்பித்தல் என்பது கற்போரும் கற்பிப்போரும் ஒரே சமயத்தில் இணையம் வழியாகக் கலந்துரையாடலுடன் மேற்கொள்ளப்படும் கற்றல் கற்பித்தலாகும். இம்முறையில், மாணவர்கள் கற்றல் கற்பித்தலின் போது தங்கள் கருத்துக்களைப் பகிர்ந்து கொள்ளலாம்

மற்றும் ஒருவருக்கொருவர் தொடர்பு கொள்ளலாம், மேலும், அவர்களுக்கு எழும் ஐயங்களுக்கு உடனுக்குடன் விரிவான தீர்வுகளையும் பெற முடியும். இக்கற்றல் கற்பித்தல் முறை தொழில்நுட்ப மற்றும் இணைய வளர்ச்சியால் பல முன்னேற்றம் அடைந்து வருகின்றது.

வகுப்பறை முறை மின் கற்றல் கற்பித்தலை இணைய வகுப்பறை (*Virtual Classroom*), ஒலி மற்றும் ஒளி மாநாடு (*Audio and Video Conferencing*), உரையாடுதல் (*Chat*), இணையரங்கம் (*Webinars*), உடனடி செய்தி பரிமாற்றம் (*Messaging instantly*) போன்றவற்றைகள் மூலம் மேற்கொள்ள இயலும்.

வகுப்பறையற்ற முறை மின் கற்றல் கற்பித்தல் (*asynchronous e-learning*) ;

வகுப்பறையற்ற முறை மின் கற்றல் கற்பித்தல் என்பது கற்போரும் கற்பிப்போரும் இணையம் வழியாக வெவ்வேறு காலங்களில் மேற்கொள்ளப்படும் கற்றல் கற்பித்தலாகும். இதில் மாணவர்கள் தானகவும் மற்றும் நேரடியாகவும் கற்க இயலும். இம்முறையில் மாணவர்கள் அவர்களின் வசதிகேற்ப எந்த நேரத்திலும் தங்களுக்கான பாட பொருண்மைகளைப் பதிவிறக்கம் செய்து கொண்டு ஆசிரியர்களுடனும் மாணவர்களுடனும் கலந்துரையாடிக் கொள்வர். உண்மையில், மாணவர்கள் இணைய வழி பாடத் திட்டங்களை இம்முறையான கற்றல் கற்பித்தல் மூலம் கற்கும் போது தங்களது அன்றாட வேலைகளிலும் எவ்வித இடர்பாடுகள் ஏற்படாதால் இதனை பெரிதும் விரும்புகின்றனர்.

வகுப்பறையற்ற முறை மின் கற்றல் கற்பித்தலைத் தானாகக் கற்கும் வகையில் வடிவமைக்கப்பட்ட இணைய வழி பாட பொருண்மைகள் (*Self-paced online courses*), குழு கலந்துரையாடல் (*Group Discussion*), மின் புத்தகங்கள் (*e-books*), மின் அஞ்சல்கள் (*e-mails*), போன்றவற்றைகள் மூலம் மேற்கொள்ள இயலும்.

மின் கற்றல் கற்பித்தலுக்கான சில இணைய தளங்கள்

(Few e-learning websites) :

வளர்ந்து வரும் காலச் சூழலுக்கு ஏற்ப தொழில்நுட்ப வளர்ச்சியால் மின் கற்றல் கற்பித்தல் என்பது மிகவும் எளிமையான ஒன்றாகிவிட்டது. அதனால் இவ்வகை பாட பொருண்மைகளை வழங்குவதற்கு என பல இணைய தளங்கள் உள்ளன. அவற்றில் சில இணைய தளங்களைப் பற்றியும் இவ்வாய்வுக் கட்டுரையில் குறிப்பிடப்படுகின்றது.

கான் கல்விக்கழகம் *(Khan academy) :*

கான் கல்விக்கழகம் என்பது 2008-ஆம் ஆண்டு திரு. சல்மான் கான் என்பவரால் ஆரம்பிக்கப்பட்டது. இது ஒரு இலாப நோக்கமற்ற கல்வி முறையை உலகிற்கு அறிமுகம் செய்து, அனைவருக்கும் பொதுவான மற்றும் தரமான கல்வி முறையை வழங்கி வருகின்றது. இந்நிறுவனம், ஆரம்ப பாடம் முதல் ஆராய்ச்சி படிப்பு வரை உள்ள கணிதம், அறிவியல், கலைப்புலம் மற்றும் வரலாறு ஆகிய பாட பொருண்மைகளுக்குப், பல ஆயிரத்திற்கும் மேற்பட்ட காணொலிகளை உருவாக்கி வருகிறது. எல்லா காணொலிகளும் ஆங்கிலத்தில் உருவாக்கப்பட்டுள்ளன. இருப்பினும் அக்காணொலிகள் பல மொழிகளில் மொழிபெயர்ப்பு செய்யப்பட்டு வருகின்றன. தமிழ் இணையக் கல்விக்கழகம் கான் கல்விக்கழகக் காணொலிகளைத் தமிழில் மொழிபெயர்த்து வருகிறது.

யுடிமி *(Udemy) :*

யுடிமி *(you-de-mee) you + academy* என்பதின் ஒட்டுச் சொல்லாகும். இந்நிறுவனம், வணிகம், தொழில் முனைவோர், கல்வி, கலை, சுகாதாரம், உடற்பயிற்சி, மொழி, இசை மற்றும் தொழில்நுட்பம் ஆகிய பாட பொருண்மைகள் இந்நிறுவனத்தால் வடிவமைக்கப்பட்ட கருவிகள் மூலம் பல பயிற்றுவிப்பாளர்களைக் கொண்டு பாட பொருண்மைகளைக் காணொலிகளாகப் பதிவேற்றம் செய்து மாணவர்களுக்கு வழங்கி வருகின்றது.

பயிற்றுவிப்பாளர்களைப் பொருத்து இது இலவசமாகவும் மற்றும் கட்டணச் சேவையாகவும் வழங்கி வருகிறது

இப்பாடப் பொருண்மைகள் மூலம் பல ஊழியர்கள் தங்களின் பணித் தேவைக்கான திறமையை மேம்படுத்தி கொள்கின்றனர்.

கோர்ஸ்ரா *(Coursera)*

கோர்ஸ்ரா *2012*-இல் ஸ்டான்போர்ட் பல்கலைக்கழக கணினிப் பேராசிரியர்கள் ஆண்ட்ரு என்ஜி *(Andrew Ng)* மற்றும் டாப்னே கொல்லர் *(Daphne Koller)* ஆகியோர்களால் நிறுவப்பட்டது. இந்நிறுவனம் பல பாட பொருண்மைகளில் சான்றிதழ், பட்டயம் மற்றும் பட்டப் படிப்புகளை வழங்கி வருகிறது. இப்பாட பொருண்மைகள் வினாடி வினாக்கள் *(Quizzes)*, பயிற்சிகள் மற்றும் தேர்வுகள் *(Exercises and exams)* கொண்டவை ஆகும்.

டபியு3 பள்ளிகள் *(W3 Schools)* ;

டபியு3 பள்ளிகள் முதலில் நோர்வே மென்பொருள் மேம்பாடு மற்றும் ஆலோசனை நிறுவனமான ரெஃப்ஸ்னெஸ் டேட்டாவால் *(Refsnes Data) 1998-*இல் உருவாக்கப்பட்டது. இது வலை தொழில்நுட்பங்களைக் கற்க வழி வகை செய்யும் ஒரு கல்வி வலைத்தளமாகும். இதில் இணையப் பக்கங்களை உருவாக்குவதற்கும் சரிபார்ப்பதற்கும் பயன்படுத்தும் நிரல் மொழிகளை வழங்குகிறது. இதிலுள்ள பயிற்சிகள் அடிப்படையிலிருந்து தொடங்கி தொழில்முறை குறிப்புகள் வரை எல்லோருக்கும் பயன்படும் வகையில் வழங்கப்படுகிறது.

இந்தத் தளம் அதன் பெயரை உலகளாவிய வலையில் *(world wide web W3)* இருந்து பெற்றது. ஆனால் இவ்வலைதளம் உலகளாவிய வலை சேர்த்தியம் *(world wide web consortium W3C)* உடன் இணைக்கப்படவில்லை.

ஓபன் கல்சர் *(Open Culture)* :

ஓபன் கல்சர் 2006-இல் தொடங்கப்பட்டது. இது கலாச்சார மற்றும் கல்வி பொருண்மைகளில் உலகளவில் வாழ்நாள் முழுவதும் கற்க விரும்புவோரை ஒருங்கிணைக்கிறது. இதில் அதிக அளவில் உள்ள ஒலி ஒளிகளை வலை 2.0 மூலம் இலவசமாக வழங்கி வருகிறது.

இதில் சிறந்த பல்கலைக்கழகங்களின் இணைய வழி பாடத் திட்டங்கள், சிறந்த திரைப்படங்கள், ஒலி நூல்கள் (பதிவிறக்கங்களுடன்), மின் நூல்கள், குழந்தைகளுக்கான கல்வி வளங்கள், சிறந்த பல்கலைக்கழகங்களிலிருந்து *Massive Open Online Course (MOOC)* (சான்றிதழ்களுடன்) போன்றவற்றை இலவசமாக வழங்குகிறது.

<u>ஓபன் யேல் பாடத் திட்டங்கள்</u> *(Open Yale Courses)* :

ஓபன் யேல் பாடத் திட்டங்கள் டிசம்பர் 2007-இல் யேல் பல்கலைக்கழகத்தின் பல்வேறு துறைகளில் கற்பிக்கப்படும் பரந்த அளவிலான அறிமுக படிப்புகளின் முழு ஒளிகள் மற்றும் பாடப் பொருட்களைப் இணையத்தில் படைப்பாக்கப் பொதுமக்கள் *(Creative Commons)* அடிப்படையில் பகிர்ந்து கொள்ளும் திட்டமாகும். இதிலுள்ள பாடங்களை இலவசமாக காணலாம், பதிவு செய்ய தேவையில்லை.

ஒவ்வொரு பாடத்திட்டத்திற்கான பாடங்களின் முழு வகுப்பு விரிவுரைகள் ஒலி ஒளிக் காட்சியாகவும், ஒலி நூலாகவும் கிடைக்கின்றன. அதனை பதிவிறக்கமும் செய்து கொள்ளலாம்.

அகாடமிக் எர்த் (Academic Earth) :

அனைவருக்கும் உலகத் தரம் வாய்ந்த கல்வியை வழங்குவதன் நோக்கத்துடன் 2008-ஆம் ஆண்டு ரிச்சர்ட் லுட்லோ *(Richard Ludlow)*, கிறிஸ் ப்ரூனர் *(Chris Bruner)* மற்றும் லியாம் பிசானோ *(Liam Pisano)* ஆகியோரால் அகாடமிக் எர்த் தொடங்கப்பட்டது. உலகின் சிறந்த பல்கலைக்கழகங்களால் வழங்கப்படும

இலவச இணைய வழி பாடத்திட்டங்களின் இணையற்ற தொகுப்பை உருவாக்குவதற்கான முயற்சிகளில் தொடர்ந்து செயல்பட்டு வருகின்றனர்.

வானியல், உயிரியல், வேதியியல், கணினி அறிவியல், பொருளாதாரம், பொறியியல், ஆங்கிலம், தொழில் முனைவோர், வரலாறு, கலை மற்றும் வடிவமைப்பு, வரையிலான 50 முதன்மை பாடப்பிரிவுகளை உள்ளடக்கிய காணொலிகளின் பாடங்கள் இங்கு இடம்பெற்றுள்ளது.

வகுப்பு (*vagupu*) :

சிபிஎஸ்இ (*Central Board of Secondary Education*), ஐசிஎஸ்இ (*Indian Certificate of Secondary Education*), ஐஜிசிஎஸ்இ (*International General Certificate of Secondary Education*), போன்ற பள்ளி தேர்வுகளுக்கும் மற்றும் ஜெ.இ.இ (*Joint Entrance Examination*), நீட் (*The National Eligibility cum Entrance Test*), எஸ்.ஏ.டி (*Scholastic Assessment Test*), ஏசிடி (*American College Testing*) போன்ற போட்டித் தேர்வுகளுக்கும் தேவையான சிறந்த பாடத்திட்டங்கள், மாதிரி தாள்கள், முந்தைய ஆண்டு வினாத் தாள்கள் போன்றவற்றை மாணவர்களுக்கு வகுப்பு இணைய வழியில் வழங்குகிறது.

யூடியுப் மின் கற்றல் கற்பித்தல் (*YouTube | E LEARNING*) :

யூடியுப் கற்றல் கற்பித்தல் என்பது கூகுள் நிறுவனத்தால் வழங்கப்படும் யூடியுப் இணைய அலைவரிசையாகும். இதில் கல்வி மற்றும் டிஐஒய் (*Do It Yourself*), என்ற முறையில் கல்வி காணொலிகளை வழங்குகிறது. புதிய பணித் திறன்களைக் மேம்படுத்த விரும்புவோருக்கும், பொழுதுபோக்கு அம்சத்திற்குகாகவும் இதில் பல காணொலிகள் இடம் பெற்றுள்ளது.

ஆக்ஸ்போர்டு இணைய வழியில் ஆங்கிலம் (*Oxford Online English*) :

ஆக்ஸ்போர்டு இணைய வழியில் ஆங்கில இணைய தளம் மூலம் கற்ற ஒருவர் ஆங்கில எழுத்துகளை தெளிவாகவும் துல்லியமாகவும் எழுத கற்றுக்கொள்ள முடியும், சரளமாக ஆங்கிலம் பேசும் திறனையும் அதில் நம்பிக்கையையும் மேம்படுத்த இது பெரிதும் உதவுகிறது, வணிக ரீதியாக

ஆங்கிலத்தைப் பயன்படுத்த கற்றுக்கொள்ளவும், மேலும் ஐஇஎல்டிஎஸ் (*International English Language Testing System*) தேர்வுக்காகத் தயார்படுத்திக் கொள்ளவும் உதவுகிறது.

மின் கற்றல் கற்பித்தலின் நன்மைகள் (*Advantages of e-learning*) :

மின் கற்றல் கற்பித்தலின் நன்மைகள் பல உள்ளன. மின் கற்றல் கற்பித்தலின் மூலம் உலகெங்கிலும் உள்ள மாணவர்கள் தாங்கள் கற்க விரும்பும் பாட பொருண்மைகளை எளிதாக தாங்கள் இருக்கும் இடத்திலேயிருந்து கற்க இயலும். இதன் மூலம் ஓர் ஆசிரியர் உலகில் எங்கிருந்தாலும் தம் மாணவர்களுக்குக் கற்பிக்க முடியும். மேலும் இணைய ஆதாரங்களைக் கொண்டு மாணவர்கள் தமக்குத் தேவையான பாட பொருட்களைப் பெற இயலும். இதனால் மாணவர்கள் தங்கள் ஆசிரியர்களை முழுமையாகச் சாராமல் தாமாகவே கற்க முடியும். மேலும், பணிக்குச் செல்லும் மாணவர்கள் பகுதி நேரமாகவும் அல்லது முழுநேரமாகவும் கற்றலை மேற்கொள்ள முடியும். இதனால் மாணவர்களின் நேரம் மற்றும் பயணச் செலவு குறைக்கிறது. அவர்களின் தனித்துவமான கற்றலும் இங்கு ஊக்குவிக்கப்படுகிறது.

அதுமட்டுமல்லாமல், தகவல் தொழில்நுட்ப வளங்களைப் பயன்படுத்திக் கணினி மூலம் பல்வேறு வழிகளில் பாடப் பொருட்கள் உருவாக்கிக் கற்பிக்க முடியும். பல்லூடக வசதிகளைப் பயன்படுத்தி, பாட நூல்களில் ஒலி, படங்கள் மற்றும் காணொளிகளைச் சேர்த்து அளிப்பதால் மாணவர்கள் பாடங்களை ஆர்வமாக கற்கின்றனர். இது மாணவர்களின் கால விரயத்தைத் தவிர்க்கிறது. மேலும் மாணவர்கள் பல மின்னணுத் தரவுகள் மூலம் இலக்கணச் சரிபார்ப்பு, அகராதிகள் ஆகியவற்றைப் பயன்படுத்துவதற்கான வாய்ப்பும் கிடைக்கிறது. மாணவர்கள் ஒரு குறிப்பிட்ட நேரத்தில், வகுப்பில் மட்டும் கற்க முடியும் என்ற வரையரையில்லாமல் எந்நேரத்திலும் கற்கலாம். இதில் மாணவர்களின் கல்வி தொடர்பான செயல்பாடுகளான படித்தல், தேர்வு, மதிப்பெண்கள், அனைத்து செயல்பாடுகளையும் கண்காணிக்கவும் முடியும்.

கூச்சசுபாவம் உள்ள மாணவர்களும் தங்களின் ஐயப்பாடுகளை ஒரு கலந்துரையாடல் மன்றத்தின் (*forum for discussion*) மூலம் நிவர்த்தி செய்து கொள்ளவும், காணொளி வாயிலாக ஒருங்கிணைக்கின்ற வாய்ப்பையும் இணையம் வழங்குகிறது.

தற்போது, இணைய வளப் பயன்பாடுகளான *Skype, WebEx, Yahoo messenger, Hangout* போன்ற மென்பொருட்களைக் கொண்டு கற்றல் கற்பித்தலின் செயல்பாடுகள் நடத்தப்பட்டு வருகிறது.

மின் கற்றல் கற்பித்தலின் பயன்பாடுகள் (*Uses of e-learning*) :

மின் கற்பித்தலில் பல இணைய வளங்கள் உள்ளன. இதில் உலகு தழுவி வாழும் தமிழ் மக்களின் பண்பாட்டுத் தேவைகளைப் பூர்த்தி செய்வதற்காகத் தமிழக அரசு சார்பில் உருவாக்கப்பட்ட ஒரு நிறுவனம் 'தமிழ் இணையக் கல்விக்கழகம்' ஆகும். இதன் மூலம் தமிழ்மொழி, இலக்கியம், பண்பாடு பற்றிய கல்விச் சாதனங்களை உருவாக்கி இணையம் வழியாக அளித்து வருகிறது. இணைய அடிப்படையிலான கற்றலின் அடிப்படையில் இந்நிறுவனத்தில் சான்றிதழ், மேற்சான்றிதழ் மற்றும் இளநிலைத் தமிழியல் பட்டக் கல்விக்கான பாடங்கள் பயிற்றுவிக்கப்படுகின்றன. மேலும் மின்னூலத்தில் நூல்கள், அகராதிகள், நிகண்டுகள், கலைச்சொற்கள், சுவடிக்காட்சியகங்கள், பண்பாட்டுக் காட்சியகங்கள் கணினித் தமிழ் தொடர்பாக மேற்கொள்ளப்பட்ட ஆய்வு விவரங்கள் மற்றும் மென்பொருள் கருவிகளின் விவரங்கள் போன்றவை இடம் பெற்றுள்ளன.

இதில் தமிழ் மொழியை அனைத்து தரப்பினரும் கற்க ஏதுவாக இனிமையாகவும், எளிமையாகவும், பல்லூடக வசதிகளைக் கொண்டும் பாடங்கள் வழங்கப்பட்டுள்ளது, பாடங்களைப் படிக்கும் மாணவர்களின் வசதிக்கேற்ப மின்னூலகத்தின் மூலம் பல அரிய நூல்களைப் பார்வை நூல்களாக வழங்கப்பட்டுள்ளன. இதனால் மாணவர்கள் தனக்கு ஏற்படும் ஐயங்களுக்கு உடனுக்குடன் விளக்கங்கள் பெறுவதற்கான வாய்ப்புகள் இருக்கின்றது.

இம்முறை, கற்றலின் பயனாக மாணவர்கள் ஒரு சொல்லுக்கான விளக்கத்தினைப் பல அகராதிகளிலிருந்து தேடி பொருள் அறிந்து கொள்ளமுடிகிறது. மேலும், ஒரு சொல்லுக்கான சரியான உச்சரிப்பையும் அறிந்து கொள்வதற்கு ஏதுவாக உச்சரிப்புடன் கூடிய மின் அகராதியைப் பயன்படுத்துவதன் மூலம் இணைய அடிப்படையிலான இரண்டாம் மொழி கற்கும் மாணவர்கள் மொழியை விரும்பி கற்கும் சூழலை ஏற்படுத்தித் தருகிறது.

மேலும், தமிழ் இணையக் கல்விக்கழகத்தின் இணைய தளத்தில் பண்பாடு, கலை மற்றும் இலக்கியம் தொடர்பான நிகழ்வுகளை ஒலி-ஒளி காட்சிகளாகவும் வண்ணப் படங்களாகவும் வழங்குகிறது. இதனால் மாணவர்கள் தம் மொழிக்கான பண்பாடு, கலை மற்றும் இலக்கியத்தினை இரசித்தும், விரும்பியும் கற்க முயற்சி செய்வார்கள் என்பதில் எள் அளவும் சந்தேகமில்லை.

மேலும், தற்பொழுது பல நாளிதழ்கள், வார இதழ்கள், மாத இதழ்கள், போன்ற பெரும்பான்மையான இதழ்கள் தங்களின் இதழ்களை இணையம் வழியாக வழங்கி வருகிறது.

உதராணமாக

http://www.dailythanthi.com/

http://tamil.thehindu.com/

http://www.dinamani.com/

http://www.dinamalar.com/

https://tamil.oneindia.com/

இது போன்ற இணைய வளங்களைப் பயன்படுத்துவதன் மூலம் மாணவர்கள் தங்களின் மொழி அறிவை மேலும் வளர்த்துக் கொள்ள பெரும் உதவி புரிகிறது.

மின் கற்றல் கற்பித்தலின் குறைபாடுகள்
(Disadvantages of e-learning) :

மின் கற்றல் கற்பித்தலின் சில குறைபாடுகள் உள்ளன. இம்முறையில் தத்துவ கோட்பாடு அடிப்படையில் மட்டுமே அறிவைப் பெற முடிகிறது, மேலும் கற்றுக்கொண்டதைப் செயல்படுத்தும்போது ஏற்படும் சற்று வித்தியாசமான விளைவுகளின் விளங்கங்களைப் பெற இயலாமல் இருக்கலாம். நேருக்கு நேர் கற்றல் அனுபவம் சிலருக்கு முக்கியமானதாக இருக்கலாம். ஆனால் அது இங்குக் கிடைக்க வாய்ப்பு இல்லை.

மேலும், மின் கற்றல் கற்பித்தலின் போது சில நேரங்களில் பாதுகாப்பற்ற இணைய தளங்களைக் காண நேரிடலாம். அது மாணவர்களின் நலனைப் பாதிக்கும். இணைய அடிப்படையிலான கற்றல் கற்பித்தலுக்குக் கணினி தொடர்பான தொழில்நுட்ப அறிவோ அல்லது தகவல் தொழில்நுட்ப வல்லுநரின் உதவியோ தேவைப்படுகிறது. மாணவர்களின் உளவியல் அல்லது கல்வித் தொடர்பான பிரச்சனைகளைக் இக்கற்றலால் தீர்க்க முடியாது. இம்முறையிலான கற்றலில் மாணவர்களுக்குச் சோர்வும் ஏற்படுகிறது. மேலும், மாணவர்களின் சுய முயற்சிகளைக் கணிப்பொறியால் பாராட்ட இயலாது. இக்கல்வியானது வகுப்பறையில் ஆசிரியர்-மாணவர் தொடர்பையும் பாதிக்கிறது.

முடிவுரை

தற்போதைய பெருந் தொற்று நோய் காலங்களில் உலகேங்கும் அனைத்து வகையான கற்றல் கற்பித்தல் பணிகள் மின் கற்றல் கற்பித்தல் வாயிலாகவே வழங்கப்பட்டு வருகிறது. எனவே இவ்வகையான கற்றல் கற்பித்தல் மாணவர்களுக்கு வழங்கும் பலவிதமான நன்மைகளின் காரணமாக இது ஒரு சிறப்பான தளமாக மாறி வருகிறது என்பதில் எவ்வித ஐயமும் இல்லை. இன்றைய காலங்களில் இணைய தளமும் கல்வியும

ஒன்றோடொன்று சேர்ந்து மாணவர்களின் அறிவை பெரும் அளவில் உயர்த்தி வருகிறது என்பது ஒரு மாற்ற முடியாத சான்றாகும்.

பார்வை நூல்கள் (References) :

1. Muhammad Ammar Saleem & Iqra Rasheed, (2014), "Use of E-learning and its Effect on students", Vol.26, New Media and Mass Communication Journal *www.iiste.org*,

2. Chiu. C.M & T.G. Wang. E. (2008), "Understanding web-based learning continuance intention: The role of subjective task value". 48, 194-201.

3. M. Samir Abou El-Seoud & et.al (2014), E-Learning and Students' Motivation: A Research Study on the Effect of E-Learning on Higher Education International Journal of Emerging Technologies in Learning (iJET) Vol. 9(4):20-26

4. Zuleika Firdosh Homavazir (2015), "Impact of E-learning on student learning and employability – A study in India"

5. Partha Pratim Ray (2010), Web Based E-Learning In India: The Cumulative Views Of Different Aspects, Indian Journal of Computer Science and Engineering Vol. 1 No. 4 340-352

6. *https://en.wikipedia.org/*, Retrieved on 17.08.2020

7. *About | Khan Academy*, Khan Academy Retrieved on 17.08.2020

8. *https://www.udemy.com/*, Retrieved on 17.08.2020

9. *https://www.coursera.org/*, Retrieved on 17.08.2020

10. *https://www.w3schools.com/*, Retrieved on 17.08.2020

11. *http://www.openculture.com/*, Retrieved on 17.08.2020

12. *https://oyc.yale.edu/*, Retrieved on 17.08.2020

13. *https://www.academicearth.org/*, Retrieved on 17.08.2020

14. *https://vagupu.com/*, Retrieved on 17.08.2020

15. *https://blog.vagupu.com/*, Retrieved on 17.08.2020

16. *https://www.youtube.com/*, Retrieved on 17.08.2020

17. *https://www.oxfordonlineenglish.com/*, Retrieved on 17.08.2020

18. *http://www.tamilvu.org/*, Retrieved on 17.08.2020

கூகுள் சர்ச் கன்சோலும் அதன் பயன்பாடும்

(Google Search Console and it's uses)

ஆர்லின் ராஜ் அ / *Aarlin Raj A*

மாணவர், ஸ்ரீ கிருஷ்ணா ஆதித்யா கலை மற்றும் அறிவியல் கல்லூரி

அலைபேசி: 7539938939

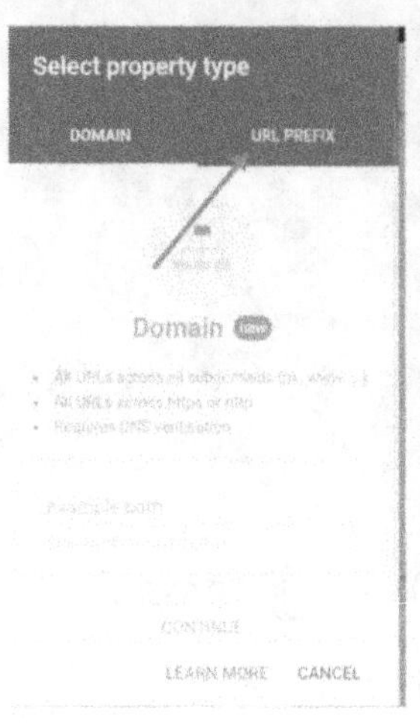

அ

ஆ

ஆய்வுச் சுருக்கம் *(Abstract)*:

நமது தமிழ்ச் சமுதாயத்தில் இன்றைய காலகட்டத்தில் தமிழில் நாம் உருவாக்கிய வலைத்தளங்களை / வலைப்பூக்களை எவ்வாறு கூகுளின் தேடு பொறியில் கொண்டு சேர்ப்பது? என்கிற புரிதல் மிகவும் குறைவாகவே உள்ளது. அனைத்துத் தமிழ் மக்களும் எளிதில் கூகுள் சர்ச் கன்சோலின் முழு அறிவையும் பெற்று அவர்களது எழுத்துக்களை உலகறியச் செய்ய வழிவகை செய்யவேண்டும். இதனைப் பற்றி பல்வேறு குறிப்புகள் இணையத்தில் கிடைக்கப்பெற்றாலும் அவற்றுள் இருக்கும் உண்மைத் தகவலைப்பெற தமிழ்ச் சமூகம் பெரிதும் போராட வேண்டி உள்ளது. ஆகையால், அதனை எவ்வாறு பயன்படுத்தி கூகுளின் தேடு பொறியில் வலைப்பூக்களைக் கொண்டுச் சேர்ப்பது என்பதை இந்தக் கட்டுரை பேசுகிறது.

தற்காலப் புரிதல்:

இன்றைய தொழில்நுட்பக் காலக்கட்டத்தில் இணையதளங்களை உருவாக்கினால் அதற்கு மிக செலவாகும். ஆனால் கூகுளோ நமக்கு இலவசமாக இணையதளங்களைப் போன்ற வலைப் பூக்களை *(Blogspot)* அளிக்கிறது. அத்தகைய வலைப்பூக்களை உருவாக்கினால் போதுமானது. அதுவே கூகுள் தேடு பொறியில் காண்பிக்கப்பட்டு விடும் என்னும் கருத்து தமிழ் வலைப்பதிவர்களிடம் பெரிதும் வலம் வருகிறது.

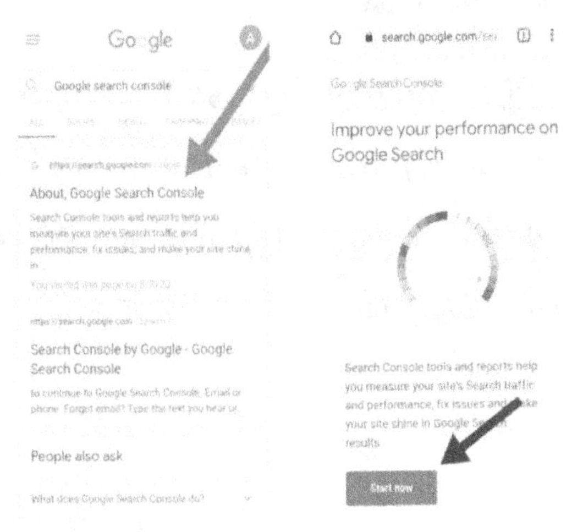

அ

ஆ

கூகுள் சர்ச் கன்சோல் அறிமுகம் :

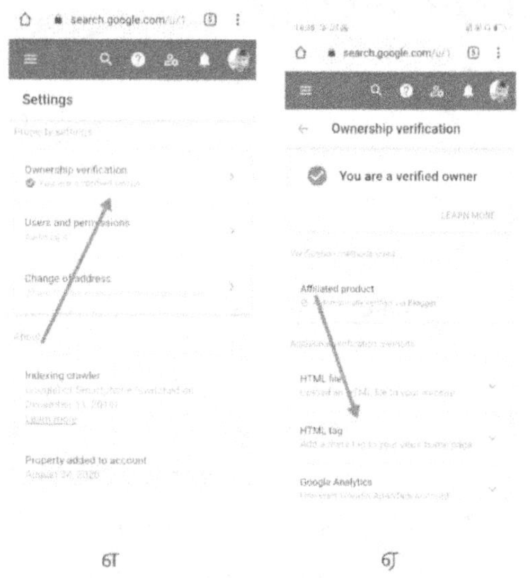

எ   ஏ

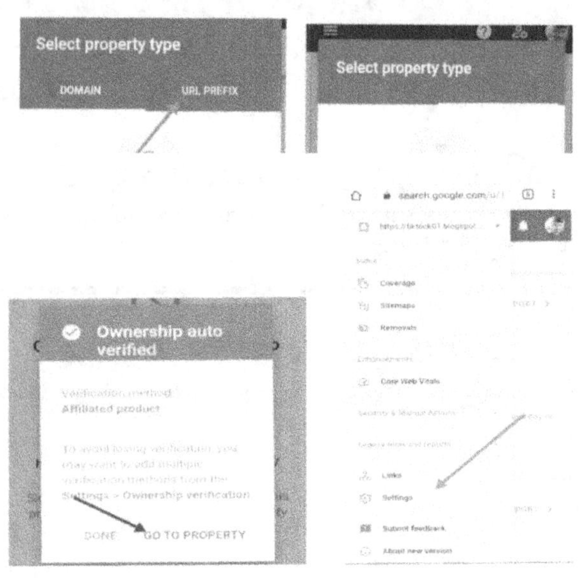

உ   ஊ

எந்த ஒரு வலைப்பூவாக இருந்தாலும் அதனைக் கூகுள் சர்ச் கன்சோலோடு இணைத்தால் மட்டுமே கூகுள் தேடுபொறியில் காண்பிக்கப்படும். இணைக்காமல் வலைப்பூ தேடப்பட்டால் அது கண்பிக்காது. இந்த ஒரு சேவையைக் கூகுள் இலவசமாகவே தருகின்றது. இதை நமது வலைப்பூவோடு இணைப்பதால் நமது வலைப்பூவை இந்த உலகில் எவர் எந்த மூலையிலிருந்து தேடினாலும் அவர்களுக்குக் கூகுள் தேடுபொறியில் கிடைக்கும்.

வலைப்பூவைக் கூகுள் சர்ச் கன்சோலோடு இணைப்பது எப்படி ?

இதற்குமுன் உங்கள் மின்னஞ்சல் முகவரி நீங்கள் உங்கள் வலைப்பூவை உருவாக்கிய முகவரியா? என்பதை உறுதி செய்து கொள்ளுங்கள்.

வலைப்பூவைக் கூகுள் சர்ச் கன்சோலோடு இணைப்பதற்கு நாம் கூகுள் சர்ச் கன்சோலில் ஒரு கணக்கை உருவாக்குதல் அவசியமானது. அதை எளிமையாக எவ்வாறு உருவாக்குவது என்பதை காண்போம். இங்கு குறிக்கப் பெற்று இருப்பது போன்று படிப்படியாக செய்தால் எளிதில் வலைப்பூவை கூகுள் சர்ச் கன்சோலோடு இணைத்துவிடலாம். *1.கணக்கு உருவாக்கம்:*

முதலில் *Google search console* என்னும் வார்த்தையைக் கூகுள் தேடுபொறியில் தேடவும். பக்கத்தில் வரும் கூகுள் சர்ச் கன்சோலின் முதல் இணையதளத்தில் உள் நுழையவும். உள்நுழைந்து *Start now* பொத்தானை அழுத்தவும். பின் படங்களில் காண்பபிக்கபடுவது போல் *Url Prefix* ஐ அழுத்தவும். பின் தங்களது வலைப்பூவின் முழு சுட்டியை *(https://* யிலிருந்து*)* கீழே கொடுக்கப்பெற்று இருக்கும் இடத்தில் உள்ளிடவும். பின் *Continue* ஐ அழுத்தவும்.

பின் திரையில் காண்பிக்கப்படும் *Go to property* ஐ அழுத்தவும்.

இது கூகுள் சர்ச் கன்சோல் கணக்கை உருவாக்கும் முதல் படி. *2.உரிமையாளர் சரிபார்ப்பு (Ownership Verification):*

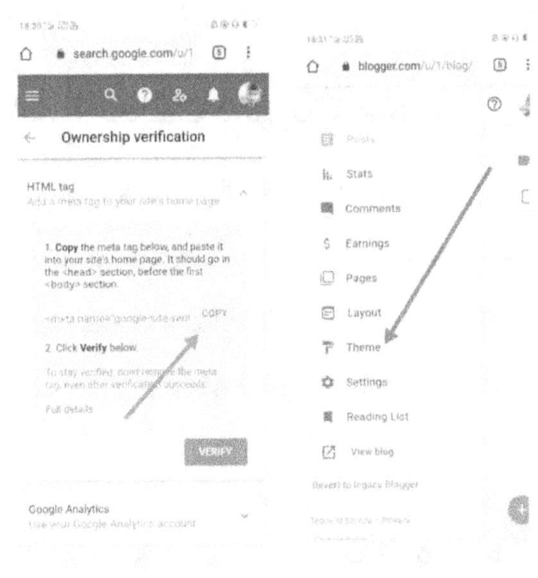

பின் முதன்மை பட்டியலுக்கு *(Main Menu* : இடதுபுறம் மேலுள்ள மூன்று கோடுகள்*)* செல்லவும். அந்தப் பட்டியலில் கீழ் இருக்கும் அமைப்புகளுக்கு *(Settings)* செல்லவும். அங்கு உள்ள *You're a Verified Owner* என்ற செவ்வகப் பெட்டியை அழுத்தவும். சொடுக்கிய பின் காண்பிக்கப்படும் பக்கத்தில் கீழ் இருக்கும் *Html tag* பொத்தானை அழுத்தவும். அங்கு காட்டப்படும் *Copy* ஐ அழுத்தவும்.

பின் தங்களது வலைப்பூவின் முதன்மை பெட்டிக்குச் *(Main Menu)* சென்று *Theme* அழுத்தவும். பின் வழிதல் பொத்தானைச் *(Over Flow button)* சொடுக்கி *Edit Html* ஐ அழுத்தவும். பின் காண்பிக்கப்படும் நிரல்கள் பக்கத்தில் <head> இற்கு கீழ் நகலெடுத்து இருந்த அந்தக் குறியீட்டை *(coding)* ஒட்டவும். பின் மேல் இருக்கும் *overflow* பொத்தானைச் சொடுக்கி *Save Changes* ஐ அழுத்தவும். பின் கூகுள் சர்ச் கன்சோல் பக்கத்திற்குச் சென்று *Verify* ஐ அழுத்தவும்.

இப்படி செய்வதால் கூகுள் சர்ச் கன்சோல் கணக்கின் வலைப்பூவின் ஒரே உரிமையாளர் நீங்கள் தான் என்பதை நீங்கள் உணர்த்துகிறீர்கள்.

3.சைட்மேப் சமர்ப்பித்தல் (Sitemap Submission):

உங்களது வலைப்பூவில் எந்த இடத்தில் எந்த இடத்தில் எந்தப் பதிவு உள்ளது என்பதை உணர்த்த நீங்கள் சைட்மேப்பை கூகுள் சர்ச் கன்சோலோடு இணைக்கவும். இதை ஒரு வரைபடம் போன்று கூகுளுக்குக் கொடுக்கப்படும் என்று நீங்கள் எடுத்துக் கொள்ளலாம்.

கூகுள் சர்ச் கன்சோல் பக்கத்தின் முதன்மை பட்டியலுக்குச் (Main Menu) சென்று Sitemap ஐ அழுத்தவும். பின் காட்டப்படும் பக்கத்தில் Enter Sitemap என்னும் இடத்தில் sitemap.xml என்னும் வார்த்தையை உள்ளிடவும். பின் submit ஐ அழுத்தவும்.

பி.கு: வலைப்பூவில் ஒரு நான்கு ஐந்து பதிவுகளை இட்ட பின்தான் சைட்மேப் சமர்ப்பித்தல் வேண்டும்.

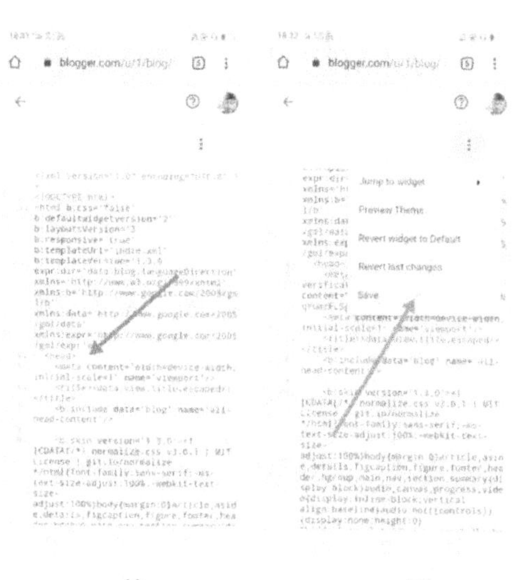

(i)   (ii)

4.வலைப்பூச் சுட்டி சமர்ப்பித்தல் (Url Inspection):

கூகுள் சர்ச் கன்சோலின் பக்கத்தில் Url Inspection ஐ மேலே உங்களது தளத்தின்

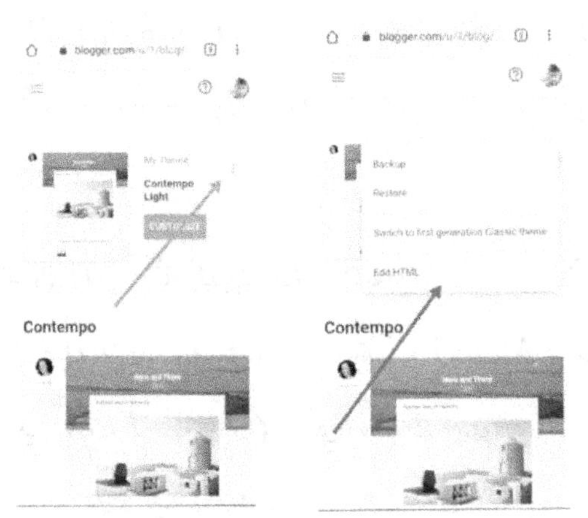

ஒ   ஒள

முதன்மை அழுத்தவும். பெட்டியில் காண்பிக்கப்படும் முழு

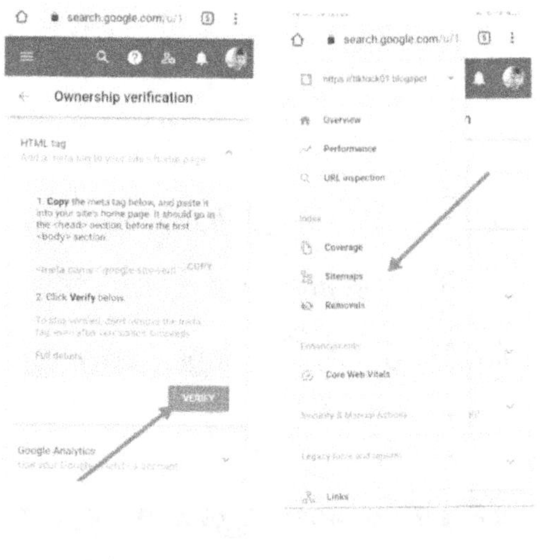

(iii)   (iv)

சுட்டியையும் உள்ளிட்டு உள்ளீடு செய்யவும். அங்கு URL is not on Google என்று வருகிறதா? என்பதைச் சரிபார்த்து Request Indexing ஐ அழுத்தவும். ஒரிரண்டு

நிமிடங்கள் அந்தச் சமர்ப்பிக்கும் செயல்பாடு நடக்கும். பொறுத்து இருங்கள்.

5. மின்னஞ்சல் பெறுதல் (*Receiving Email*):

இவை அனைத்தையும் சரியாகச் செய்திருந்தால் உங்களுக்குக் கட்டாயம் கூகுள் சர்ச் கன்சோலிடம் இருந்து மின்னஞ்சல் வந்திருக்கும். இனி உலகில் எந்த மூலையிருந்து யார் உங்கள் வலைப்பூ சார்ந்த தகவல்களையோ அல்லது உங்கள் வலைப்பூவைத் தேடினாலும் அவர்களுக்குக் கூகுள் தேடுபொறியில் உங்கள் தளம் கிட்டும்.

பின் குறிப்பு: உங்கள் தளத்திற்குத் தனித்துவமான பெயரை வையுங்கள். அப்போது உங்கள் பக்கம் விரைவில் அங்கீகரிக்கப்படும்.

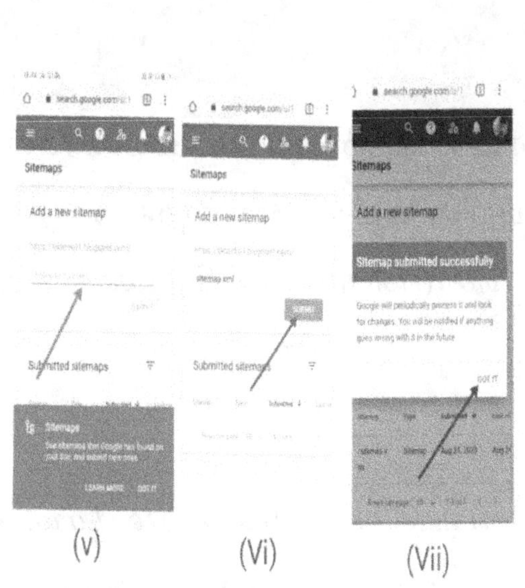

(v)   (Vi)   (Vii)

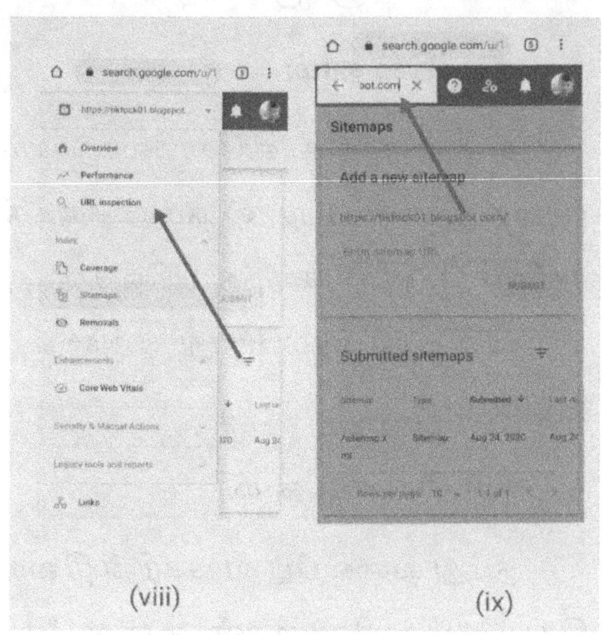

(viii)   (ix)

கூகுள் சர்ச் கன்சோலின் பயன்கள்:

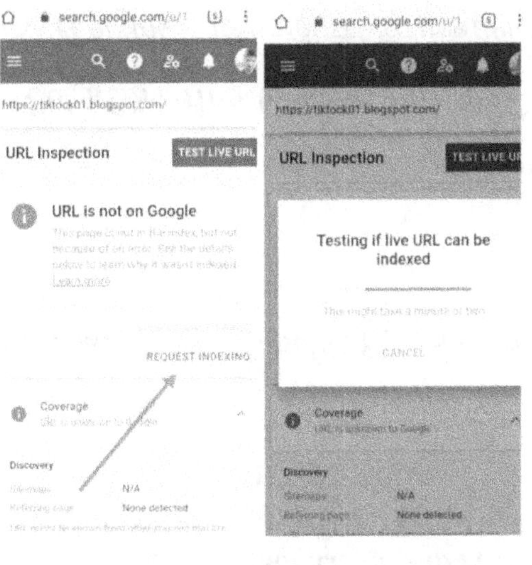

(x)   (xi)

அதிக பார்வையாளர்கள்:

கூகுள் சர்ச் கன்சோலோடு நமது வலைப்பூவை நாம் இணைப்பதால் நமக்குக் கிடைக்கும் பயன்களில் முக்கியமானது அதிக பார்வையாளர்களின் வருகை. நமது வலைப்பூவைச் சர்ச் கன்சோலோடு இணைப்பதால் உலக அளவில் கூகுளின் தேடு பொறியில் தேடப்பட்டால் விரைவில் பார்வையாளர்களுக்கு கிட்டும்.

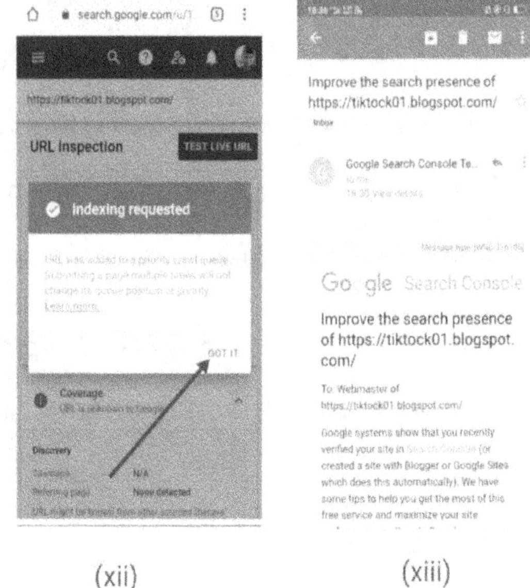

(xii)   (xiii)

தளத்தின் தரம்:

கூகுள் சர்ச் கான்சோலோடு நாம் நமது தளத்தை இணைப்பதால் நமது தளத்தின் உலகளாவிய தரம் மற்றும் பயனர்கள் நமது தளத்தின் இடுகை சார்ந்த பதிவுகள் அல்லது முகப்பின் சுட்டி போன்றவற்றைத் தேடு பொறியில் காணும்போது அதை அவர்கள் சொடுக்கும் விகிதத்தை அறிந்து கொள்ளலாம்.

தள மேலாண்மை:

நமது வலைப்பூ வாசகரின் திரைக்குத் தெரியப்படத்தப்படும் நேரம் (Loading Time) அதிகபட்சம் 5 வினாடிகள். அதற்கு மேல் இருத்தல் கூடாது. அவ்வாறு இருந்தால் வாசகர் சலிப்படைந்து நமது தளத்தை விட்டு செல்ல நேரலாம். இதனை அறிந்து கொள்ள நமக்குச் சர்ச் கன்சோல் Core Web vitals என்னும் கருவியை நமக்கு வழங்குகிறது. அதை வைத்து நாம் திரையின் விரைவு விகிதத்தை அறியலாம்.

சிறந்த முடிவு:

நமது பக்கம் சரியாக வடிவமைக்கப் பெறாமல் இருந்தாலோ அல்லது நமது பக்கத்தில் ஏதேனும் சிக்கல்கள் இருந்தால் அதை நமக்குத் தெரிவித்து, அதற்கு ஒரு சிறந்த முடிவையும் அளிக்கிறது.

செயலாக்கம் மற்றும் மேலோட்டம் (Performance and overview):

நமது தளத்தின் செயலாக்கம் மற்றும் எத்தனை பயனர்கள் நமது பக்கத்தைக் கூகுள் தேடு பொறியில் தேடி உள்ளனர் என்பதை வார்த்தைகளிலும் படங்கள் வடிவிலும் நமக்குத் தருகின்றது.

கூகுள் கான்சோல் உதவி:

மேலும் இதைச் சார்ந்த கேள்விகள் ஏதேனும் நமக்கு இருந்தால் கூகுள் சர்ச் கன்சோல் உதவியில் அந்தக் கேள்விகளைத் தேடி அதற்கான விடைகளைப் பெற்றுத் தெளிவு பெறலாம். விடைகள் கிடைக்காத போது நாமே நேரடியாகக் கேள்வி கேட்கலாம்.

துணை நின்றவை:

https://thamizhandhuvan.blogspot.com/2020/07/1-google-search-console-for-blogger.html?m=1

https://support.google.com/webmasters/?hl=en#topic=9128571

https://search.google.com/search-console/about

CHALLENGES AND SOLUTIONS IN ONLINE TEACHING

DR. J. MEKALA DEVI

Assistant Professor, Department of History
The Standard Fireworks Rajaratnam College for Women, Sivakasi

Mob: 9894017608   e-mail id: mekaladevi-his@sfrcollege.edu.in

Abstract:

Online learning is education that takes place over the Internet. It is often referred to as "elearning" among other terms. However, online learning is just one type of "distance learning" - the umbrella term for any learning that takes place across distance and not in a traditional classroom. The physical classroom learning nowadays is no longer applicable for the current younger generations. Internet and distance learning which is generally known as online education plays a vital roles in the country's education system. It is undeniable that online education provides ample of benefits to young learners. Nevertheless, there are also many negative implications from online education. Limited collaborative learning, increase in time and effort are the several negative implications from online education. Online courses are rapidly replacing traditional, face-to-face lectures in various universities. As technology improves, this trend will likely continue and accelerate. Researchers must evaluate the impact of online courses compared to their traditional counterparts. This two-part study quantifies the effect of two variables – social presence and learner control – on students' recall, application and perceived learning levels in different lecture formats. Yet in online teaching, lectures are completely different than face-to-face learning environments. Unfortunately, all too often, online courses are still imagined (and even designed) as in-class courses without the in-class part, with an archive of PowerPoint presentations and a list of recommended readings as the core part of the teaching experience. The problems found were characterized as: computer literacy problems, infrastructure problems, communication problems, management problems, learning problems and emotional problems. The worked-out solutions categories included: communication means, management means, documentation means and training. Here are some challenges the teachers face in their teaching as an online instructor and some useful instructional strategies to help them navigate.

Online teaching poses a different set of challenges for educators and students, but collaboration and communication make it easier to stay connected and engaged.

In the midst of the corona virus pandemic, many higher education instructors were forced to pivot their instruction online to allow teaching and learning to continue. The world of education and learning is moving towards online training. The benefits are undeniable: reduced costs, great flexibility for the student and the ability to train thousands of people all over the globe at the same time. In addition, you can monitor what students are doing at any given moment, and it breaks with the inertia and passivity of classroom courses.

However, e-learning is not without its faults. Online training comes with its own particular characteristics, which can jeopardize the success of the training. E-learning should not be seen as a *panacea. It only by knows the problems that other companies and institutions have encountered that you can implement programs to realize its full potential.*

PASSIVE STUDENTS

Unless thoughtfully crafted, online instruction can turn students into passive observers rather than active participants. Although these unengaged students may acquire the lecture content, they aren't able to apply their learning outside the <u>virtual classroom</u>. They might pass assessments and complete learning activities, but they aren't planning on using their new knowledge to make connections with previous material or real-world examples. For learning to be effective, students must be engaged in the quality, breadth and depth of their learning.

Instructional Stratagem

In online learning environments, it's important to help students engage with course material in a way that makes sense for them. Providing them with ample flexible opportunities to reinforce course concepts will ensure that <u>learning material sticks</u> with them, even after they've completed their final assessment.

Especially when students are learning remotely, educators must recognize that students will only engage with course materials if they see them as valuable. With digital courseware, online teachers can adopt or create a customizable interactive textbook to extend active learning outside of class meetings. With in-line interactive questions, it is easy to track completion and comprehension of course content. These questions can be used to introduce new concepts, reinforce students' understanding of topics and assess learning. Instructors can also easily export grades and participation data to their learning management system (LMS).

Students Mentality - Online training is boring

Although online training is meant to provide a solution to the boredom of classroom-based learning, this is not always the case. Many e-learning courses consist of never-ending texts followed by a long list of multiple choice questions that fail to engage students. More than e-learning, it feels like e-reading.

These types of courses mean that students often get bored with online training, and this lack of engagement and motivation is one of the main reasons e-learning courses fail. Students are simply not interested in taking the training, do not access the platform and do not complete the course. MOOCs (massive open online courses) are a good example: only 10% of students who register for a course actually complete it.

Instructional Stratagem

Find an online course that is dynamic, fun and interactive

To prevent students from getting bored, be sure to find an online course that is interactive, dynamic and fun. While this may have been difficult in the early days of e-learning, nowadays it is much easier: there are currently a number of providers offering all types of interactive training, with challenges and adventures, videos, storytelling, gamified solutions, simulators to ensure practice and game-based learning.

And if you want to add an extra motivational touch to the training, you can offer other incentives. Experience has shown, for example, that when students receive an official qualification or certificate at the end of a course, they become more engaged in the training. You can also promote competition by including rankings, classifications and prizes for the winners (cash or other rewards). All of these will enhance employee engagement and participants are not only more likely to finish the course but, above all, to learn more and better.

Staying Connected With Students

In an online classroom, much of the learning is completed asynchronously and students often feel disconnected from their instructor, as well as their peers. It can be difficult for instructors to teach online when they struggle to gauge how students are comprehending course content, and whether they are participating in learning experiences.

Instructional Stratagem

Feedback loops are key to building strong connections with learners in an online environment. When students complete a task, they get feedback and make adjustments accordingly. Feedback is meant to be non-evaluative and focused on a specific course learning objective. To give effective commentary, instructors must explain why a student is receiving the feedback, and suggest how they can improve in the future. This process also encourages students to reflect on that feedback, thus creating an iterative loop focused on individual progress and improvement over the course of a semester. Since this is an ongoing process, regular online formative assessments can build a continuous feedback loop. Using tools such as online assessments or platforms like Top Hat, you can provide specific, immediate feedback to students, giving instructors the chance to evaluate student performance.

Classroom response systems can also help faculty members understand how students are performing. When questions are posed to the class, for example, students can respond anonymously through their personal devices—the responses are then displayed on the screen in real-time. Some online learning platforms also offer weekly course reports to track student comprehension, outlining where they performed well and where they need more work. This can make it easier to identify students who are struggling and allows faculty to reach out with additional resources and support.

Students Encounter Technical Difficulties

While it may sound obvious, technical problems are one of the main stumbling blocks of online training. Very often, there are compatibility issues (with operating systems, browsers or smartphones), the courses never get off the ground or the student doesn't know how to continue. All this adds to their frustration and reduces employee engagement, the learning experience is disrupted and they will probably abandon the course.

Instructional Stratagem

Offer multi-device courses and personal attention

When faced with this challenge, keep it simple. Choose online courses that do not require much internal memory or a high-speed Internet connection, and with a solid and simple script. Give priority to courses where you do not have to download any programs or print out documents. When you take the training before your students, pay attention to the sound quality (an issue that is often neglected) and be sure to try out the course on several smartphones, browsers and operating systems.

In addition, choose online courses that have a simple and comprehensive help page, a detailed FAQ section and an excellent student care service. If the online course has a chat service, email address or forum for sorting out technical glitches, you can be certain that technology won't be a problem and won't get in the way of the learning process.

The Students Don't Know The Course Exists

This often happens: you've spent months preparing an online course, you chose the best provider, you know the course is essential for your employees… but nobody in the organization is aware of its existence. Students have at their disposal hundreds and thousands of courses and are often overwhelmed by the workload and daily routine. As a result, no one knows what the training course is about and, hence, doesn't take it.

Instructional Stratagem

Launch a communications campaign

If you want your students to really pay attention to you, consider treating the launch of any training plan like the premiere of a Hollywood movie. Give a presentation in the company's largest conference room (Could you show a trailer or a preview of the online course? Would the CEO give a speech?). Create anticipation using chain emails or place large posters around the office (along the lines of "Wanted" or "Coming soon", for example). All this will spark students' interest and you will have created a buzz even before the training begins. Make sure you explain why the training is important for employees and how it will help them to be better professionals and better people.

At the same time, be sure to inform your superiors and all department heads about the training. Based on the experience of different organizations, online courses work much better if you can get senior company staff involved. Senior staff are not only in a position to allow their team members time to attend the training, but can also lead by example and, hence, encourage staff lower down the organization to take the courses.

Encouraging Collaboration

Interaction among students is one of the single most important elements of successful online education. Collaborative engagement motivates learning and promotes a deeper and more critically aware approach to the subject matter. Unfortunately, collaboration is one of the most difficult things to achieve when students are not physically present together.

Many discussion assignments do not support organic conversation. Posts are asynchronous, formal responses to prompts and so the required "discussion" of other students' ideas is understandably forced. Such forums are more akin to prepared response papers than group exercises, and this may well be appropriate for your online content.

Instructional Stratagem

To encourage collaborative problem-solving, consider giving students a more specific task than simply "commenting" on each other's ideas. Ask directly for constructive feedback about their classmates' submissions. For example: "Focus on one claim in a colleague's response that you think deserves to be developed in more depth. Suggest how that claim could be further developed and supported with evidence."

Problem-based learning is a collaborative learning strategy that gives students the opportunity to apply course material to real-world case studies in small groups. This method, whether used in group learning or individually, helps students build upon their creativity and critical thinking skills. Students are invited to analyze, synthesize and then critique the information presented. By drawing on one another's expertise and through seeking out online resources and tools, students who use problem-based learning can reach their course's learning objectives in collaborative, meaningful ways.

The shift to online learning can be difficult. It can require restructuring course components using new pedagogical approaches, learning activities and tech tools that may be new to you and your students. The pandemic has surely caused a change in the usual teaching and learning practices employed in the on-campus classroom environments, but that doesn't mean they must be abandoned altogether. By instilling collaboration, frequent communication and active learning into your classroom, you can still ensure students receive valuable and engaging educational experiences, regardless of where learning takes place.

Students don't have time for online training

The e-learning format offers students great flexibility: they can take the courses when and where they like, at their own pace and with no physical limitations. However, so much flexibility often results in inaction. Time passes and the student still hasn't accessed the training platform or completed the course. They have so much time and flexibility…that they can never actually find time to do it.

Instructional Stratagem

Set a time limit and send reminders

To solve this problem, firstly, ensure that the courses are divided into several parts and consist of brief lessons that can be completed in a short amount of time. If students encounter major stumbling blocks to learning, they will probably never find the time to tackle them. Divide the courses and conquer.

Secondly, don't be afraid to set a time limit. The fact that the training is online doesn't mean you can't set deadlines. Establish a clear and simple calendar indicating when the student should have completed each part of the online course. In addition, send reminders to students telling them that they are running out of time and encouraging them to complete the course.

Students Need to Talk to People

Online courses have lots of advantages, but we also need to recognize their limitations. Students may sometimes get frustrated due to the lack of human contact, the absence of a teacher and an inability to discuss it with their classmates. Sometimes, the online world, no matter how enriching it may be, can become too small for the student and they may need a physical space where they can resolve their queries and practice with real tools.

Instructional Stratagem

Personal attention, forums and social media

If this is the problem, one solution is to foster personal interaction within the online world as much as possible. You can organize webinars, group work or forums where students can discuss and resolve their queries. It is essential that students have a teacher they can contact (for example, tutoring via Skype). You could also promote the use of social media during the training, thus providing an additional opportunity for social interaction and humanizing the learning process.

Another solution is to combine online courses with some kind of classroom training. It has been demonstrated that this type of mixed training (known as blended learning) reinforces what students have learned and enhances the educational value of the training. Therefore, whether before, during or after the course, you could organize debates between students or classes with the teacher. This way, you will be blending the online and offline worlds and overcoming one of the most obvious limitations of e-learning.

Students Can't Practice

Science has shown that the best way to learn something is by practicing it (the famous learning by doing concept). It is only by practicing the things we do and experience (experiential learning) that we are able to internalize and recall the content and skills we learn. However, many online courses overlook this part and focus solely on theoretical content and external lessons. As a result, students cannot practice and the learning process does not reach its full potential.

Instructional Stratagem

Use useful and practical courses that have simulators

The students can practice, an essential requirement is that courses are useful and practical. Employees must feel (even if selfishly) that the training will be useful to them in their day-to-day work and will help them to become better professionals (and, indeed, people). If e-learning courses meet this requirement, students will be able to put everything they learn into practice in the real world.

In addition, to ensure they get practice during the online course, you should use simulators. Simulators have been used for decades (for example, by pilots and surgeons) to recreate real-life situations so that students can practice and experiment in safe and controlled environments. If you incorporate simulators into your training course, you will be able to solve this problem and ensure that your students put their new knowledge and skills to practical use.

The Quality of the Courses is Mediocre

The students are motivated, the course content sounds interesting, a communications campaign has been launched so everyone knows about it... but it so happens that the quality of the content is not up to par. With the information overload of today's world, with thousands of free online courses and powerful platforms such as Wikipedia, YouTube and Google, course content must be excellent and of the highest standard. Nevertheless, many students end up frustrated when they discover that they can learn more on their own than with the simple, mediocre courses offered by their companies or institutions.

Instructional Stratagem

Offer nothing but the best

The world has changed dramatically in recent years and so has your job. As the person responsible for training, one of your most important missions is to find, select and prioritize the best courses. Remember: you must be better than Google. So only go for the very best.

The Online Course Has No Impact on Your Organization

Sometimes, e-learning is able to overcome all of the above problems. The students accessed the training platform, they did not encounter any technical problems, they completed the course within the deadline and were able to practice what they learned. However, what impact did the training have on your organization? Did it improve your company's human capital? Do you have results you can show to your superiors? Many e-learning projects fail for the simple reason that they did not have an impact on the organization overall.

Instructional Stratagem

Align online courses with your organization's objectives (and measure them!)

The best way to solve this problem is to plan before launching the training. You must be clear about your learning goals and why you want your students to take this particular online course. The most important thing is that the training is aligned with the interests of your company or institution. Therefore, you should choose materials that will actually contribute to the organization's general goals (such as increased company sales, increased staff awareness of a particular matter or improved customer service management).

What's more, be sure to measure the results of the training. Set indicators before implementing the project and go back and measure them again after completing the course. This way, you will know what impact the training had on your organization. If you don't measure it, how will you know whether the course was a success or a failure? These figures will allow you to assess what worked and what didn't, and justify the investment to your superiors.

ஆன்லைன் வகுப்புகளும் அதன் பாதகங்களும்

செந்தில்குமார் தியாகராஜன்,
கல்லூரி பேராசிரியர், எக்ஸ்ல் பிசியோதெரபி கல்லூரி, குமாரபாளையம், நாமக்கல், இந்தியா,
மெயில் : _senphysio1981@gmail.com_

ஆய்வுச் சுருக்கம்

சமீப காலமாக தினமும் நாம் வாழ்ந்து கொண்டிருந்த வாழ்க்கையை வாழ முடியவில்லை அதாவது நாம் வாழ்ந்து கொண்டிருந்த அன்றாட வாழ்க்கை முறையிலிருந்து மாறுபட்டு அரசு கூறும் வாழ்க்கைமுறையை நாம் வாழ்ந்து கொண்டிருக்கிறோம். குறைந்தது ஆறு மணியிலிருந்து எட்டு மணி நேரம் கணிப்பொறி முன்பு அமர்ந்து வேலை செய்வதோ மற்றும் பள்ளி ஆசிரியர்கள் எடுக்கும் பாடங்களை கவனிப்பது இன்றைய சூழல் கட்டாயமாக்கி இருக்கிறது. கணிப்பொறி முன் அமர்ந்து வெகு நேரம் வேலை செய்யும் பொழுது அதேபோல் ஒன்லைன் வகுப்புகள் கவனிக்கும் பொழுது பல்வேறு உடல் பிரச்சினைகள் ஏற்பட நேரிடுகிறது. எலும்பு தசை நரம்பு சம்பந்தமான பிரச்சினைகளும் மலச்சிக்கல் சிறுநீரக பித்தப்பை கல் ஏற்படுதல் சிறுநீரகப் பாதை நோய்த்தொற்று அதிக நேரம் சிறுநீர் கழிக்காமல் கணிப்பொறி முன்பே அமர்ந்திருப்பதால் இதுபோன்ற பெரிய பிரச்சனைகளும் ஏற்படும்பொழுது மிகவும் மன உளைச்சலுக்கு ஆளாக நேரிடும். நம் காலம் கணிப்பொறியோடு சேர்ந்துதான் கழிகிறது, கழித்ததாகத்தான் வேண்டும் அதனால் இதுபோன்ற பிரச்சனைகளை நாம் எப்படி தவிர்ப்பது என்பதை கண்டிப்பாக தெரிந்துகொள்ளலாம் அதற்கு சில வழிமுறைகளையும் இங்கே பட்டியலிடுகிறேன். கணிப்பொறி வலியோடு வாழ நாம் பிறக்கவில்லை வலி இல்லாமல் வாழ நமக்கு தெரியும் தொடரும் வாழ்க்கை இனிமையாக அமைய நல்ல வழிமுறைகள் உள்ளன.

முன்னுரை

நாம் தான் உலகை ஆண்டு கொண்டிருக்கிறோம் என்று மனிதன் நினைத்துக் கொண்டிருந்தபோது யாருமே எதிர்பாராத வண்ணம் இந்த உலகத்தையே மனிதர் கைக்கு அப்பால் இருந்து வெளிப்பட்ட வைரஸ் கிருமி இன்று நம்மை கடந்த சில மாதங்களாக ஆண்டு கொண்டிருக்கிறது. சமீப காலமாக தினமும் நாம் வாழ்ந்து கொண்டிருந்த வாழ்க்கையை வாழ முடியவில்லை அதாவது நாம் வாழ்ந்து கொண்டிருந்த அன்றாட வாழ்க்கை முறையிலிருந்து மாறுபட்டு அரசு கூறும் வாழ்க்கைமுறையை நாம் வாழ்ந்து கொண்டிருக்கிறோம் அப்படி வாழ்வது தான் சிறப்பும் கூட. ஆன்லைன், ஒர்க் பிரேம் ஹோம், லாக்டவுன், கரோனா, வைரஸ், சானிடைசர், முகக் கவசம், தனிமனித இடைவெளி இந்த வார்த்தைகளெல்லாம் இனிமேல் நம் வாழ்க்கையோடு ஊடுருவி விட்டது. ஆன்லைன் வகுப்புகள் தொடர்ந்து கவனிக்கும் பொழுது கழுத்து முதுகு தசைகள் தெய்வடைகின்றன. இதனால் 86% பள்ளி மாணவ மாணவிகளுக்கு கழுத்து முதுகு தோள்பட்டை மற்றும் மூட்டு தசைகளில் வலி மற்றும் இறுக்கம் ஏற்படுவதாக ஆய்வு விளக்குகிறது. [1]

உன் வேலையை உன் வீட்டிலேயே நீ செய் என்று பெரும்பாலான பன்னாட்டு நிறுவனத்தில் பணிபுரியும் கணிப்பொறி ஊழியர்கள் அறிவுறுத்தப்பட்டுள்ளனர். [2]. அதேபோல பள்ளி மாணவ மாணவியர்கள் கல்லூரி மாணவ மாணவியர்கள் இதே போன்ற வாழ்க்கைக்கு வாழ கற்று கொண்டு இருக்கிறார்கள், குறைந்தது ஆறு மணியிலிருந்து எட்டு மணி நேரம் கணிப்பொறி முன்பு அமர்ந்து வேலை செய்வதோ மற்றும் பள்ளி ஆசிரியர்கள் எடுக்கும் பாடங்களை கவனிப்பது இன்றைய சூழல் கட்டாயமாக்கி இருக்கிறது. இந்த வாழ்க்கை முறை மாற்றம் நம்மில் அனைவருக்குமே மிகவும் புதியதாக இருக்கும். செல்போனிலோ கணிப்பொறி முன்பு அமர்ந்து விளையாடுவது அல்லது அப்பா வேலை செய்து கொண்டிருந்தபோது கணிப்பொறி கடந்து செல்வது என்றிருந்த பள்ளிக்குழந்தைகள் இன்று ஆன்லைன் வகுப்புகள் மூலம் பாடத்தைப் படித்துக் கொண்டிருக்கிறார்கள்.[3]

இந்த கால சூழ்நிலை மாற்றம் நாம் மிகவும் எதிர்பாராத ஒன்றாக இருந்தாலும் நமது பொருளாதாரத்தை கட்டிக் காக்கவும் அதேபோல அலுவலக வேலைகளை முடிக்கவும் கணிப்பொறியோடு வாழும் வாழ்க்கை சாதாரணமாக மாறிவிட்டது. முன்பெல்லாம் நம் பிள்ளைகளை கணிப்பொறி முன்பு அமர விடாத அப்பாக்களும் அம்மாக்களும் தனது மகனையும் மகளையும் இன்று கணிப்பொறி முன்போ அல்லது செல்போன் முன்போ அமர கட்டாயப்படுத்துகின்றனர், அளவிற்கு மீறினால் அமிர்தமும் நஞ்சு என்பதுபோல ஆறு மணியிலிருந்து எட்டு மணிநேர ஆன்லைன் வகுப்புகளில் உள்ள அல்லது கணிப்பொறி வேளைகளில் மூழ்கி இருக்கும் பொழுது குழந்தைகளுக்கும் பெரியவர்களுக்கும் பல்வேறு உடல் உபாதைகள் ஏற்படுகின்றன. ஏம்மா கம்ப்யூட்டரை பார்க்க வேணாம்னு சொல்லுவா அப்பல்லாம் இப்ப எல்லாம் கம்ப்யூட்டர் முன்னாடி உட்கார சொல்ற என்று கேள்வி கேட்கும் குழந்தைகளுக்கு பதிலைத் தேடும் பெற்றோர்கள் ஏராளம். காலைல பல்லு தேய்ச்சியா பால் குடிச்சிட்டு போய் உட்காரு மேக்ஸ் டீச்சர் ஆன்லைன் கிளாஸ் போகுது பாரு என்று பெற்றோர்கள் குழந்தைகளை வருத்தும் பொழுது மிகவும் வருத்தமாக இருக்கிறது.[4]

கணிப்பொறி முன் அமர்ந்து வெகு நேரம் வேலை செய்யும் பொழுது அதேபோல் ஒன்லைன் வகுப்புகள் கவனிக்கும் பொழுது பல்வேறு உடல் பிரச்சினைகள் ஏற்பட நேரிடுகிறது.[5] காலை 9 மணிக்கே தயாராகும் ஆன்லைன் வகுப்புகளை குறைந்தது ஆறு மணி நேரம் தொடர்ந்து ஒரு குழந்தை கவனிக்கும் பொழுது உடல் ரீதியாகவும் மனரீதியாகவும் பல்வேறு உடல் உபாதைகள் ஏற்படுகின்றன. இதில் மிக முக்கியமான ஒன்று முதுகு வலியும் கழுத்து வலியும் கைவிரல் வலியும் பொதுவாக பள்ளி மற்றும் கல்லூரி மாணவ மாணவர்களும் பாதிக்கப்படுகிறார்கள். இப்பொழுது ஏற்படும் சிறுசிறு கழுத்துவலி முதுகுவலி பின்னாளில் நாள்பட்ட அதாவது தொடர் பிரச்சினையாக பூதமாக மாறலாம். முன்பெல்லாம் எலும்பு தேய்மானம் என்பது 55 வயதிற்கு மேலே இருப்பவர்களுக்கு ஏற்படுவதாக ஆராய்ச்சிகள் எடுத்துக்கூறினர். ஆனால் கணிப்பொறி பயன்பாடும் செல்போன் பயன்பாடும் இந்த எலும்பு தேய்மானம் தளர்ச்சியுறுதல் போன்ற உடலில் பல்வேறு மாற்றங்கள் ஏற்படுவதை துரித படுத்துகின்றன.[6]

பொதுவான தொடர் கணிப்பொறி செல்போன் பயன்பாட்டால் ஏற்படும் பிரச்சனைகள்

1. கழுத்து வலி

2. தோள்பட்டையில் ஏற்படும் வலி

3. கணிப்பொறியில் இருக்கும் செயல்பாட்டை(மௌஸ்) கட்டுப்படுத்துவதால் ஏற்படும் கை விரல்களில் ஏற்படும் வலி மற்றும் எரிச்சல்

4. கட்டைவிரல் ஆட்காட்டி விரல் நடு விரல்களில் ஏற்படும் உணர்ச்சி மாறுபட்டு உணருதல்

5. முழங்கை மற்றும் மூட்டு வலி

6. முதுகு வலி மற்றும் தலை வலி கண் எரிச்சல், கண்களில் நீர் வடிதல்

7. இடுப்பு தசைகளில் அதிக நேரம் அமர்வதால் ஏற்படும் வலி

8. முதுகு மற்றும் கால் பகுதி வரை மேலிருந்து கீழாக வலி வருதல்

9. கால் விரல்கள் மருத்துபோதல்

10. உடம்பில் நிலைப்பாட்டை மாற்றம்(*POSTURE*)அதாவது உடம்பில் கூன் விழுதல்

இதுபோன்ற எலும்பு தசை நரம்பு சம்பந்தமான பிரச்சினைகளும் மலச்சிக்கல் சிறுநீரக பித்தப்பை கல் ஏற்படுதல் சிறுநீரகப் பாதை நோய்த்தொற்று அதிக நேரம் சிறுநீர் கழிக்காமல் கணிப்பொறி முன்பே அமர்ந்திருப்பதால் இதுபோன்ற பெரிய பிரச்சனைகளும் ஏற்படும்பொழுது மிகவும் மன உளைச்சலுக்கு ஆளாக நேரிடும். இதுபோன்ற பிரச்சினைகளை எப்படி தவிர்ப்பது அதற்காக ஆன்லைன் வகுப்புகளை தவிர்த்து விடலாமா இது கணிப்பொறி முன் அமர்ந்து வேலை செய்வதை தவிர்த்து விடலாமா என்றால் கண்டிப்பாக அது நம்மால் முடியாது. அது சரியான தீர்வாகவும் இருக்காது, நம் காலம் கணிப்பொறியோடு சேர்ந்துதான் கழிகிறது, கழித்ததாகத்தான் வேண்டும் அதனால் இதுபோன்ற பிரச்சனைகளை நாம் எப்படி தவிர்ப்பது என்பதை கண்டிப்பாக தெரிந்துகொள்ளலாம் அதற்கு சில வழிமுறைகளையும் இங்கே பட்டியலிடுகிறேன்.

பெற்றோர்களுக்கும் உங்கள் குழந்தைகளுக்கும்

1. உங்கள் குழந்தைகளை கண்டிப்பாக காலையிலோ மாலையிலோ விளையாட சிறுசிறு விளையாட்டுக்களை பழக்குங்கள் நீங்களும் அவர்களோடு விளையாடலாமே

2. உங்கள் குழந்தைகளோடு பெற்றோர்களும் மட்டைப்பந்து கால்பந்து போன்ற விளையாட்டுக்கள் விளையாடும் பொழுது மேற்குறிப்பிட்ட தசை எலும்பு நரம்பு சார்ந்த பிரச்சினைகளை பெரும்பாலும் தவிர்த்து விடலாம்

3. உங்கள் குழந்தைகள் அமர்ந்து ஆன்லைன் வகுப்புகள் கவனிக்கும் பொழுது அவர்கள் இருக்கைகள் உள்ள அறை நல்ல காற்றோட்ட வசதி உள்ளதாகவும் அதேபோல நல்ல வெளிச்சம் உள்ளதாகவும் இருக்குமாறு பார்த்துக் கொள்ளுங்கள்

4. ஒவ்வொரு ஆன்லைன் வகுப்பு முடியும் பொழுது இருக்கையிலிருந்து எழுந்து நடக்குமாறு உங்களின் குழந்தைகளுக்கு அறிவுறுத்தவும்.

5. கணிப்பொறி முன் அமர்ந்து வேலை செய்யும் பொழுது, வயது வந்தவர்களும் தொடர்ந்து வெகுநேரம் கணினி முன்பு அமர்ந்து வேலை செய்வதை தவிர்த்து நேர இடைவெளியை அனுசரிக்கவும்.

6. அதிக நீர் பருகுவதையும் சிறுநீர் வரும்பொழுது சிறுநீர் கழிப்பதை பழக்கப்படுத்திக் கொள்ளவும் அதனை விடுத்து சிறுநீரை அடக்கும் பொழுது சிறுநீரக கற்கள் நோய்தொற்று போன்றவை ஏற்படுவதை தவிர்க்கலாம்

7. பழங்கள் உண்பதையும் பழச்சாறுகள் உண்பதையும் குழந்தைகளுக்கு பழக்கபடுத்துவதோடு பெரியவர்களும் பருகுவதால் உடல் ஆரோக்கியமாக இருப்பதோடு உடலுக்கு தேவையான வைட்டமின் சத்துக்களும் தாது சத்துக்களும் இதனால் கிடைத்துவரும்.

8. நொறுக்குத்தீனிகள் உண்பதை கணிப்பொறி முன் இருக்கும் பொழுது தவிர்ப்பதால் குழந்தைகளுக்கு ஏற்படும் உடல்பருமன் போன்றவற்றையும் தவிர்க்கலாம்.

சில உடற்பயிற்சிகள்

கழுத்து முதுகு வலிகளை மற்றும் கண் எரிச்சல் போன்றவற்றை தவிர்க்க சில உடற்பயிற்சிகளை இங்கே உங்களுக்கு தருகிறேன்.

1. கழுத்து தசைகளை இலகுவாக்க வானத்தை நோக்கிய நேர்கொண்ட பார்வை இருக்குமாறு ஒரு ஐந்து மணித்துளிகள் மேலே நோக்குதல் அதேபோல கழுத்தை தரையை நோக்கியவாறு ஐந்து மணித்துளிகள் கீழ் நோக்கியவாறு பிடித்திருப்பது இதுபோன்று காலை மாலை 10 முறை செய்துவருவது உங்களுக்கு கழுத்து தசைகளை இலகுவாக்கும்.

2. அதேபோல கண்பார்வை இடதுபுறமும் திருப்பியவாறு அதேபோல வலதுபுறமும் திருப்பியவாறு ஐந்து மணித்துளிகள் பிடித்திருப்பது இதுவும் 10 முறை செய்யலாம்.

3. தோள்களை வானத்தின் நோக்கியவாறு உயர்த்துவது உயர்த்திய வண்ணம் ஐந்து மணித்துளிகள் பிடித்திருப்பது இதுபோன்று 10 முறை செய்வது.

4. கழுத்து தசைகளை இலகுவாக்க உங்களது கையை பின்புறம் கட்டிக்கொண்டு படத்தில் நோக்கியவாறு உங்கள் கழுத்தை வலது புறமோ அல்லது இடப்பக்கமோ உங்கள் தலையில் கை வைத்து இழுக்கும் பொழுது கழுத்து தசைப்பிடிப்புகளை தவிர்க்கலாம்.

5. நின்றுகொண்டு நேராக குனிந்து கட்டைவிரலை தொடுவதை தினமும் 10 முறை செய்வது முதுகு தசைகளை இலகுவாக்கும்.

6. முடிந்தவரை உங்கள் உணவு உண்பதை டைனிங் டேபிள் போன்றவற்றில் உண்ணாமல் தரையில் அமர்ந்து உங்கள் குழந்தைகளோடு உணவு உண்ணுவது சிறப்பானது.

7. அதேபோல மாலையிலும் சிறிது நேரம் உங்கள் குழந்தைகளோடு விளையாடுங்கள்.

8. தினமும் எட்டு மணி நேர உறக்கத்தை கட்டாயமாக்கி கொள்ளுங்கள். உறக்கம் உங்கள் உடல் தசைகளில் ஏற்படும் தசை தளர்ச்சியை தவிர்க்கும்

9. நீங்கள் படுத்துறங்கும் தலையணை மற்றும் படுக்கை உங்களுக்கு நல்ல உறக்கத்தை கொடுக்கும் வகையில் அமைத்துக் கொள்ளுங்கள்.

10. நிறைய நீர் அருந்துவதையும் அதேபோல நீங்கள் உங்கள் குழந்தையோடு ஆன்லைன் வகுப்புகள் அமர்ந்து அல்லது அவர்கள் அருகில் இருப்பது நல்லது.

முடிவுரை

நாம் வாழும் வரை நோயில்லாமல் வாழவே எல்லோரும் விரும்பிகிறோம். ஆனால் கால மாற்றம் பல்வேறு சூழல் சார்ந்த பிரச்சனை நம் வாழ்வை மாற்றி கொண்டே இருக்கிறது. மேலே குறிபிட்ட வழிமுறைகளை நீங்கள் பின்பற்றும் பொழுது உங்கள் குழந்தைகளுக்கும் பிற்காலத்தில் ஏற்படப்போகும் பல்வேறு பிரச்சினைகளை வருமுன் காப்பதோடு தவிர்க்கவும் முடியும். பொதுவாக பிற்காலத்தில் ஏற்படப்போகும் கை கால் மூட்டு கழுத்து முதுகு வலிகள் ஒருபக்க தலை வலி கண் பார்வை குறைபாடு போன்றவற்றை தடுத்து நிறுத்தவதோடு நோயில்ல வலியில்லா வாழ்க்கை வாழ்வதோடு மேற்குறிப்பிட்ட சிறு உடற்பயிற்சிகள் உங்களுடைய உடல்

ஆரோக்கியத்தை ஊக்குவிப்பதோடு நீங்கள் செய்யும் வேலைகளையும் அதேபோல ஆன்லைன் வகுப்புகளையும் சிரமமில்லாமல் நல்ல ஊக்கத்தோடு கவனிக்க செய்ய முடியும்.

References

1. Parthibane S, Majumdar A, Kalidoss VK, Roy G. Prevalence and patterns of musculoskeletal pain among school students in Puducherry and its association with sociodemographic and contextual factors. Indian J Pain 2017;31:119-26

2. Picavet HS, Schouten JS. Musculoskeletal pain in the Netherlands: prevalences, consequences and risk groups, the DMC (3)-study. Pain. 2003;102:167–78.

3. Dockrell S, Simms C, Blake C. Schoolbag carriage and schoolbag-related musculoskeletal discomfort among primary school children. Appl Ergon. 2015;51:281–90.

4. "Neck pain: overview." 17 December 2015. Pub Med Health, https://www.ncbi.nlm.nih.gov/pubmedhealth/PMH0084213/#i2374.prevalenceandoutlook

5. Viana MC, Lim CC, Pereira FG, Aguilar-Gaxiola S, Alonso J, Bruffaerts R, et al. Previous mental disorders and subsequent onset of chronic back or neck pain: findings from 19 countries. J Pain. 2018;19(1):99–110.

6. San Francisco State University. "Computers can be a real pain in the neck." ScienceDaily. ScienceDaily, 4 January 2019. <www.sciencedaily.com/releases/2019/01/190104131233.htm>.

இணைய வழிக் கற்றல் கற்பித்தலில் உள்ள சிக்கல்களும் தீர்வுகளும்

முனைவர் ஹ.அல்தாஜ் பேகம்
உதவிப்பேராசிரியர், தமிழ்த்துறை
ஸ்ரீ பராசக்தி மகளிர் கல்லூரி
குற்றாலம்.

"கணினி உலகம்

கால்குலேட்டர் மூளை

இணையக் கல்வி"

என்ற சூழலில் இன்று நாம் வாழ்ந்து வருகிறோம்

"செல் இல்லாதவன் செல்லாதவன்"

"புலனம் இல்லாதவன் (ஐம்) புலனற்றவன்"

"கொடிது, கொடிது, செல்லின்றி இருப்பது கொடிது

அதனினும் கொடிது இணையமின்றி இருப்பது"

இவையெல்லாம் இணையத்தின் இன்றியமையாமை உணர்த்தும் வரிகளாகும்.

இணைய வழிக்கற்றல் கற்பித்தலுக்கு முதல் தேவை செல்பேசியும் கணினியும் ஆகும் அதோடு கொஞ்சம் அறிவு. அவ்வளவே. ஆனால் ஆசிரியரின் பங்கை குறைத்து இணையத்தின் இன்றியமையாமையையே அதிகம் உணர்த்தும் இக்கல்விமுறை சற்று வருத்தம் அளித்தாலும் இ;ச்சூழலில் இதைத்தவிர வேறு வழி இல்லை என்றே தோன்றுகிறது எனலாம். கிராமப்புறம், நகர்ப்புறம், ஆண்கள், பெண்கள், வசதி படைத்தவர், ஏழைகள், அறிந்தோர், அறியாதோர் என 21-ம் நூற்றாண்டின், இணைய

உலகத்தில் கட்டமைப்பு சார்ந்த ஏற்றத்தாழ்வுகளை கோவிட்-19, நோய்தொற்று தீவிரமாக்கியுள்ளது என்றே கூறலாம்.

இணைய வழிக்கற்றல் கற்பித்தலில் உள்ள சிக்கல்கள்:

இணையவழி வகுப்புகளுக்கான உள்கட்டமைப்புகள் அற்ற சூழலில் ஆசிரியர்களும் மாணவர்களும் இதுவரை சந்திக்காத சவால்களை சந்திக்கிற சூழல் உருவாகியுள்ளது. இணையவழிக்கற்றலுக்கு மின்சாரம், இணையம், கணினி, அறிதிறன் பேசி (ஸ்மார்ட் போன்) போன்றவை தேவை. இந்தியாவில் பிரதமரின் **'சஹஜ் பிஜ்லி ஹர் கர் யோஜனா'** திட்டம் மின்சாரம் வழங்கினாலும், அது தடையற்ற மின்சாரத்தை வழங்குகிறதா? என்பது ஐயமே! **தேசிய ஆய்வு மாதிரி அலுவலகம் (என்எஸ்எஸ்ஓ)** *2017-18-ஆம் ஆண்டு வெளியிட்டுள்ள ஆய்வறிக்கையில் கிராமப்புறங்களில் 4.4 சதவீத வீடுகளிலும், நகர்ப்புறங்களில் 23.4 சதவீத வீடுகளிலும் கணினிகள் உள்ளன. இணைய வசதி கிராமப்புறங்களில் 14.9 சதவீத வீடுகளிலும், நகர்ப்புறங்களில் 42 சதவீத வீடுகளிலும் உள்ளது. இணைய வசதி நகர்ப்புறங்களிலேயே சரியாக கிடைக்காத போது கிராமங்களைப்பற்றிக் கூறவே வேண்டியதில்லை எனலாம். நம் நாட்டில் 24 சதவீதத்தினரிடம் அறிதிறன்பேசிகள் உள்ளன.11 சதவீதத்தினரிடம் கணினி, மடிக்கணினி, இணைய வசதிகள் உள்ளன.* இதிலும் தமிழ் நாட்டின் நிலைமையோ கேட்கவே வேண்டாம். இணையத்துடன் இணைந்திருப்பதால் ஏற்படும் பாதிப்புகள் குறித்தும் **'நிம்ஹான்ஸ்'** (பெங்களூர் மனநல ஆராய்ச்சி மையம்) ஆராயத்தொடங்கி உள்ளது.

1.சமூகச் சிக்கல்கள் :

1. வறுமை 2. பணி 3.பாலின வேறுபாடு 4.கவனக்குறைவு (அ) அக்கறையின்மை.

2.இணையச் சிக்கல்கள்:

1. புறநகர்ப்பகுதியில் ஏற்;படும் இணையக் குறைபாடு *2.*குறைந்த அளவு இணைய வசதி (டேட்டா) *3.*அறிவின்மை *4.*கற்றல் குறைபாடு. *5.* ஆசிரியரின் திறமை குறைபாடு.*6.*நேர்வழிக்கற்றல், இணைய வழிக்கற்றலுக்குள்ள வேறுபாடுகள்.

சமூகச் சிக்கல்கள் :

அ. வறுமை: இது ஏழைகளுக்குரிய சொத்தாக வறுமை நீடிக்கிறது.

"இருட்டை விரட்ட வந்த கறுப்புச் சூரியன்" என்பது போல் வறுமை சில தலைமுறைகளில் நிரந்தரமாகவே தங்கி விட்டது போன்ற ஓர் நிலைமை நம் நாட்டின் சில சமூகங்களில் காணப்படுகிறது. சிலர் பரம்பரை பரம்பரையாக கூலித் தொழிலாளர்களாகவே உள்ளனர் அலஇபேசியோ, கணினியோ அவர்களிடமும் இல்லை அவர்களின் பிள்ளைகளிடமும் இல்லை. சில பெற்றோரிடம் உரிய வேலையை செய்ய பொத்தான் செல்பேசி மட்டுமே உள்ளது. அப்படியெனில் அக்குழந்தைககளின் கல்வி அதிலும் இந்நெருக்கடியான கரோனா சூழலில் மாணவர்களின் பெற்றோர் வயிற்றுப் பிழைப்பிற்கே அல்லாடும் போது தங்கள் பிள்ளைகளை எங்ஙனம் இணையத்தில் படிக்க வைக்க முடியும். ஆம்மாணவர்களுக்கு செல்பேசி என்பது எட்டாக்கனியாகவே உள்ளது.

ஆ. பணி: சில மாணவர்கள் குடும்ப பொருளாதாரச்சூழல் காரணமாக பணிக்குச் செல்வதால் இணைய வகுப்புகளில் கலந்து கொள்ள முடிவதில்லை. இதனால் அவர்களின் கல்வி கேள்விக்குரியாகின்றது.

இ.பாலின வேறுபாடு: சில வீடுகளில் பெண்குழந்தைகள் என்றாN;ல படிக்க வைப்பதில்லை. சிலர் விரைவில் திருமணம் முடித்து விடுகின்றனர். அப்படியே படித்திருந்தாலும் சில பெற்றோர் மாணவிகளுக்கு செல்பேசி வாங்கித் தருவதில்லை. இவ்வாறன பிற காரணங்களால் பெண்கள் கல்வி தொடர முடியாத சூழல் ஏற்படுகிறது.

ஈ. கவனக்குறைவு (அ) **அக்கறையின்மை**: சில பணக்கார மாணவர்கள் செல்பேசியில் கணினியில் இணைய விளையாட்டுகளில் ஈடுபடுவதால் அவர்கள் இணையத்தில் படிக்க அக்கறை காட்டுவதில்லை.

2. இணையச் சிக்கல்கள்:

அ. புறநகர்பகுதி, கிராமங்கள், மலைப்பகுதிகளில் ஏற்;படும் இணையக் குறைபாடு:

புறநகர்பகுதியில் இணையம் இன்மையால் ஏற்;படும் இணையக் குறைபாடு. மலைவாழ் கிராமங்களில் கல்வி எனும் சாதரண வசதி கூட இல்லாமல் இயல்பாக வாழ்ந்து வருகின்றனர் அம்மலை வாழ் மக்கள். "உலகத்திலுள்ள *370 மில்லியன் பழங்குடி மக்களில் இந்தியாவில் 645 வகை பழங்குடியினரும், தமிழகத்தில் 36 வகை பழங்குடியினரும் வாழ்வதாக புள்ளி விவரங்கள் தெரிவிக்கின்றன. (தினத்தந்தி ஜீன்-9.2020) அதிக பழங்குடிகள் வாழும் நாடுகளில் உலகில் இந்தியா 2ம் இடம் பெற்றுள்ளது என்றால் யோசித்துப் பாருங்கள். கல்வியைப் புகுத்துவதே சவால். அதிலும் இணையக்கல்வி பெரும் சவாலே. 14 சதவீதத்திற்கும் குறைவாகவே அவர்கள் கல்வி அறிவு பெறுவதாக புள்ளி விவரங்கள் கூறுகின்றன.*" 2009ல் உருவாக்கப்பட்ட கல்வி உரிமை சட்டத்திற்கு பிறகு அம்மக்களின் நிலையில் சற்றே முன்னேற்றம் ஏற்படுகின்றது என்றே கூறலாம். எனினும் அது போதாது.

கிராமப்பகுதிகளில் இணைய தொழில்நுட்ப வசதிகள் முறையாக இல்லை. இதனால் அங்குள்ள மாணவர்கள் இணையவழிக்கல்வியில் இணைய முடியாமல் வருந்துகின்றனர்.

ஆ. குறைந்த அளவு இணைய வசதி (டேட்டா)

சில நடுத்தர வசதியுள்ள வீடுகளில் வருமானம் கருதி குறைவான டேட்டா அளவை பயன்படுத்துவதால் டேட்டா திடீரெனக்

குறைந்து படிக்க இயலாத சூழல் ஏற்படுகின்றது.

இ.அறியாமை:

செல்பேசி, கணினி, மடிக்கணினி எப்படி பயன்படுத்துவது டேட்டாவை முறையாக எப்படி பயன்படுத்துவது, டேட்டா முடிந்ததும் எப்படி ரீசார்ஜ் செய்வது என்பதைக் கூட அறியாமல் சிலரும் இது பற்றி மறந்து சிலரும் வாழ்ந்து வருகின்றனர்.

ஈ.கற்றல் குறைபாடு;

மாணவர்களில் பலர் இணையத்தில் கற்றுக்கொடுப்பதை சரியாகப் புரிந்து கொள்ள இயலாத கற்றல் குறைபாட்டில் உள்ளனர்.

உ. ஆசிரியர் திறன் குறைபாடு:

கற்றுக்கொடுக்கும் ஆசிரியர்களிலும் சிலர் கற்றல் குறைபாட்டுடன் இருப்பதால் மாணவர்களுக்கு முறையாக கல்வி பெறுவதில் சிக்கல் ஏற்படுகிறது எனலாம்.

நேர்வழிக்கற்றல், இணைய வழிக்கற்றலுக்குள்ள வேறுபாடுகள்:

நேர்வழிக்கற்றல்: அ.ஆசிரியர் நேரிடையாக மாணவர்களின் பிரச்சினைகளை தீர்வு காணலாம்.

ஒவ்வொருவரையும் படிக்க வைக்கலாம்.கண்காணிக்கலாம். மாணவர்கள் நூலகத்திற்குச் சென்று படித்து ஐயந்திரிபறக் கற்கலாம். மாணவாகளை பலபோட்டிகளில் கலந்து கொள்ள வைக்கலாம். மாணவர்களின் உள்ளஉணர்வுகளையும் உளவியல் தன்மைகளையும் அறிந்து ஆசிரியர்கள் மாணவர்களுக்கு பயிற்சியளித்து வெற்றி பெறச் செய்ய இந்த நேரடி முறை ஏதுவாகின்றது.

இணைய வழிக்கற்றல்:

மாணவர்கள் இணையத்தில் இணைந்துள்ளனரா? என்பதே சந்தேகமாக உள்ளது. ஏனெனில் மாணவர்கள் வீடியோவை நிறுத்தி விட்டு பப்ஜி, பிரீ பேர் விளையாடுகின்றனர். இவ்வாறு இணைந்தே இருப்பதால் உடல், மனரீதியாக பற்பல பிரச்சினைகளை சந்திக்கின்றனர். இதனால் சிலரின் எதிர்காலம் கேள்விக் குறியாகின்றது. இணையத்தை தவறான வழியிலும் சிலர் பயன்படுத்துகின்றனர். இந்நிலை மாற வேண்டும்.

"அகர முதல எழுத்தெல்லாம் ஆதி பகவன் முதற்றே உலகு" (குறள் - 1) எழுத்துக்கள் எல ;லாம் அகரத்தை முதலாகக் கொண்டுள்ளதைப் போல் இந்த உலகம் ஆதி பகவனை முதலாகக் கொண்டுள்ளது. பல் போனால் சொல் போச்சு என்பது பழமொழி எழுத்துக்களை சரியாக உச்சரித்தால் தான் பொருள் விளங்கும். எனவே எவ்வாறு எழுத்துக்கள் உச்சரிக்கப்படுகின்றது (phonology) என்பதையும் தமிழுக்குரிய தளங்களையும் அறிமுகப்படுத்துவதில் ஐ.சி.டி யின் பங்கு எவ்வகையில் மாணவர்கள் தங்கள் கல்வித் திறனை வளர்த்துக் கொள்வதற்குப் பெரும்பங்கு வகிக்கிறது என்பதைப் பற்றியும் விளக்குவதே இந்த ஆய்வின் நோக்கமாகும். தமிழ் மொழி: உலகமொழிகளுக்கெல்லாம் தாயாக விளங்குவதால் இது செம்மொழி என்ற தகுதியைப் பெற்றுள்ளது. உலகின் பழமையான மொழிகளுள் இதுவும் ஒன்று. தமிழ் ஒரு தொன்மையான திராவிட மொழியாகும். தமிழ்மொழி இந்தியாவில் தமிழ்நாடு, புதுச்சேரியிலும் இந்தியாவில் ஸ்ரீலங்கா, மலேசியா, சிங்கப்பூரிலும் அதிக மக்களால் பேசப்படுகிறது. இந்தியாவின் சிறந்த வரையறுக்கப்பட்ட 22 மொழிகளுள் ஒன்றாகக் கருதப்படுகின்றது. தமிழ் எழுத்துக்கள்: தமிழ் எழுத்துக்கள் மொத்தம் எத்தனை அவை எவ்வாறு அமைகின்றன என்பதை பின்வருமாறு காணலாம்.

" எழுத்தெனப்படுவ அகர முதல னகர இறுவாய் முப்பதென்ப" (தொல்.,எழுத்து :1) என்பார் தொல்காப்பியர். "உயிரும் உடம்புமாம் முப்பது முதலே" (நன்னூல் : 59) என்ற நன்னூலாரின் கூற்றுப்படி உயிர்மெய் எழுத்துக்கள் முப்பது ஆகும். தமிழ் எழுத்துக்களில்

உயிர் எழுத்துக்கள் - 12 மெய் எழுத்துக்கள் - 18 ஆய்த எழுத்து - 1

உயிர் மெய் எழுத்துக்கள் - 12 ஓ 18 - 216 (உழஅடிஞெனடநவவநசஎ) மொத்தம் - 247 இவை போன்ற இலக்கண வகுபபுகளையும் வலையொலி மூலமும் மாணவர்களுக்கு உணர்த்தலாம்.

தீர்வுகள்

ஏழை மாணவர்களும் எளிமையாக படிக்க நம்அரசு அனைவருக்கும் இலவச இணையத்திட்டம் கொண்டு வர வேண்டும்.

குறைந்த கட்டணத்தையாவது பெற்றுக் கொண்டு மாணவர்களுக்கு இணைய வசதி வழங்கப்படவேண்டும்.

பெண் என்ற பாகுபாடு காட்டாத சமூதாயமாய் பெண் குழந்தைகளையும் படிக்க வைக்க வேண்டும்.

சிந்தனையை ஒருமுகப்படுத்தி மாணவர்கள் அக்கரையுடன் கவனிக்க வேண்டும்.

கிராமம், நகரம் அனைத்திடங்களிலும் இணைய வசதி வழங்கப்படவேண்டும்.

இணைய பயன்பாடுகள் குறித்த அறிவை ஒவ்வொருவரும் (இணையத்தின் அறிவை) பெற்றிருப்பது மிக அவசியம்.

இணையக்கல்வி அறிவைப் பரப்புதலை விட அறிவை ஆளுதலையே வலியுறுத்துகின்றது. கற்றல் கற்பித்தல் கட்டமைத்தலையே உணர்த்துகிறது.

பகுத்தல், தொகுத்;தல், மதிப்பிடல் போன்ற முறைகளை எளிதில் அறிந்து பயன்படுத்தலாம்.

வலைப்பதிவு (ப்ளாக்), விக்கி, பல்லூடகம் (மல்டிமீடியா)உரையாடல் (கான்பரன்ஸ்), திரைப்பகிர்வு (ஸ்கிரீன் சேரிங்) சேர்ந்தியங்கு கருவிகள் (கொல்லாபிரேசன் டூல்ஸ்) வலைச்செயலிகள் வெப் அப்ளிகேசன்ஸ்) எனப்பலவகைகளில் உலகிலுள்ள யாரும் யாருக்கும் தகவல்களைப் பகிரலாம்.நேரடியாக ஊடாடவும், பலபேர் பலஇடங்களிலிருந்து சேர்ந்தியங்கவும் (டிஸ்டிபியுடட் கொல்லாபரேசன்) முடியும்.

(www.Tamilvu.org) என்ற தமிழ் இணையப்பல்கலைக்கழகத்துடன் தமிழ்க் கல்வியைப் பெறலாம். மேலும் பல அறிவுசார் தளங்கள் உள்ளன.

அதன் இருப்பிட முகவரி தமிழ் இணையப்பல்கலைக்கழகம், எல்நெட் மென்பொருள் நகரம், நான்காம் தளம், தரமணி சென்னை-13.

தமிழ் இணையப்பல்கலைக்கழகம் நடத்தும் பாடத்திட்டங்களை துவக்கக்கல்வி ஆசிரியர்கள் அறிந்து தம் மாணவர்களுக்கு அறிவிக்க வேண்டும்.

கற்பிக்கும் உபகரணங்கள், ஆடியோ, வீடியோ கருவிகள். மென்பொருள் பொருள்கள், ஊடகம், கல்வி குறித்த இணைய தளம் ஆகிய இந்த கற்றலுக்குரிய தொழில் நுட்பத்தையும் பயன்படுத்த வேண்டும்.

பார்வையற்றோருக்கும், ஒன்றும் தெரியாதவர்களுக்கும் வானொலி, தொலைகாட்சி மூலமும் பாடங்களை கற்பிக்கலாம்.

இணைய தளப்பயன்பாட்டால் ஆசிரியர்கள் மற்றும் மாணவர்களின் அறிவு தரம் உயர்த்தப்படுவதாக ஆய்வுகள் கூறுகின்றன.

இணைய தளங்கள்

(www.Tamilvu.org) என்ற இணையதளத்தின் வழி அறியலாம்.
. செந்தமிழ்ச் சொற்பிறப்பியல் பேரகரமுதலி மூலம் தமிழ்ச்சொற்களை
அறியலாம். *https://en.wikipedia.org/wikitamil _literature 4.www.valaitamil.com 5.*

http://www.tamilnation.com 6. http://www.karkanirka.org 8

7.http://www.tamilmozhikoodam.com 8. http://www.apptamil.com 9.

http://www.illakkium.com 10. http://www.kalapam.com 11.

http://www.lexilogos.com/english/tamil_dictionary.html

தமிழ் உச்சரிப்பு :

ழ , ள, ல, ண, ன, ர, இதில் தமிழ் உச்சரிப்பு தவறானவை தமிழ் உச்சரிப்பு சரியானவை எவைவென அறிய வேண்டும். பளம் புழம் தமிளன் தமிழன் புளி

புலி ஊறல் ஊரல் பூணை பூனை மளை மலை கூட்டெழுத்து: தமிழ் உச்சரிப்பு தவறானவை தமிழ் உச்சரிப்பு சரியானவை தென்ட்றல் தென்றல் நன்ட்றி நன்றி கட்றோர் கற்றோர் பட்றி பற்றி ஆள்பாதி ஆடைபாதி, என்பது பழமொழி. எழுத்து பாதி சொல்வது மீதி என்பது புதுமொழி. ஏனெனில் எழுத்துக்கள் சரியாக உச்சரிக்கப்படவில்லை எனில் அதன் கருத்;து கேட்பவர்களை முழுமையாகச் சென்றடையாது. எனவே, எவ்வாறு எழுத்துக்கள் உச்சரிக்கப்படுகின்றது *(phonology)* என்பதை காணோலி மூலம் உணரலாம்.

முடிவுரை:

இணைய வழிக்கற்றல் ஒருபோதும் வகுப்புகளில் கற்கும் அனுபவத்தை அளிக்க முடியாது. இந்நெருக்கடியான சூழலில் ஒரு மாற்று முயற்சியாக கருதலாமே ஒழிய அது என்றென்றும் வழக்கமான கற்பித்தல் முறைக்கு ஈடாகா. இணையக் கல்வியில் அனைவரும் இணைய ஒரே வழி நிதிநிலை அறிக்கையில் கல்விக்கு ஒதுக்கப்படும் நிதியை மத்திய, மாநில அரசுகள் அதிகரித்தால் இணையக்கல்வியில் ஏழை மக்களும் இணையலாம் உலக அரங்கில் இந்தியா உயர் தரம் பெறலாம்.

இணையவழிக் கற்றல் கற்பித்தலில் உள்ள சிக்கல்களும் தீர்வுகளும்

முனைவர் வி.வசுமதி
இணைப் பேராசிரியர் மற்றும் தமிழ்த்துறைத் தலைவர்
ஸ்ரீ ஜிவிஜி விசாலாட்சி மகளிர் கல்லூரி (தன்னாட்சி)
உடுமலைப்பேட்டை..
மின்னஞ்சல் *vasumathiudt@gmail.com*

"அழலின் நீங்கா அணுகான் அஞ்சி
நிழலின் நீங்கா நிறைந்த நெஞ்சமொடு
எத்திறத் தாசா னுவக்கும் அத்திறம்
அறத்திற் றிரியாப் படர்ச்சிவழி பாடே"

(பவணந்தி முனிவர் – நன்னூல் - பாயிரம்)

ஆய்வுச்சுருக்கம்

ஆசிரியர்– மாணவர் உறவென்பது தீயும் அனலும் போல அனுகியும் அஞ்சியும் இருத்தல் வேண்டும் என்கிறது நன்னூல். குருகுல கல்வியும், வகுப்பறைக் கல்வியும் போதித்ததததும் அதுவே. ஆனால் இன்று ஆசிரியர் – மாணவர் உறவுமுறை சற்று மாற்றம் கண்டுள்ளது. காலச்சூழலே இதற்குக் காரணம் என்பது மறுக்க முடியாத உண்மை. பார்வைக்குள் பார்வை வைத்து மாணவர்களைக் கண்ணால் கட்டிப்போட்டு பாடம் நடத்திய காலத்தைக் கடந்து இன்றைய கொரோனா காலம் அலைபேசியில் நமக்குநாமே பார்த்துக் கொண்டு பாடம் நடத்தும் நிலை வந்துவிட்டது. இத்தகைய சூழலிலும் மாணவர்கள் கவனிக்கும் பொருட்டு பாடம் நடத்த வேண்டிய கட்டாயம் ஆசிரியர்களுக்கு ஏற்பட்டுள்ளது. இச்சூழலில் இணையவழிக் கற்றல் கற்பித்தல் என்பது பன்னாட்டு கல்விக்கு இணையான கல்வித்திறத்தை முன்னேற்றப்பாதையில் இட்டுச் செல்கிறது. இதில் உள்ள சிக்கல்களையும் தீர்வுகளையும் ஆய்வது இக்கட்டுரையின் நோக்கம்.

ஆய்வுப் பொருள்

மாறிவரும் சூழலுக்கேற்ப மாணவர்கள் மட்டுமின்றி ஆசிரியர்களும் தங்களின் மேலான கணினிவகைச் செயல்களை வளர்த்துக் கொண்டு கற்றல் கற்பித்தல் திறனை மேம்படச் செய்வது இக்கட்டுரையின் ஆய்வுப் பொருள்.

ஆய்வின் கருதுகோள்

இணையவழி கற்றலில் ஏற்படும் சிக்கல்கயையும் இணையத்தில் காணலாகும் பல்வேறு செயலிகளின் வாயிலாக மாணவர்களைக் கவர்ந்திழுக்கும் தன்மையால் கற்றல் சிக்கலைத் தவிர்த்து தீர்வு காணுவதே இக்கட்டுரையின் கருதுகோள்.

கற்றல் கற்பித்தல்

நெஞ்சுகள னாகச் செவிவா யாக
தொல்காப்பியர் – தொல்காப்பியம் - சிறப்புப் பாயிரம்)

இருந்த கற்றல் கற்பித்தலில் இன்று கற்பித்தல் மட்டும் நடக்கிறது. கற்றல் கேள்விக்குறிதான். உலகம் கொரோனாவின் பிடியில் சிக்கினாலும் மாணவர்கள் அகப்பட்டது என்னவோ இணையவழிக் கல்விதான் என்று உள்ளுகின்றனர். ஏனெனில் வகுப்பறைச் சூழல் வேறு. இணைய வகுப்பறைச் சூழல் வேறு.

வ.எண்	கல்லூரி வகுப்பறை	இணையவழி வகுப்பறை
1	பார்வை மாறாது	பார்வை மாறும்
2	குறும்புகள் குறையும்	குறும்புகள் அதிகம்
3	உடனடி பதில்கள் வராது	உடனடி பதில்கள் வரும்
4	கட்டாய கவனம் உண்டு	கட்டாய கவனம் இல்லை
5	புத்தகங்களின் தேவை உண்டு	மின் புத்தகங்களின் தேவை
6	ஆசிரியர் தன்னிலையை மாணாக்கர்களுக்கு உணர்த்தல்	ஆசிரியர் தன்னிலையை மாணாக்கர்களுக்கு உணர்த்தல் இல்லை
7	மாணவர் மனநிலை அறிதல் உண்டு	மாணவர் மனநிலை அறிதல் இல்லை

இக்காரணங்களை நோக்கும் போது வகுப்பறையை நேரில் பார்த்துப் புரிந்து கொண்ட ஆசிரியரால் மட்டுமே இணையவழிக் கல்வியைக் கற்றுக் கொடுக்க சாத்தியப்படும் என்பது வெளிப்படை.

இணையம் அன்று முதல் இன்று வரை

1960களின் பின்பு இரண்டு வலையமைப்புகளிலிருந்து மாறிய இணையம் கணினி மைய அமைப்புக்கு மாறி உருவானது. ஆல்பாநெட் மற்றும் *x.25* நெறிமுறை பொதிநலை மாற்றம், **யுனிக்ஸ் டு யுனிக்ஸ்** *(UUCP)* மற்றும் ஃபிட்டோநெட் வளர்ச்சியானது தளவலையமைப்புகளை உருவாக்கியது. இவ்வளர்ச்சிகள் தங்களுக்குள் இணைந்து கட்டமைப்பு வலையமைப்பாக மாறியது. இந்த நெறிமுறைதான் இணையம்.

1982-இல் அதிகாரப்பூர்வ நடைமுறையால் உலக வலையமைப்புச் *(www)* சிந்தனை உருவானது. விரைவான காலஓட்டம், பன்னாட்டுக்கு இணையான நடைமுறை வாழ்க்கை, வளர்ச்சிப்பாதையை நோக்கும் வணிகம், தனியார்மயமாக்கல், போட்டி மனப்பான்மை, உலகமயமாக்கல் போன்ற பல்வேறு நிலைகளில் இணையம் தனது சேவைகளை வழங்கியது. இச்சேவை வழங்கிகள் *1990* களில் பயன் சார்ந்து வளர்ச்சி பெற்றது.

இப்படி வளர்ந்த இணையத்தில் *Google* மிக முக்கிய இடத்தைப் பெற்றுள்ளது. உலகின் தகவல்களை ஒருங்கிணைப்பது *Google* - இன்; நோக்கம். எனவே பல்வேறு சேவை நிறுவனங்கள் *Google* க்கு சேவைகள் வழங்குகின்றன. இதனால் *Google* இணையத்தில் பிரிக்க முடியாததாகிவிட்டது. *googol* என்ற எழுத்தில் தொடங்கி *Google* என்று மாற்றம் பெற்ற இவ்வெழுத்து இன்று வரை 6 முறை எழுத்து வடிவ மாற்றம் பெற்றுள்ளது என்பதை நாம் ஈண்டு நோக்க

வேண்டும். இத்தகு சிறப்பினைப் பெற்ற Google வழி கற்றல் கற்பித்தல் செயலிகளும் இடம்பெறுகின்றன என்பது சிறப்பு. இதன்வழியே உலக அளவில் நாம் கல்வியின் தரத்தை உயர்த்த முயற்சிக்கிறோம்.

இன்றைய காலமும் கல்வியும்

கொரானாவின் தொடக்கம் மாணவர்களை மகிழ்ச்சியில் திளைக்க வைத்தது. நாள்பட நாள்பட மாறிய மாணவப் பருவத்தில் மாணவர்கள் குடும்பச் சூழலில் இணைந்தனர். பொருளாதார சீர்கேடு பல்வேறு மாணவ சமூகத்தைப் புரட்டிப் போட்டது. படிப்பை மறந்து தொழிற்சாலைகள் சென்றனர். சுய வேலைவாய்ப்புகளை உருவாக்கினர். பணம் தேடி படிப்பை விட்டனர். இம்மாணவர்களுக்கு இணையவழிக் கல்வி என்பது யோசிக்க வேண்டியதாகிறது. இணைய வசதி இருப்பினும் அதனை மாணவர்கள் தங்களின் பொருளாதார வளர்ச்சிக்குப் பயன்படுத்த முன்னுரிமை அளிக்கின்றனர். அதன்பின்பே படிப்புக்கு. தன்னால் தன் குடும்பம் முன்னேறும் வகையில் மகிழ்ச்சியுற படிப்பு நின்றுவிடுகிறது. மற்றொன்று கையில் சம்பாதித்த பணம் படிப்பை நிறுத்தி விடுகிறது. கல்வியைக் கற்கும் ஆர்வம் மாணவனுக்கு ஏற்பட்டால் எந்தவொரு சூழ்நிலையிலும் அவன் படிப்பைக் கைவிட மாட்டான். இந்த ஆர்வமிகு தன்மையை உருவாக்குவது இன்றைய ஆசிரியரின் கையில் மட்டுமே உள்ளது.

இணையவழிக் கல்வி காட்டும் கற்பிக்கும் வழிகள்

இணையவழிக் கற்றலில் காணலாகும் சிக்கல்களில் முக்கியமாக பாதிப்புக்குள்ளாவது அடித்தட்டு மக்களே. அவர்கள் தம் நலன் நோக்கில் சமூக உணர்வாளர்களும், மற்றும் அரசும் ஏற்பாடு செய்தால் இவர்களும் இணையவழிக் கற்றல் கற்பித்தலில் தேர்ச்சி பெறுவார். இவர்களுக்கென்றே இணையத்தில் பல்வேறு செயலிகள் இடம்பெறுகின்றன.

Popular LMS

CAMU

Google classroom

Canvas

Blackboard learning

Talent LMS

VSLMS

Student Information System (SIS)

Power school SIS

Grade link

Infinitive campus

Ellucian Banner Student

Skyward Student Management suite

Munis

CMS (Classroom Management System)

Class Dojo

Dy know

MC Graw – Hill connect

Power school unifried classroom

Nearpod

Education Software Categories

Academic Advising Software

Assessment Software

Curriculum Management Software

Digital Learning Platform

Education ERP Software

Language Learning Software

Online course Providers

Scholarship Management Software

Technical Skill Development Software

Virtual Classroom Software

இவை போன்ற கணினி தளங்கள் மற்றும் செயலிகள் மாணவர் நலனுக்காக இன்று பெருமளவில் இணையத்தில் உள்ளன. இதனைக் கொண்டு ஆசிரியர் மாணவர் – கற்றல் கற்பித்தல் திறனை வெளிப்படுத்த முடியும்.

சிக்கல்களும் தீர்வுகளும்

வ.எண்	சிக்கல்கள்	தீர்வுகள்
1	கணினி பற்றிய அறிவு முதற்கண் ஆசிரிய மக்களுக்குத் தேவை	ஆசிரிய பயிற்சி மற்றும் அது தொடர்பான படிப்புகளில் கணினி மற்றும் தொழில்நுட்பங்கள் பற்றிய பாடங்கள்கட்டாயமாக்கப்படல் வேண்டும்.

2	எழுத்துரு, ஒருங்குகுறி – பற்றி ஆசிரியர் மாணவர் சிந்தித்தல் வேண்டும்.	பாடத்திட்டத்தில் கட்டாயம் ஒருபாடம் தமிழில் இணைய வழிப் பாடமாக அமைக்கப் பரிந்துரைக்க வேண்டும்.
3	இளைஞர்களுக்கு மட்டும் சாத்தியம்	தொழில்நுட்பத்தைப் புரிந்து கொண்டால் எல்லாருக்கும் சாத்தியம்
4	சமத்துவம் இருக்காது	ஏற்பாடு செய்து கொடுத்தால் அனைவருக்கும் சமமாகும்.
5	மாணவர்கள் நேரடிக் கற்றலை பெரிதும் விரும்புகின்றனர்.	புதுப்புது தேடலை விரும்பும் மாணவர்களால் இணையவழிக் கற்றலையும் விரும்புகின்றனர்.
6	நேருக்கு நேர் கற்பது போல திறன் வாய்ந்தது அல்ல	ஓர் ஆசிரியர் சூழ்நிலைக் கேற்ப ஒரு நல்ல பாடத்தை வடிவமைப்பார்
7	ஆசிரியர்கள் தங்களைத் தாங்களே புதுப்பித்துக் கொண்டு இணையவழிக் கல்வியைத் தரவேண்டியது காலத்தின் கட்டாயம்.	தடையற்ற இணையவழி சேவை, மின்சாரம், கணினி இத்துடன் அரசின் மானியமும் தகுந்த பயனாளிகளைச் சென்றடைந்தால் வெற்றி பெறும்

முடிவுரை

இணையவழி கற்றல் கற்பித்தலில் உள்ள சிக்கலில் ஆசிரியர் தன் திறமையை இணையத்தின் வழி செயல்படுத்தும் வகையில் தீர்வு இருக்கிறது. மேலும் மாணவர் அதனைக் கையாளும் வகையில் கற்றல்திறன் மாணவர்களுக்கு மேம்படும். குருகுல கல்வியிலிருந்து கல்விக்கூட கல்விக்கு சமூகம் மாறியது போல வகுப்பறைக் கல்வியிலிருந்து இணையவழிக் கல்விக்கு மாறுவது இன்றைய காலத்தின் தேவை. செயலிகளும் அதனைக் கையாளும் வகையயை ஆசிரியரும் மாணவரும் அறிந்து நன்முறையில் பயன்படுத்தினால் வரும் சமூகம் இணையக் கல்வி வழியாக வளரும் சமூகமாக மாறும். இதற்கு அரசின் இணைய வழிக் கல்விக் கொள்கை வகுக்கப்படல் கட்டாய தேவையாகிறது. அப்பொழுது பிற்காலத்தில் மொழி வளர்ச்சி, மொழி ஆளுமை வளர்ச்சியை கணினிவழி உணர்வூட்டி மாணவ சமூகத்தை வளர்த்தெடுக்க முடியும் என்பது திண்ணம்.

துணைநூற் பட்டியல்

1. தொல்பாப்பியர் தொல்காப்பியம் சிறப்புப்பாயிரம்,

2. பாவை பப்ளிகேஷன்ஸ், சென்னை. 2007

3. பவணந்தி முனிவர் நன்னூல் - மணிவாசகர் பதிப்பகம்சென்னை .1992

4. பொதுவான செய்திகள் இணையத்தின் வாயிலாக பெறப்பட்டன.

5.

கணினித்தமிழ் தொகுப்பியல் பார்வை

பெ.வீரம்மாள், *M.A.,M.Phil., B.Ed., (P.hd)*
தமிழ்த்துறை உதவிப்பேராசிரியர்>
பார்வதீஸ் கலை அறிவியல் கல்லூரி ண்டுக்கல்.
pveerammal1983@gmail.com

முன்னுரை:

கணினித்தமிழ் பற்றிக்கூறும் போது "கணிப்பொறிக் கல்வி" இன்று அனைத்துத்துறை வளர்ச்சிகளுக்கும் அடிப்படையானதாக உள்ளது. எந்தப் பாடத்தைக் கற்பவராயினும் கணினி அறிவியலையும் கற்றிருக்க வேண்டும் என்பது கட்டாயத் தேவையாகிவிட்டது. எனவே அனைவரும் கணினிப் பயிற்சியைப் பெறுவதில் ஆர்வம் காட்டுகின்றனர். அதன் காரணமாக கணினிக் கல்வியைத் தமது தாய்மொழியில் கற்கவேண்டிய ஆர்வமும்>தேவையும் அதிகரித்துள்ளது"1 என்று கூறுகின்றனர்.

கணினிவழி தமிழ்க்கற்றல் கற்பித்தல்:

கணினிவழி தமிழ்க்கற்றல் கற்பித்தல் கூறும் போது கணினி தகவல் தொடர்பு ஊடகங்களின் வளர்ச்சி காரணமாகத் தமிழ்க் கற்கும் கற்பிக்கும் முயற்;சிகள் இன்று பெருகியுள்ளன. இதனை மூன்று வகையாக பிரிக்கலாம்.

கணினித் துணையுடன் கற்பித்தல்

கணினி மேலாண்மையில் கற்பித்தல்;

கணினி ஊடகக் கற்பித்தல்

கணினி ஊடகங்களின் வழி கற்பதில் நிறைகளுடன் குறைகளும் உள்ளன. கணினியால் ஒரு போதும் ஆசிரியருக்கு இணையாகச் செயல்பட முடியாது. ஆயினும் கணினியில் ஒருவர் எப்போது வேண்டுமானாலும் தம் தேவைக்கேற்பக் கற்க முடியும். திரையில் உள்ள காட்சிகளை வண்ண வேறுபாடுகளோடு காணமுடியும். இதற்கு ஒளி அமைப்பு உண்டு.

தொடக்கக் கல்வி முதல் உயர்க்கல்வி வரை கணினி வாயிலாகவே கற்க முடியும். தொடக்கநிலைப் பாடங்கள் மிகுதியாகத் தமிழில் உருவாக்கப்பட்டுள்ளன. இவை இணையத்திலும் குறுவட்டுகளிலும் இடம்பெற்றுள்ளன.

பின்வரும் திறன்களை வளர்க்கும் பொருட்டு இவை உருவாக்கப்பட்டுள்ளன.

1. கேட்டல்

2. எழுதுதல் திறன்

3. பேசும் திறன்

4. புரிந்து கொள்ளும் திறன்

இவற்றைக் கற்பிக்க பல்வேறு பயிற்சிகளும் மல்டிமீடியா தொழில் நுட்பத்தை பயன்படுத்தி உருவாக்கப்பட்டுள்ளன."2 என்று விவரிக்கப்படுகின்றன.

- *www.tamilnet/learntamil*
- *www.saupenr.edu*
- *www.tamilvu.org*

இணையவழி பாடத்திட்ட வடிவமைப்பு:

இது தமிழ்மொழிப் பாட ஆசிரியர்களும்> கணினி வல்லுநர்களும் இணைந்து செயல்படும் வடிவமைப்பைக் கொண்டது. இதன் படிநிலைகள் பின்வருமாறு

- பாடத்திட்டத்தை மாணவர்களின் தரத்திற்கேற்ப பிரித்தல்.

- பிரித்த பாடங்களைத் தலைப்பின் அடிப்படையில் சிறுசிறு பாடப்பகுதிகளாக்கிப் பின்னர்த் தொகுத்தல்.

- பாடத்திட்டத்தில் படங்கள் உயிரோட்டமுள்ள படங்கள்> வீடியோ> படக்காட்சிகள்> ஒலி வகைகளை சேர்த்தல்.

- மாணவர்கள் உதவியுடன் பாடத்திட்டத்தின் தரத்தை அதிகரிக்கக் கூடுதல் தகவல்களைச் சேர்த்தல்.

- பாடத்திட்டத்தை இறுதியாக சரிபார்த்தல்.

- கணினி வழி தமிழ்க்கல்வி :

- கணினி வழி தமிழ்க்கல்வியை இரண்டு வகையாக பிரிக்கலாம்.

- இணையத்தைப் பயன்படுத்தும் கல்வி (Online Education)

- குறுவட்டுகள் மூலம் பெறும் கல்வி (CD Education)

- வியாபார ரீதியாக இப்போது குறுவட்டுகளை மூன்று வகையாக பிரிக்கலாம். அவை;

- குழந்தைகளுக்கான பாடல்கள் மற்றும் கதைகள்

- அனிமேஷனுடன்) உள்ள வட்டுகள்.

- மொழித்திறன்களை உருவாக்கும் வட்டுகள்.

- இலக்கிய பனுவல்களைக் கொண்ட வட்டுகள்.

ஸ்டார் டாட்ஸ்டார்> சாப்ட்வியூ குயில் கோலாலம்பூர் வைகறை வனிதா பதிப்பகம் போன்ற நிறுவனங்கள் தமிழில் குறுவட்டுகளை வெளியிட்டுள்ளன. திருக்குறள்> ஆத்திச்சூடி போன்றவற்றை பல நிறுவனங்கள் வெளியிட்டுள்ளன. இப்போது சங்க இலக்கியம்கம்பராமாயணம் புதுமைப்பித்தன் படைப்புக்கள் போன்றவனவும் குறுவட்டுகளில் கிடைக்கின்றன"3 என்று சுட்டப்படுகின்றன.

எழில் எனும் கணினி நிரல்மொழி – ஒரு அறிமுகம் :

ஆங்கிலத்தில் ஏராளமான கணினி மொழிகள் உள்ளன. உலகெங்கும் லட்சக்கணக்காணோர் இதனைப் பயன்படுத்தி கணினிக்கு கட்டளை இடுகிறார்கள். கணினியும் அதன்படி செயல்பட்டு நமக்கு தேவையான பயனை வழங்குகின்றது. இப்போது ஆங்கிலம் அறியாதவர்களும் கணினி நிரல் எழுதக் கற்க வேண்டும் என்ற எண்ணத்துடன்> தமிழில் எழில் என்ற கணினிமொழி அறிமுகப்படுத்தப்பட்டு உள்ளது.

அதாவது நம் தாய்மொழியான தமிழிலே கணினி மென்பொருள் நிரல் (*COMPUTER SOFTWARE PROGRAM*) எழுதக் கற்றுக்கொண்டு தமிழிலேயே நிரல்தொடர் குறிமுறை வரிகளை எழுதவேண்டும். இதனுடைய இணையதள முகவரி *ezhillang.org/* என்பதாகும். இதனை உருவாக்கியவர் திரு.முத்தையா அண்ணாமலை. இவர் சென்னையில் பிறந்து பாஸ்டனில் வசிக்கும் கணினி; பொறியாளர்" 4 ஆவார்.

எழில் மொழியைக் கொண்டு நாம் பின்வரும் செயல்களை செய்து பயன்பெறலாம்.

1. நாம் விரும்பும் செய்திகளைத் திரையில் அச்சிடலாம்.

2. ஏளிய சிக்கலான கணக்குகளைப் போடலாம்.

3. தர்க்க அடிப்படையிலான (*Logical*) தீர்மானங்களில் விரைவாக

4. முடிவெடுக்கலாம்.

5. படம் வரையலாம்.

6. ஒரே செயலை பல்வேறு முறை திரும்பத் திரும்பச் செய்யலாம்.

7. இந்த எழில் என்பது தமிழில் உருவாக்கப்பட்ட கணினி நிரல் மொழியாகும். திறமூல (*Open source*) அடிப்படையில் வெளியிடப்படுவதாகும்."

மறைக்கப்பட்ட வரலாறு :

உலக வரலாற்றில் நமக்கு தெரியாமல் பல்வேறு விஷயங்கள் மறைக்கப்பட்டுள்ளது. கணினித்துறையில் மறைக்கப்பட்ட உண்மை> உலகின் முதல் கணினி ப்ரோகிராமை கண்டறிந்தவர் ஒரு பெண். 1821 ஆம் ஆண்டு டிபரென்ஸ் என்ஜின் என்ற பெயர் கொண்ட கருவிதான் உலகின் முதல் கணினி என அழைக்கப்படுகின்றது. அனாலட்டிக்கல் என்ஜின் உலகின் முதல் ஜெனரல் பர்ப்பஸ் கம்ப்யூட்டர் என்ற பெருமையை 1834 ஆம் ஆண்டு கண்டுபிடிக்கப்பட்ட 'அனாலட்டிக்கல் என்ஜின்' கணினி பெற்றுள்ளது. கம்ப்யூட்டர் ப்ரோகிராம் உலகின் முதல் கம்ப்யூட்டர் ப்ரோகிராமரான 'அடாலோவெலெஸ்' வகுத்த சில கோட்பாடுகள் உலகின் முதல் கம்ப்யூட்டர் ப்ரோகிராம் என அழைக்கப்படுகின்றது."

கணினியைப் பற்றி முழுமையாக அறிய ஸ்பீசி:

புதிதாக வாங்கிய கணினியில் நாம் வாங்கும் போது குறிப்பிட்ட வன்பொருட்களின் அளவுகள் அனைத்தும் சரியாக இருக்கிறதா? அல்லது நமது கணினியில் புதிய மென்பொருள் ஒன்றை நிறுவமுயலும் போது அந்த மென்பொருளை நிறுவத் தேவையான திறன் நம்முடைய கணினியில் இருக்கிறதா? என்பதைக் கணினித் தொழில்நுட்பம் தெரிந்தவர்கள் மட்டும் இன்றி> கணினி பயன்படுத்துபவர்கள் அனைவரும் மிக எளிமையாக அறிந்துகொள்ள ஸ்பீசி (Speccy) எனும் இலவச மென்பொருள் ஒன்று உதவுகிறது.

இணையத்தில் இலவசமாகக் கிடைக்கும் 4.9 எம்பி அளவு கொண்ட இந்த மென்பொருளைத் தரவிறக்கம் (Download) செய்து நம் கணினியில் நிறுவிக்; (Install) கொண்டால் நம் கணினியில் இருக்கும் அனைத்து வன்பொருட்களை (Hardware) குறித்த முழுமையான தகவல்களையும் எளிதாகத் தெரிந்துகொள்ளமுடியும்."
7

இந்த மென்பொருளை நிறுவிய பின்பு இந்த மென்பொருளுக்கான குறுக்குவிசைக் குறியீட்டில் இருமுறை சொடுக்கினால் தோன்றும் பெட்டியில் இடதுபுறம் சுருக்கம் (Summary)> இயங்குதளம் (Operating system) மையச் செயலகம் (CPU), நேரடி அணுகு நினைவகம் (RAM), தாய் பலகை (Mother board) வரைகலை (Graphicsl), சேமிப்பகம் (Storage), ஒளியியல் இயக்கிகள் ;(Optical Drivers), ஒலி (Audio), கணினியின் புறப்பாகங்;கள்;(Peripherads), வலைபின்னல் (Network) போன்ற குறிப்புச் சொற்கள் கிடைக்கின்றன.

வலதுபுறம் நம் கணினியில் நிறுவப்பட்டு இருக்கும் வன்பொருட்கள் குறித்த சுருக்கமான தகவல்கள் பார்வைக்குக் கிடைக்கின்றன."

மானிட்டரில் காண்பதை வீடியோவாக மாற்ற :

மானிட்டரில் காண்பதை வீடியோவாக மாற்றும் முறை பற்றிக் கூறும் போது> நம்முடைய கணினித்திரையில் படம்> காணொளி காட்சி ஆகிய எந்தவொரு நிகழ்வாக இருந்தாலும் அதனை படக்காட்சியாக படப்பிடிப்பு செய்த பின்னர் அதனை நம்முடைய குடும்ப உறுப்பினர்களிடமும்> நண்பர்களிடமும்>

உடன்பணிபுரிவோரிடமும் பகிர்ந்து கொள்ள இந்த *Jing* எனும் பயன்பாட்டு கருவியானது பேருதவியாக உள்ளது. நாம் எவ்வாறு பயன்படுத்திக்கொள்வது என்ற செயல்முறைகள்; *Jing Tutorials* என்ற பொத்தனை தெரிவுசெய்து சொடுக்குதல் செய்தபின் திரையில் தோன்றிடும் விவரங்களை பார்த்து அறிந்துகொள்ளலாம்" என்று விவரிக்கப்படுகின்றது. "

கணினிப்பொறி வழித்தரவு செயலாக்கத்தின் நன்மைகள்:

1. தகவல் கூறுகளைச் சேகரித்து கணிப்பொறியில் ஒருமுறை கொடுத்து முடித்துவிட்டால் பிறகு தரவுகளைத் திருத்துதல்> மாற்றுதல்> நீக்குதல் போன்ற பல செயற்பாடுகளை மிகுந்த அலுப்பு இன்றி செய்து முடிக்கலாம். இதனால் நம் உழைப்பும் நேரமும் வீணாவது இல்லை.

2. கணிப்பொறி வழியாகத் தரவுகளை செயல்படுத்தம் போது தவறுகள் ஏற்;படும் வாய்ப்புகள் மிகக்குறைவு.

3. கணிப்பொறியில் ஏராளமான தரவுகளையும்> தகவல்களையும் மிகச் சிறிய தேக்குப்பகுதியில் தேக்கு வைக்கமுடியும். எனவே ஏராளமான தாட்கள்> கோப்புகள்> பதிவேடுகள் இவற்றை பெருங்குவியலாகச் சேர்த்து வைக்க தேவையில்லை.

4. கணிப்பொறித் தரவுத்தளங்களில்> தகவல்களைத் தேடுதல்> வகைப்படுத்தல்> கோப்புகளைச் சேர்த்தல் போன்ற பல தரவுச் செயல்பாடுகளை மிகவும் திறம்படச் செய்ய முடிகின்றது"10 என்று விவரிக்கப்படுகின்றன.

கணிப்பொறி வகைகள்:

சொந்தக் கணிப்பொறியான மேசைக்கணிப்பொறி (*Desktop*)> மடிக்கணிப்பொறி (*Laptop*), கையேட்டுக் கணிப்பொறி (*Note book*)> உள்ளங்கை கணிப்பொறி (*Palmtop*)> எனப் பல்வேறு வடிவங்களிலும் வளர்ச்சி பெற்றுள்ளது. இன்றைக்கு கைப்பேசியே (*Cellphone*) கணிப்பொறியாகவும் செயல்படுகிறது. செல்லுமிடங்களுக்கெல்லாம்; கணிப்பொறியைச் சட்டைப்பையில் வைத்து எடுத்துச்செல்ல முடிகிறது.

முடிவுரை:

கணிப்பொறிக் கல்வி இன்று அனைத்துத்துறை வளர்ச்சிகளுக்கும் அடிப்படையானதாக உள்ளது என்பதை அறியலாம். கணினி வழி தமிழ்க்கற்றல் தகவல் தொடர்பு ஊடகங்களின் வளர்ச்சி காரணமாகத் தமிழ் கற்கும்> கற்பிக்கும் முயற்சிகள் இன்று பெருகியுள்ளதை அறியமுடிகின்றது. கணிப்பொறியின் மூலம் மாணவர்கள் எளிமையாக பாடங்களை கற்று வருகின்றனர் என்பதை உணரலாம்.

துணை நூற்பட்டியல்:

கலைச்செல்வி. வெ -கல்வியியல் சிறப்புத்தமிழ்இணைப்பேராசிரியர், தமிழ்த்துறை அரசு கல்வியியல் கல்லூரி குமாரபாளையம் – 638 183சஞ்ஜிவ் வெளியீடு.

- சொக்கன். என் கம்யூட்டர் கையேடு*Kizhakku pathippagam*

- இதழ்கள்   தமிழ் கம்யூட்டர்

  - ஜனவரி 16-31-2014 ஆண்டு : 20

  - இதழ் : 06

- இதழ்கள்   தமிழ் கம்யூட்டர்

  - பிப்ரவரி 16-28> 2014 ஆண்டு : 20

  - இதழ் : 08

- இதழ்கள்   தமிழ் கம்யூட்டர்

  - மார்ச் 1-15- 2014 ஆண்டு : 20

    - இதழ்: 08

கணினியில் தமிழ் வளர்ச்சி

மூ. மோனிஷா,

உதவிப்பேராசிரியர்,தமிழ்த்துறை,

ஸ்ரீ.எஸ்.இராமசாமிநாயுடுஞாபகார்த்தக் கல்லூரி,சாத்தூர்.

monishamoorthy311@gmail.com

9384084025

முன்னுரை

மனித மூளையின் வியக்கத்தக்க படைப்புகள் தான் மனிதரின் இயற்கைமொழிகள். மனித மூளையின் சிறப்புத் திறனான மொழித்திறனை வளர்த்தெடுக்க மனித சமுதாயம் தொடர்ந்து முயன்று வந்துள்ளது. அதன் பயன் மொழிகளுக்கான வரிவடிவங்கள். மொழியின் எழுத்துவடிவம் என்பது மனிதன் உருவாக்கிய முதல் மொழித் தொழில் நுட்பம். புல வளர்ச்சி நிலைகளைக் கடந்த மொழிகள் மென்மேலும் நவீனப்படுத்தப்படுகிறது. அவற்றுள் குறிப்பிடத்தக்க மொழி தமிழ். ஆங்கிலத்திற்கு அடுத்தபடியாக கணிப்பொறியில் தமிழ் பயன்பாட்டில் இருக்கிறது. கணினியில் தமிழ் வளர்ச்சியை ஆராய்வதாக இக்கட்டுரை அமைகிறது.

கணினியில் தொடக்ககாலதமிழ் வளர்ச்சி

தமிழை கணினியில் உள்ளீடு செய்வதற்கான வசதிகள், தமிழ் எழுத்துருக்கள், விசைப்பலகைகள்யாவும் சுமார் முப்பது ஆண்டுகளுக்கு முன்னர் உருவாக்கப்பட்டது. தமிழ், உரையை, ரோமன் எழுத்துகளில் உள்ளீடு செய்து பின் தமிழ் எழுத்துருவில் மாற்றும் வசதியும் உருவாக்கப்பட்டது. ஆதமி போன்ற மென் பொருட்கள், எழுத்துருக்கள் உருவாக்கப்பட்டன. அடுத்தவளர்ச்சி நிலையாக தமிழ் விசைப்பலகைகள் உருவாக்கப்பட்டன. இதன் பயன் தமிழை நேரடியாக கணினியில் உள்ளிடு செய்யும் வசதி ஏற்பட்டது

தமிழ் எழுத்துருக்கள்

தமிழில் டிஸ்கி, யுனிக்கோடு, டாம், டாப் போன்ற எழுத்துருக்கள் அரசின் பங்களிப்புடன் வெளியாகின. இன்றும் தனிநபராகவோ குழுவாகவோ சேர்ந்து எழுத்துருக்கள் உருவாக்கப்பட்டு வருகின்றனவையாவும் விசைப்பலகையின் அமைப்பிற்கேற்ப இயங்குதளங்களில் பயன்படும்படி அமைக்கப்பட்டிருக்கின்றன. முயிலை என்ற எழுத்துருவானது ஆங்கிலத் தட்டச்சுசெய்வதன் மூலம் தமிழ் எழுத்துக்களைப் பெறும் விதமாக அமைக்கப்பட்டிருக்கிறது.

கணினித்தமிழுக்கான சிக்கல்களும் தீர்வும்

கணினியில் வோர்டு, வோர்டு ஸ்டார் போன்ற மென்பொருட்கள் மூலம் தமிழைப் பயன்படுத்தும் வளர்ச்சிநிலை ஏற்பட்டாலும் தமிழ் எழுத்துருக்களை கணினியில் குறியேற்றம் செய்வதில் பல இடர்பாடுகள் இருந்தன. ஒரு குறிப்பிட்ட மென் பொருளைக் கொண்டு தட்டச்சு செய்யப்பட்ட ஒரு தமிழ் ஆவணத்தை மற்றொரு தமிழ் மென் பொருளைக் கொண்டு வாசிக்கவோ பதிப்பிக்கவோ இயலாதநிலை நீடித்தது .இதற்கு அஸ்கி என்ற குறியேற்ற முறையும் ஒரு தடையாக அமைந்தது. தமிழ் விசைப் பலகைகளும் தரப்படுத்தப் படாமல் இருந்தது. இருப்பினும் தமிழில் இணையதளங்கள், பன்னாட்டு நிறுவனங்களின் வணிகமுயற்சியால் ஒருங்குறி (யூனிகோட் என்கோடிங்) என்ற குறியேற்றம் .தமிழுக்குத் தனியே ஒருங்கறிகுறியேற்ற எண்கள் வழங்கப்பட்டன. இதன் பயனாக தற்போது மின்னனு சாதனங்களில் தமிழை உள்ளீடு செய்வதற்கான தடைகள் இல்லை. கைப்பேசியிலும் தமிழை உள்ளீடு செய்து அனைத்துப் பயன்பாடுகளையும் மேற்கொள்ளலாம்.

தமிழ் பிழைத்திருத்தி

கணினியில் தமிழ்ச் சொற்களை தட்டச்சு செய்கையில் சொற்களில் ஏற்படும் பிழைகளைத் திருத்திக் கொடுக்கும் சொற்பிழைத் திருத்தி வெளி வந்துள்ளது. இது போன்று சந்திப்பிழை, இலக்கணப் பிழைத் திருத்திகளும் கணினியில் தமிழ் பயன் பாட்டிற்கு உதவுகிறது. இந்த வகையான பிழைத் திருத்திகள் உருவாக்கப்பட்டிருப்பது கணினியில் தமிழ் பயன்பாட்டை அதிகமாக்குவதோடு எளிமையாக்கவும் வழி செய்கிறது. சொற்பிழை திருத்தியைப் போல சொற்பிழைசச்சுட்டி என்ற மென் பொருளும் உருவாக்கப்பட்டது. இம்மென் பொருட்கள் சொற்பிழைகளை மட்டும் சுட்டுவதாக அமைந்துள்ளது.

கணினி இணையத்தில் தமிழின் தோற்றம்

கணிப்பொறியில் இணையப் பயன்பாடு அமெரிக்கவல்லரசால் சாத்தியாப்படுத்தப்பட்டது. இணையத்தின் வரவால் கூகுள் என்றதோடு பொறியின் மூலம் தகவல்களைப் பெறுதல் எளிமையாகிறது. ஒரு மொழிவளர்ச்சிக்கு அதன் பன்முகத் தன்மையும் ஆளுமைப் பண்பும் முக்கியமானதாக விளங்க வேண்டியது அவசியம். தமிழ் மொழி இத்தன்மையை பெற்று விளங்குகிறது. தமிழ் சிலநாடுகளில் ஆட்சி மொழியாகவும் அங்கீகரிக்கப்பட்ட மொழியாகவும் தமிழர்களின் தாய் மொழியாகவும் விளங்குகிறது. இந்நிலையில் பல்வேறு நாடுகளில் வாழும் தமிழர்கள் தங்களை இணையத்தின் வளர்ச்சியால் ஒன்றிணைத்துக் கொள்ள தமிழை இணையத்தில் தோற்றம் பெறச் செய்யும் முயற்சியில் ஈடுபட்டனர். உலகெங்கும் வாழும் தமிழர்கள் இணையத்தின் வழியாக தமிழில் செய்திகளைப் பரிமாறிக் கொள்ளவிரும்பினர். தங்கள் பாரம்பரியத்தைப் பாதுகாத்துக் கொள்ளவும், இலக்கியம், வரலாறு, பண்பாடு, கலை ஆகியவற்றைக் கற்றுத் தெளியவும் தமிழ் இணையதளங்களை உருவாக்க விரும்பினர். கணிப்பொறியில் வல்லமை பெற்ற தமிழர்கள் தமிழைக்

கணிப்பொறி மற்றும் இணையப் பயன்பாட்டில் கொண்டு செல்ல முயன்றனர்.

இணையத்தில் தமிழின் வளர்ச்சிநிலை

உலகின் பழமை வாய்ந்த செம்மொழிகள் எட்டில் இன்றளவும் அதிக எண்ணிக்கையிலான மக்களின் பயன்பாட்டில் உள்ள மொழியாக தமிழும் சீனமும் விளங்குகிறது. வுளமான மொழியாகவும் நவீன மொழியாகவும் தமிழ் விளங்கும் இன்றைய காலக்கட்டத்தில் இயல், இசை, நாடகம் என்னும் முத்தமிலோடு கணினித்தமிழ் நான்காம் தமிழாய் விளங்குகிறது. தமிழகத்தை விட்டு தொழில் காரணமாக அயல் நாடுகளுக்குச் சென்ற தமிழர்கள் தமிழைப் பேசவும் எழுதவும் வழி இல்லாமல் இருந்த நிலையில் இணையம் மூலம் சந்தித்துக் கொள்ளதமிழில் மின்னஞ்சல்களையும், இணைய இதழ்களையும், இணையதளங்களையும் பயன்படுத்தினர். எடுத்துக்காட்டாக,BBC என்பது உலகறிந்த செய்தி நிறுவனம். பலமொழிகளில் செய்திகளை வெளியிடுகிறது. இதில் தமிழ் மொழியும் ஒன்று.சீன வானொலி ஏறத்தாழ 43 மொழிகளில் ஒலிபரப்பப்படுகிறது. உருது, வங்கம் தவிர தமிழ், இந்தி ஆகிய இரண்டு இந்தியமொழிகளில் மட்டும் ஒலிபரப்புகிறது.

தமிழ் இணையஅகராதி

கணினி, அறிவியல், பொருளாதாரம், கல்வி, வணிகம் போன்ற துறைகளில் பயன்படுத்தப்படும் ஆங்கிலச் சொற்களுக்கு இணையான தமிழ் சொற்களை உருவாக்கும் முயற்சி உமர் என்பவரால் மேற்கொள்ளப்படடடது. இதன் விளைவாக தமிழ் இணைய அகராதி உருவாக்கப்பட்டது. இவ்வகராதியைப் பயன்படுத்தி ஆங்கிலச் சொற்களுக்கு தமிழில் பொருள் காணலாம்.

மின்னஞ்சலில் தமிழ்

தகவல் தொடர்பு சாதனங்களின் வருகையால் இன்று தகவல்களை ஒரு சில நொடிகளில் பரிமாற்றம் செய்து கொள்ளமுடிகிறது. கணிப்பொறியும் இணைய இணைப்பும் இருந்தால் மின்னஞ்சல் மூலம் தகவல்களை எளிமையாகப் பரிமாறிக் கொள்ளலாம். தொலைவில் இருப்பவரிடம் கூற வேண்டிய செய்திகளை தொலைபேசி, அலைபேசி மூலமாக எடுத்துக்கூறி அவர்களின் பதிலையும் பெற நமக்கு தொலைபேசி அல்லது அலைபேசி எண் தேவைப்படுகிறது. அதேபோல மின்னஞ்சல் மூலமாக செய்திகளைப் பரிமாறிக் கொள்ளவிரும்பினால் செய்தியையாரிடம் கூற விரும்புகிறோமோ அவரின் மின்னஞ்சல் முகவரி தேவைப்படுகிறது. எழுத்துவடிவில் உள்ள தகவல்களை ஒருவருக்கொருவர் தபால் மூலமாகவோ அல்லது மனிதர்கள் மூலமாகவோ பரிமாறிக் கொள்வதற்கு பதிலாக மின்னியல் தொடர்பு மூலமாகப் பெற்றுக் கொள்ளும் முறைக்கு மின்னஞ்சல் என்று பெயர். இணையத்தின் மூலமாக தமிழ் மொழியிலும் மின்னஞ்சல் அனுப்பமுடியும். இதற்கு தனியாக கட்டணம் செலுத்தவேண்டிய அவசியம் இல்லை.

தமிழ் வளர்ச்சியில் வலைப்பூக்கள்

அறிவியல் வளர்ச்சியில் அசைக்கமுடியாத இடத்தைப் பெற்றிருப்பது இணையம். இணையம் தகவல் தொழில் நுட்ப உலகில் மிகப்பெரிய உதவிகளை மொழி, இனம் பாராமல் உலகமக்களுக்குச் செய்துவருகிறது. இது விஞ்ஞானரீதியாகவும் அறிவியல் ரீதியாகவும் மட்டும் இல்லாமல் இலக்கிய வளர்ச்சிக்கும் பெரிதும் பங்காற்றுகிறது. இணையத்தில் எண்ணிலடங்கா இலக்கியவகைகளைப் பெற்றுவளர்ந்துவரும் தமிழ் மொழிக்கு வலைப்பூக்கள் என்ற புதிய இலக்கியவகை தோன்றி பெரும் பங்கு ஆற்றி வருகிறது. இலக்கியம், பக்தி, ஆன்மீகம், கணிப்பொறி, மருத்துவம் எனப்

பல்சுவைசார்ந்த வலைப்பூக்களாகப் பகுக்கப்பட்டு தமிழ்ப் பண்பாட்டை எடுத்துவிளக்குகிறது.

தமிழ்வலைப்பூக்களின் வகைப்பாடும் வளர்ச்சியும்

வலைப்பூ என்பது ஒருதனி இலக்கிய வகையாகத் தோன்றியுள்ளது. ஒருவரிடமிருந்து பிறருக்குத் தெரிவிக்கப் பயன்படுத்தும் தகவல் தொடர்புக்கான எழுத்துக்கள், ஒலி, ஒளி, வடிவக் கோப்புகள், ஓவியம், படங்கள் என்று அனைத்தையும் இணையம் வழியே தனிப்பட்ட ஒருவர் உலகில் இருக்கும் பிறருக்குத் தெரிவிக்க உதவும் இணையவழியிலான ஒருசேவையே வலைப்பூ என்பதாகும். வலைப்பூ என்பதை ஆங்கிலத்தில் பிளாக் என்கிறார்கள். தமிழ் வலைப்பூகளில் கவிதைகளுக்கான வலைப்பூக்கள் அதிகமாக உருவாக்கப்பட்டிருக்கிறது. மேலும் பலகருத்துக்களை தெரிவிக்கும் விதமாகவும் வலைப்பூக்கள் உருவாக்கப்பட்டிருக்கிறது. எடுத்துக்காட்டாக,

வேர்களைத் தேடி என்ற வலைப்பூவில் தமிழ் ஆசிரியர்கள் சிலர் இலக்கியம் சார்ந்த கருத்துக்களைப் பதிவேற்றம் செய்கின்றனர்.

தமிழில் கணிதம், அறிவியல், விண்வெளி மற்றும் நவீனத் தொழில் நுட்பங்களை வெளிப்படுத்தும் சிலவலைப்பூக்களையும் உருவாக்கியுள்ளனர்.

பெண்கள் சார்ந்த வலைப்பூக்களும் உருவாக்கப்பட்டு வேலை வாய்ப்பு, பெண் சுதந்திரம், உடல் நலம் பற்றிய கருத்துக்கள் வெளியிடப்படுகின்றன. வலைப்பூக்களின் வருகையால் தமிழ் இலக்கியங்கள் வெளியுலக மக்களுக்குத் தெரியவருகின்றன.

தமிழ் மின்னியல் நூலகம்

தமிழ் நூல்கள் அனைத்தையும் ஒருங்கே தொகுத்துத் தருவது தமிழ் மின்னியல் நூலகம் மற்றும் இணைய நூலகம் ஆகும். அச்சுவடிவில் அமைந்த

புத்தகங்கள் மொத்தமாக தொகுத்தும், பகுத்தும் வைக்கப்பட்டிருக்கும் இடம் நூலகம். நூலகம் சென்றுபடிக்கும்ஆர்வம் இயந்திரமயமானஉலகில் குறைந்துகொண்டேவரும் இக்காலத்தில் இணையத்தில் பல மின்னியல் நூலகம் உருவாகி வருகின்றன. புத்தகங்களை மறுபிரதியாக எடுத்துவைக்கவும் மின்னியல் நூலகம் பயன்படுகிறது. ருNநுளுஊழு மற்றும் அமெரிக்க காங்கிரஸ் இணைந்து உலகமின்னியல் நூலகத்தை வழிநடத்துகிறது. இதன் பயனாக கலாச்சாரம் சார்ந்த தகவல்கள் இணையத்தில் அதிகரிக்கிறது. ஊலகளாவிய கலாச்சாரத்தின் முக்கியத் தகவல்களை இணையத்தில் கிடைக்க வழி வகைசெய்து கொடுக்கிறது. இணையத்தில் மின்னியல் நூலகம் உருவாக்கி வெளியிட்டு உலகத் தமிழ் மக்களுக்கும் பிறமொழியாளருக்கும் முன்னோடியாக தமிழ் மொழி திகழ்கிறது.

தமிழ் மின் நூல்கள்

கணிப்பொறி உதவியுடன் நூலை அச்சுவடிவில் படிக்கும் முறைக்கு மின் நூல் என்றுபெயர். கணிப்பொறி உதவியுடன் தட்டச்சு செய்து இணையத்தில் படிக்கும் விதத்தில் மின்நூல்கள் உருவாக்கப்படுகின்றன. இணையத்திலிருந்து கணினியில் பதிவிறக்கம் செய்து தேவைப்படும் பொழுது படிக்கும் விதமாகவும் மின்நூல்கள் தயாரிக்கப்படுகின்றன. இவ்வாறான மின்நூல்கள் உலகமொழிகள் அனைத்திலும் உருவவாக்கப்பட்டு வருகின்றன. தமிழ் மொழியில் பரவலாகமின்நூல்கள் பயன்பாட்டுக்கு வந்துள்ளன. தமிழ் மொழியிலும் மின்நூல்கள் உருவாக்கப்படுவதுதமிழின் ஏற்புமற்றும் நெகிழ்வுத் தன்மையைக் காட்டுகிறது. தனியார் புத்தகநிறுவனங்கள், தனி ஆட்கள் மற்றும் பலர் குழுவாகச் சேர்ந்தும் மின்நூல்களை வடிவமைத்து வெளியிட்டுவருகிறார்கள்.

சமூக ஊடகங்களில் தமிழ்

சமூக ஊடகம் என்பது சமூகத்தில் உள்ளமக்கள் அனைவராலும் ஏற்றுக் கொள்ளக் கூடிய ஊடகமாகும். சமூகஊடகத்தின் மூலம் செய்திகளை எளிமையாகவும் இலவசமாகவும் அனுப்பமுடியும். முகம் பார்த்தும் பேசிக்கொள்ளமுடியும். நமது உரையை காணொலியாகவும் வெளியிடலாம். இவ்வாறெல்லாம் பயன்படுத்தும் நோக்கில் உருவாக்கப்பட்டதே முகநூல், கட்செவி, குறுஞ்செயலிகள் போன்றவையாகும். இவை எல்லாவற்றையும் உலகில் எந்த மூலையில் இருப்பவரும் எந்தநேரத்திலும் எல்லா மொழிகளிலும் பயன்படுத்தமுடியும். இத்தகைய சமூக ஊடகங்களில் தமிழ் மொழி பெரிதும் பயன்படுகிறது.

கணிப்பொறித் திருவிழாக்கள்

செ்னனையைச் சேர்ந்த கணினித் தமிழ்ச் சங்கமானது, மதுரையில் கணினித்தமிழ் என்ற பெயரில் கணிப்பொறித் திருவிழாவை நடத்தியது. இத்திருவிழாவானது தமிழ் மென்பொருட்களை பரப்புவதற்கும் மக்களுக்குதமிழ் மென்பொருட்கள் பற்றி தெரிவிப்பதற்கும் நடத்தப்பட்டது. இதே போன்று இணையத்திலும் தமிழ்ப் பயன்படுத்தப்பட்டமைக்கு உழைத்த நல்லுள்ளங்களைப் பாரட்டும் விதமாக விருதுகளும் வழங்கப்பட்டிருக்கிறது. தமிழ் இணையமாநாடுகளும் உலகின் பல்வேறு இடங்களில் நிகழ்த்தப்பட்டது.

முடிவுரை

கணிப்பொறியுகம் எனக் கருதும் அளவுக்கு இன்றைய காலத்தில் கணினிப்பொறியானது மக்களின் வாழ்வில் மிகமுக்கியமான ஒன்றாக அங்கம் வகித்துள்ளது. மக்கள் வாழ்வோடு ஒன்றிப்போன கணினியில் தமிழ் மொழி ஆங்கிலமொழிக்கு அடுத்தபடியாகப் பயன்படுத்தப்பட்டு வருகிறது. இணையப் பயன்பாட்டிலும் தமிழ் அதிவேகவளர்ச்சி பெற்றுள்ளது. ஒருமொழி காலத்திற்கேற்ப தன்னைப் புதுப்பித்துக் கொண்டால் மட்டுமே

சமூகத்தில் நிலையான இடத்தைப் பெறமுடியும். தமிழ் மொழியானது இத்தகைய சிறப்பைப் பெற்று விளங்குகிறது. காலமும் மக்களும் எவ்வளவு நவீனமாக மாறினாலும் தமிழ் மொழியும் அதைப்பொறுத்து புதுப்புது விதங்களில் வடிவெடுக்கும் என்பதில் வியப்பில்லை.

கல்லூரிப் பொதுத்தமிழ்ப் பாடத்தைக் கற்கவும் கற்பிக்கவும் கணினிப் பயன்பாடு

Dr.ச.கண்மணி கணேசன் (ப.நி.)
முன்னாள் முதல்வர் & தமிழ்த்துறைத் தலைவர்
ஸ்ரீகாளிஸ்வரி கல்லூரி, சிவகாசி. *626189* இந்தியா
kanmanitamilskc@gmail.com

அறிமுகம்

பள்ளியிறுதித் தேர்வு முடித்துக் கல்லூரிக்கு வரும் மாணவர் கற்றுக் கொள்ள வேண்டிய பொதுத்தமிழைக் கணினி மூலம் எவ்வாறு கற்கலாம்; கற்பிக்கலாம் என்பதை அலசிப் பார்ப்பதே இக்கட்டுரையின் நோக்கம் ஆகும். எழுதுவதற்கு மட்டுமே முதன்மை கொடுக்கும் போக்கு கல்லூரிக் கல்வியில் பல்லாண்டு காலமாக நிலைத்திருப்பதால்; தமிழ்க் கல்வியின் தரத்தைக் காப்பாற்ற வேண்டிய அவசரத்தேவை உள்ளது.

கல்லூரியில் தமிழ் கற்பித்த அனுபவம் இக்கட்டுரையின் பரப்பும் எல்லையுமாக அமைய; தன்னாட்சியில் பாடத்திட்டம் தீட்டிய பயிற்சி சிக்கலுக்குத் தீர்வு காண முனைகிறது. காரணகாரியத் தொடர்புடன் விளக்கும் மரபுவழிப்பட்ட ஆய்வாக அமைந்து; சிக்கலைக் கணினிப் பயன்பாட்டால் தீர்க்கமுடியும் என்ற நம்பிக்கையை அளிக்கிறது.

கற்றல் கற்பித்தலுக்கு முன்னும் பின்னும்

கற்பிக்கும் உத்திகள் பாடத்திட்டத்துடன் தொடர்புடையன. மாணவர் கற்ற பிறகு சோதனை செய்வது ஆசிரியப் பணியின் அடுத்த பொறுப்பு. கற்றல் கற்பித்தல் ஒருபுறம் பாடத்திட்டத்தில் காலூன்றி; மறுபுறம் தேர்வுமுறையை எட்டிப் பார்க்கும். அதனால் தான் பல்கலைக்கழக நிதிநல்கைக் குழுவின் தேசீயத் தரநிர்ணய மதிப்பீட்டுக் குழுமம் (*National Assessment and Accreditation Council*) கல்வி நிறுவனங்களின் தகுதியை மதிப்பிடப் பாடத்தன்மைகளை (*curricular aspects- 1st criterion*) முதல் கூறாகவும்; கற்றல் கற்பித்தல் மதிப்பீடு செய்தலை (*teaching learning and evaluation*) அடுத்த கூறாகவும் வரையறுக்கிறது. எனவே இக்கட்டுரை பாடத்திட்டத்திலிருந்து தொடங்குகிறது.

மொழியும் மொழிக்கல்வியும்

மொழி என்னும் கருத்துப் பரிமாற்றத்திற்குரிய கருவி; பேசும் வரை மட்டுமே உயிர்த்திருக்கும். அன்றாட வாழ்வில் பேசாத மொழி காலப் போக்கில் அழிந்துவிடும். எனவே மொழிக்கல்வி; எழுதக் கொடுக்கும் முக்கியத்துவத்தை வாய்த்திறனுக்கும் கொடுத்தல் நலம். மொழியின் அடிப்படை அலகு ஒலி. மொழிக் கல்வியிலும் இந்த அலகு சிறப்பிடம் பெறவேண்டும். பள்ளிக்கல்வியில் வாய்மொழிப் பயிற்சியும் தேர்வும் பாலர் பள்ளியில் மட்டுமே உள்ளன.

இன்றைய சிக்கல்

பெரும்பாலான மாணவர் வாயாரத் தமிழ் வாசிக்கத் தடுமாறுகின்றனர். தட்டுத்தடுமாறி வாசிப்பவரின் தமிழில் /ல்,ள்,ழ்/, /ர்,ற்/, /ன்,ண/ ஆகியவற்றின் ஒலிப்பில் வேறுபாடு இல்லை. மேற்சுட்டிய ஒலிகள் பொருள் வேறுபாட்டிற்கு உரிய அடிப்படைக் காரணிகள். அவற்றை மாற்றி ஒலிப்பதும், எழுதுவதும் பெரும்பிழை ஆகும். ஒற்று மிகும் இடங்களை ஒலிக்கும்போது கொடுக்க வேண்டிய அழுத்தம் இன்றியமையாதது. நிறுத்தி வாசிக்க வேண்டிய இடம் எது? சேர்த்து வாசிக்க வேண்டிய இடம் எது? என்னும் வேறுபாடும், விளைவும் பற்றிய புரிதல் தேவை. இயந்திரத்தன்மையுடன் ஒரே சீராக ஏற்ற இறக்கங்களின்றி வாசிப்பதால் பொருள் தெளிவுறாது. இந்நடைமுறைப் பிரச்சினைகளைக் கருத்தில் கொண்டு பாடத்திட்டம் அமைய வேண்டும்.

பட்டப்படிப்பில் பொதுத்தமிழுக்குக் கிடைக்கும் நேரம்

ஒவ்வொரு பட்டப் படிப்பிற்கும்; முதல் நான்கு பருவங்களில் (semesters) பொதுத்தமிழுக்கென ஒதுக்கப்படும் (6×15=90)× 4= 360 மணி நேரத்தில் செய்யக்கூடியதை மட்டுமே நாம் திட்டமிட இயலும். இந்தக் கால அளவில் மாற்றம் நிகழ வழியில்லை. ஏனெனில் இது பல்கலைக்கழக நதி நல்கைக் குழுவின் அங்கீகரிக்கப்பட்ட திட்டவரைவில் இடம்பெறும் பரிந்துரை ஆகும். ஒரு பருவத்திற்கு 90மணி நேரம் வீதம் நான்கு பருவங்களில் நடக்கும் பொதுத்தமிழ் வகுப்புகள் இலக்கியம், இலக்கணம், இலக்கியவரலாறு ஆகிய பாடங்களை மட்டுமே இன்றுவரை

கற்றுத்தருகின்றன. இவற்றுடன் வாய் விட்டுத் தமிழை வாசித்தலும் அதை மதிப்பீடு செய்வதும் சேர்த்துக் கொள்ள வேண்டியவை ஆகின்றன.

தமிழைத் தாய்மொழியாகப் பெறாத மாணவர்களுக்கும், பள்ளியில் தமிழ் பயிலாத மாணவர்களுக்கும் அடிப்படைத் தமிழ் என்ற பெயரில் நடத்தும் பாடங்களுடனும் இதே பயிற்சியைச் சேர்ப்பதில் முட்டுப்பாடு ஏதுமில்லை. அவர்களுக்கு ஒரு வாரத்தில் இரண்டு மணி நேரம் என ஒரு பருவத்திற்கு 30மணி நேரம்; ஆக நான்கு பருவங்களில் (30×4=) 120மணி நேரம் தமிழ் வகுப்புகள் நடக்கும்.

தமிழ்வகுப்பில் கணினிப் பயன்பாடு

தொற்று நச்சில் காரணமாக உள்ளிருக்கும் இக்காலம் இதுநாள் வரை இருந்த பல நடைமுறைகளைக் காலாவதி ஆக்கி விட்டது. பள்ளிக் குழந்தைகளும் தமது பாடங்களைக் கணினி மூலம் கற்கின்றனர். கல்வியாண்டின் ஒவ்வொரு பருவத் தொடக்கத்திலும் வகுப்பாசிரியர் தாம் எடுக்கவிருக்கும் பாடங்களைக் காலஅட்டவணைக்கு உட்படுத்தித் தலைமையிடத்தில் கணினி உபகரணங்களாகச் (notes of lesson) சமர்ப்பித்து விட வேண்டும். கல்லூரிப் பாடங்கள் தமிழ் உச்சரிப்புக்கு முதலிடம் கொடுத்து குறுந்தட்டுக்களாகவோ; அது போன்ற வேறு பிற உபகரணங்களாகவோ ஒலிப்பதிவு செய்யப்பட்டு பருவத்தின் தொடக்கத்திலேயே மாணவர்க்கு வழங்கப்பட வேண்டும். மாணவர் அன்றாடம் அதைத் திரும்பத்திரும்ப வீட்டில் கேட்டு உடன்சேர்ந்து வாய் விட்டுப் பயில்வது அவசியம். அப்பதிவுகள் சரியான உச்சரிப்பில் அமைய வேண்டும் என்பதே இங்கு குறிப்பிடத்தக்கது. இவ்வாறு செய்வதன் மூலம் வகுப்பில் மாணவர் தமிழ் வாசிக்கத் தாராளமாக நேரம் கிடைக்கும். அவர்கள் வாசிப்பதும் சொல்வதும் கணினி உதவியுடன் மதிப்பிடப்பட வேண்டும். மொழியியல் சோதனைச் சாலைகளில் ஒலிகளைச் சரிவர அடையாளம் காணும் கருவிகள் உள்ளன. எனவே கணினித் துணையுடன் மாணவர் சொல்வதை மதிப்பிட இயலும். தமிழ்வகுப்புகளில் அதற்குரிய உபகரணங்கள் இருக்க வேண்டும்.

வாசிப்புப் பயிற்சிக்குரிய பாடம்

அந்தந்தப் பருவத்திற்குரிய பாடங்களே வாசிப்பதற்கு உரியனவாய் அமைவது தான் வசதியாகவும் பொருத்தமாகவும் இருக்கும். இதன் மூலம் பாடத்தை ஆழமாகவும் அகலமாகவும் பயின்று கொள்வதுடன்; மொழி உச்சரிப்பும் சீராகும்.

முதல்பருவத்தில் அடிப்படை அலகாகிய ஒலிகளுக்கும் அவற்றைத் தவறின்றி உச்சரிப்பதற்கும் முதலிடம் தந்து சொற்களை வாசிக்கும் பயிற்சி அளிக்கலாம். அவ்வாறு சொற்பயிற்சி அளிக்கப் பாடப்பகுதியில் காணும் தொடர்புடைய சொற்களின் குறைஒலி இணைகளைத் (minimal pairs) தொகுத்துப் பாடமாக்கலாம். எடுத்துக்காட்டாக பாடப்பகுதியில் 'முல்லை' என்ற சொல் இருப்பின்;

முல்லை கொல்லை கல்லை வல்லை புல்லை சொல்லை

முள்ளை கொள்ளை கள்ளை வள்ளை புள்ளை சொள்ளை

என்ற போக்கில் 100சொல் தொகுதிகள் தேர்வு செய்யப்பட வேண்டும். மேலே காட்டியிருப்பது ஒரு சொல் தொகுதி மட்டுமே.

இரண்டாம்பருவம் சொற்றொடர்கள் வாசிக்கும் பயிற்சியாக அமைய வேண்டும். /க், ச், த், ப்/ ஒற்று மிகும் இடங்களுக்குத் தகுந்த அழுத்தம் கொடுக்கப் பழக்க வேண்டும். சான்றாக;

எடுத்துக்கொடுத்தான்   எடுத்துச்சொன்னான்

எடுத்துத்தைத்தான்   எடுத்துப் பார்த்தான்

இதுபோல் 100தொடர்த் தொகுதிகள் பாடப்பகுதியுடன் தொடர்புடையனவாய் அமைக்க வேண்டும்.

மூன்றாவது பருவத்தில் முழுமையான தொடர்களை வாசிக்கும் பயிற்சி தரவேண்டும்   நிறுத்தற்குறிகளுடன்;   பாடத்தோடு தொடர்புடைய 100வாக்கியங்கள் உருவாக்கப்பட வேண்டும். அவற்றைச் சரிவர நிறுத்தி வாசிக்கக் கற்றுத் தர வேண்டும்.

நான்காவது பருவத்தில் ஒட்டுமொத்தத் திறனைப் பாடல் வாசிப்பின் மூலமும், உரைநடை வாசிப்பின் மூலமும் மதிப்பீடு செய்ய வேண்டும்.

அடிப்படைத்தமிழ் மாணவர்க்கு விளம்பரப்பலகைகள், பேருந்துத் தடஅறிவிப்பு, செய்தித்தாள், சுவரொட்டிகள், துண்டுப்பிரசுரங்கள், பத்திரிகை வாசித்தல் எனப் புதிய கோணங்களில் தமிழ் கற்றுக் கொடுப்பதே நல்லது. அடிப்படையாகத் தெரிந்து கொள்ள வேண்டிய திருக்குறள், நாலடியார், மூதுரை, கொன்றை வேந்தன் போன்ற பாடல்களை நான்காம் பருவத்தில் பாடமாக வைக்கலாம்.

அகமதிப்பீடும் புறமதிப்பீடும் *(internal and external assessments)*

மதிப்பீடுகளைப் பங்கீடு செய்வதில் தன்னாட்சி நிறுவனங்களுக்குச் சுதந்திரம் உள்ளது. 50% அகமதிப்பீடும் 50% புறமதிப்பீடும் முறையே பேசும் தமிழுக்கும் எழுதும் தமிழுக்கும் ஒதுக்கலாம். அகமதிப்பீட்டுக்கென நடைபெறும் மூன்று சுழல் தேர்வுகளில் *(cycle tests)* பாடத்தின் ஆழமான அறிவைத் துல்லியமாகச் சோதித்தறியும் வினாடிவினா, தானாக வடிவமைக்கக் கூடிய பயிற்சிக்கட்டுரைகள், தமிழ் வாசிப்பு என மூன்றும் இடம்பெற வேண்டும். எப்போது வாய்மொழித்தேர்வு மதிப்பிடும் முறைகளில் ஒன்றாக ஆக்கப்படுகிறதோ; அப்போது தான் வாய்மொழிப் பயிற்சிக்கு உரிய சிறப்பிடம் கிடைக்கும். வாசிப்புப் பயிற்சியின் அகமதிப்பீட்டைக் கணினியே மதிப்பிடவேண்டும். புறமதிப்பீட்டில் எழுத்துத் தேர்வை *(written exam)* மட்டும் வைத்துக் கொள்ளலாம்.

பள்ளிப் பாடப் புத்தகங்களில் ஒவ்வொரு பாடத்திற்கும் பின்னர் வாய்மொழிப் பயிற்சிகள் உள்ளன எனினும்; பள்ளியில் வாய்மொழிப் பயிற்சி முக்கியத்துவம் பெறவில்லை என்பது பள்ளியிலிருந்து வெளிவரும் மாணவர் மூலம் தெரிகிறது.

முடிபும் பயனும்

செந்தமிழும் நாப்பழக்கம்'என்ற முதுமொழியின் படி வாய்மொழிப்பயிற்சிக்கும் தேர்வுக்கும் இடம் கொடுப்பது சிறந்தது. கற்றல் கற்பித்தல் மதிப்பிடுவதில் கணினிப் பயன்பாடு இடம்பெறும் போது; தமிழுக்கே உரிய சிறப்பு ஒலிகளை இறவாமல் பாதுகாக்க இயலும்.

கல்வித் தொழில்நுட்பம்: கல்வியில் தகவல் தொடர்பு சாதனங்களின் தாக்கம்

எம். முனிரா
12 – ஆம் வகுப்பு அ பிரிவு
தேசிய மேல்நிலைப்பள்ளி நாகூர்
மின்னஞ்சல் முகவரி – n.amutha2407@gmail.com

முன்னுரை

ஆரம்ப காலகட்டங்களில் கற்றல் கற்பித்தல் என்பது ஆசிரியர் மாணவர்களுக்கு இடையேயான வாய்வழித் தகவல் தொடர்பைச் சார்ந்தே அமைந்திருந்தது. பிற்காலத்தில் அச்சு இயந்திர உருவாக்கத்தின் விளைவாக தகவல்கள் பாடபுத்தகங்களாக வலுப்பெற்றன.அதன் தொடர்ச்சியாக செய்தித்தாள்களும் கற்றல் கற்பித்தல் தகவல் தொடர்பு சாதனமாக உருப்பெற்றன. இவற்றின் பயன்பாட்டால் கல்வியில் ஏற்படும் தாக்கங்களைப் பற்றி இக்கட்டுரையில் காண்போம்.

தகவல் தொடர்பு சாதனம்

தகவல் தொடர்பு சாதனம், செய்திகள் மூலம் உணர் உறுப்புகளை செயல்பட வைத்து மறுவினை செய்யத் தூண்டுகிறது. எனவே, இத்தகவல் தொடர்புச் சாதனங்கள் வகுப்பறை கற்றல் கற்பித்தல் செயல்பாடுகளில் மிகவும் முக்கியத்துவம் பெறுகிறது. இதன் மூலம் மாணக்கர் உணர்உறுப்புகளின் மூலமாகக் கற்றலைப் பெற முடிகின்றது. இன்றைய அறிவியல் யுகத்தில் கற்றல் கற்பித்தல் செயல்பாட்டில் படங்கள், தொலைக்காட்சி,பதிவு செய்யப்பட்ட வார்த்தைகள், திட்டமிடப்பட்ட படங்கள், வானொலி போன்ற தகவல் தொடர்பு சாதனங்கள் மிகவும் பயன்பட்டு வருகின்றன.

அறிஞர்களின் கருத்து

நெல்சன் ஹென்றி என்பவர் ''புதிய கற்பித்தல் ஊடகங்களின் உதவி இல்லாமல் கல்வியின் குறிக்கோளை முழுமையாக ஒரு கல்வி நிலையம் அடைய முடியாது'' என்கிறார்.தகவல் தொடர்பு சாதனங்கள் வெறும் செய்தித் துணுக்குகளை மட்டும் நமக்குத் தரவில்லை அதன் மூலம் உணர்உறுப்புகளை செயல்படச் செய்கிறது.மார்சல் மெக்ளூன் என்பவர் ''தகவல்கள் அல்லது அறிவின் பகுதியை தகவல் தொடர்பு

சாதனங்கள் நமக்குத் தருகின்றன" என்று குறிப்பிடுகின்றார். தகவல் தொடர்பு சாதனங்கள் மூலம் பெறப்படும் தகவல்கள் மனிதனின் மனதில் ஆழமான தாக்கத்தினை உருவாக்குகிறது.

கல்வியில் தாக்கங்கள்

தகவல் தொடர்பு சாதனங்கள் கற்றல் – கற்பித்தலில் தொடர் தாக்கத்தை ஏற்படுத்தி வருகின்றன. நவீன கற்பித்தல் யுத்திகளான கணினி வழிக் கற்பித்தல் யுத்தம் போல் தகவல் தொடர்பில் பெரும் புரட்சியை ஏற்படுத்திக் கொண்டிருக்கிறது என்றால் மிகையாகாது. இத்தகைய கற்றல் – கற்பித்தல் நுட்பமானது ஒருமுறை பள்ளியில் நுழைந்து விட்டால் அது தன்னுடைய புதுமையை செய்து கொண்டு தான் இருக்கும்.இது அனைவரும் அறிந்த உண்மையாகும்.

1986ஆம் ஆண்டிலான தேசியக் கொள்கை மற்றும் 1992 இல் உருவாக்கப்பட்ட கொள்கைகளின் திட்டமும் கீழ்க்கண்ட கருத்துகளை வலியுறுத்துகின்றன. தகவல் தொடர்பு சாதனங்கள் மாணக்காின் மனதில் ஆழமான தாக்கத்தை ஏற்படுத்துகின்றன. ஆனால் தகவல் தொடர்பானது கலைத்தடையையும் தொலை தூர நிர்வாகச் சிக்கலையும் தோற்றுவிக்கின்றது. அவ்வாறு அல்லாமல் நவீனக் கல்வி நுட்பமானது மிகத் தொலைவில் உள்ள பகுதிகளுக்கும்,அடித்தட்டு பயனாளிகளுக்கும் ஒரே சமயத்தில் சென்றடைந்து ஒரே விதமான மன ஓட்டத்தை எப்போதும் கிடைக்கக் கூடியதாகச் செய்தல் வேண்டும். தகவல் தொடர்பு சாதனங்களின் தாக்கத்தால் ஆசிாியர்களின் முக்கியத்துவம் சிலநேரங்களில் குறைந்து விடுகிறது.

தகவல் தொடர்பு சாதனங்களின் பயன்கள்

தகவல் தொடர்பு சாதனத்தால் அனைவருக்கும் ஆரம்பக்கல்வி என்ற இலக்கை அடையமுடிகிறது. இதன் வாயிலாக வயது வந்தோர் கல்வியை முழுமையாகப் பெற முடிகிறது. இதனால் பள்ளிச் செயல்பாடுகள் மேம்பாடு அடைகின்றன. ஓய்வு நேரத்தை ஆர்வமாகவும்,பயனுள்ளதாகவும் மாற்ற முடிகிறது. பள்ளியை விட்டு விலகிச் சென்றவர்களுக்கு மாற்று முறையில் கற்பிக்க முடிகிறது. தர்க்க ரீதியாக மாணக்கர்களுக்கு சிந்தனையை உருவாக்க இயலுகிறது. இன்றைய நாளில் நிகழும் செய்திகளை உடனுக்குடன் பெற முடிகிறது. தொலைதூரக் கல்வியைப் பெற முடிகிறது.

படித்தல், கேட்டல், செய்து கற்றல், தொட்டு உணர்தல் போன்ற அனைத்து கற்றல் வழிமுறைகளையும் பின்பற்றி கற்றல் முழுமை பெறுகிறது. தரமான மென்பொருட்களைத் தயாரித்து விட்டால் அவற்றை அனைத்து பள்ளிகளுக்கும் வழங்கி அல்லது இணையதளம் மூலமாக இணைத்து கற்றலை எளிமையாக்க முடிகிறது. மெதுவாகக் கற்போரும் ஆர்வமுடன் பங்கேற்றுக் கற்க வாய்ப்பு உள்ளது. இம்முறைக் கற்பித்தலானது கவர்ச்சிகரமான முறையாக அமைவதால் மாணவர்களின் இடைநிற்றல் குறைவதோடு அடைவுத்திறனும் மேன்மை அடைகிறது

தகவல் தொடர்பு சாதனங்களின் வரம்புகள்

மென்பொருட்கள் தயாரிப்பதற்கு அதிகக்கால விரயம், அதிகப் பொருட்செலவு ஏற்படுகிறது. அனைத்து மாணவர்களுக்கும் கணியை வழங்குதல் என்பது கடினமானதாகவும், அதிக பொருட் செலவினை ஏற்படுத்துவதாகவும் உள்ளது. எல்லாப் பாடங்களுக்கும் இம்முறையைப் பின்பற்றிக் கற்பிப்பது என்பது கடினமானதாகும். இம்முறையில் கற்பிப்பதற்கு முன் அனைத்து மாணவர்களையும் கணிப்பொறி மூலம் கற்க ஏதுவாக அவர்களுக்கு கணிப்பொறியை இயக்கும் ஆற்றலை வளர்க்க வேண்டிய கட்டாயம் ஒவ்வொரு ஆசிரியருக்கும் ஏற்படுகிறது. அனைத்து ஆசிரியர்களுக்கும் அதிக உழைப்பு தேவைப்படும். அனைத்து பள்ளிகளுக்கும் நல்ல வடிவமைக்கப்பட்ட கணினிகளும் ,மின் இணைப்புகளும் கட்டாயம் வழங்கப்படல் வேண்டும். கணினிகளில் ஏற்படும் சில குறைகளை நீக்கவும் வைரஸ் போன்றவற்றை அழிக்கவும் ஆசிரியர் தெரிந்திருத்தல் அவசியமாகிறது. ஆசிரியர்கள் கணினி அறிவு போதுமான அளவு பெற்றிருத்தல் வேண்டும். ஆசிரியர்களுக்கு மென்பொருள்களைக் கையாளுவதற்கும் பயன்படுத்துவதற்கும் பயிற்சிகள் கொடுக்கப்படல் வேண்டும்.

முடிவுரை

கல்வியில் தகவல் தொடர்பு சாதனங்களின் தாக்கங்கள் மாணவர்களை பாதிக்கிறது என்பதைக் கண்டோம். தகவல் தொடர்பு சாதனங்கள் ஆசிரியர்களுக்கும் – மாணவர்களுக்கும் இடையில் ஒரு இடைவெளியை ஏற்படுத்துகிறது. இதன் காரணமாக கல்வியில் பாதிப்பு ஏற்படுகிறது. இக்கட்டுரையில் தகவல் தொடர்பு சாதனங்களின் தாக்கங்களைப் பற்றி விரிவாகக் கண்டோம்.

தமிழில் திறந்த கல்வி வளங்கள்

Open Education Resources in Tamil

முனைவர் இரா.குணசீலன்
தமிழ் உதவிப் பேராசிரியர் (சுயநிதிப் பிரிவு), தமிழ்த்துறை
பூ.சா.கோ கலை அறிவியல் கல்லூரி,   கோயம்புத்தூர்
gunathamizh@gmail.com

ஆய்வின் குறிக்கோள் -   தமிழில் திறந்த கல்வி வளங்களை மேம்படுத்துதல்

ஆய்வுச் சிக்கல் – திறந்த வளங்கள் ஆங்கிலம் உள்ளிட்ட மொழிகளில் வளர்ந்துள்ள அளவுக்குத் தமிழில் பெரிதும் வளரவில்லை. தமிழில் திறந்த கல்வி வளங்கள் குறித்த ஆய்வுகளோ, நூல்களோ இதுவரை பெரிதும் வெளிவரவில்லை.

குறிப்புச் சொற்கள் – திறந்த கல்வி வளங்கள், தமிழில் திறந்த கல்வி வளங்கள்,

\மனித இனத்தின் மாபெரும் கண்டுபிடிப்பு மொழி. மொழிகளுள் தமிழ் மொழி தனிச்சிறப்புடைதாகும். தொன்மையாலும் தொடர்ச்சியான இலக்கிய மரபுகளாலும் புகழ் பெற்ற தமிழ் இன்று கணினி உலகில் புதிய புதிய நுட்பங்களால் தன்னைப் புதுப்பித்துக்கொண்டு வருகிறது. குருகுலக் கல்வி, திண்ணைப் பள்ளி, பள்ளிக்கூடங்கள், கல்லூரி, பல்கலைக்கழகங்கள் என கற்பிக்கப்பட்ட தமிழ் இன்று இணையதளங்கள் வழியாக உள்நாடுகளில் மட்டுமின்றி உலக நாடுகளில் வாழும் மக்களுக்கும் கற்பிக்கப்படுகின்றது. இச்சூழலில் தமிழில் திறந்த கல்விவளங்களின் தேவை நிறைந்துள்ளது.

திறந்த கல்வி வளங்கள் என்பவை (OER) இலவசமாக அணுகக்கூடியவையாக அமைகின்றன, வெளிப்படையாக உரிமம் பெற்ற உரை, ஊடகம் மற்றும் பிற டிஜிட்டல் சொத்துக்கள் மற்றும் கற்பித்தல், கற்றல் மற்றும் மதிப்பீடு மற்றும் ஆராய்ச்சி நோக்கங்களுக்காகப் பயன்படுபவை ஆகும். திறந்த கல்வி வளங்கள் எந்தவொரு பயனருக்கும் சில உரிமங்களின் கீழ் பயன்படுத்த, மீண்டும் கலக்க, மேம்படுத்த மற்றும் மறுபகிர்வு செய்ய பொதுவில் அணுகக்கூடிய பொருட்கள் மற்றும் வளங்களை வழங்குகிறது. இணையவழி படிப்புகள், விரிவுரைகள், பயிற்சிக்கட்டுரைகள்,

வினாடிவினா, கல்வி தொடர்பான கலந்துரையாடல், விளையாட்டு என இதன் உட்கூறுகள் பன்முகத்தன்மை கொண்டவையாகும். சான்றாக, கான் அகாதமி[i] காணொளி வடிவில் கல்விசார் உள்ளடக்கங்களை வழங்குகிறது, ஓபன்ஸ்டாக்ஸ்[ii] உயர்தர, சக மதிப்பாய்வு செய்யப்பட்ட, வெளிப்படையாக உரிமம் பெற்ற பாடப்புத்தகங்களை வெளியிடுகிறது, அவை முற்றிலும் இலவச ஆன்லைன் மற்றும் குறைந்த செலவில் அச்சிடப்படுகின்றன. என்.பி.டெல்[iii] பொறியியல், அடிப்படை அறிவியல், மனிதநேயம் மற்றும் சமூக அறிவியல் பாடங்களை யூடியூப் இணையம் வழியாக வழங்குகிறது. மேலும், சுவயம்[iv], சுவயம் பிரபா[v], ஈ பாதசாலா[vi], சோத்கங்கா[vii] ஆகியவற்றை இந்திய அரசு வழங்கும் திறந்த கல்வி வளங்களுக்கான தக்க சான்றுகளாக உரைக்கலாம்.

திறந்த கல்வி வளங்களின் நன்மைகள்

கல்விசார்ந்த உள்ளடக்கங்கள் இணையத்தில் இருந்தால் எந்த நேரத்திலும், யாரும் பயன்படுத்தமுடியும். உரைகள், படங்கள், காணொலிகள் என பல்வேறு வடிவங்களில் விளக்குவது எளிது, விரைவாக உள்ளடக்கங்களைப் பகிர்ந்துகொள்ளமுடியும்

திறந்த கல்வி வளங்களின் நன்மை, தீமைகள்

இணையத்தில் கிடைக்கும் செய்திகள் நம்பகத்தன்மையற்றவை தொழில்நுட்பச் சிக்கல்கள், இணைய வேகமின்மை காரணமாக கோப்பை அணுகுவதில் இடர்பாடுகள் ஏற்படலாம். 'எவரும் திருத்தலாம் என்பதால் தவறான, பொருத்தமற்ற செய்திகளும் உருவாக வாய்ப்பு உள்ளது.

தமிழில் திறந்த கல்வி வளங்கள்

விக்கிப்பீடியா[viii], விக்சனரி, விக்கி மேற்கோள், விக்கி மூலங்கள், விக்கி பொதுவகம், ஆகிய தளங்கள் தமிழில் கிடைக்கும் திறந்த கல்விமூலங்களாக உள்ளன. இவற்றில் ஆசிரியர்களோ மாணவர்களோ அல்லது தமிழ்த்தட்டச்சு அறிந்த யாரும் கல்வி மூலங்களை உருவாக்க இயலும். இருந்தாலும் இவற்றின் நம்பகத்தன்மை

குறிப்பிடத்தக்கதாக இல்லை. தமிழ் இணையக் கல்விக்கழகத்தின்*[ix]* பதிவுகள் தமிழக அரசின் சார்பாக வெளியிடப்படுவதால் நம்பகத்தன்மையுள்ளனவாக விளங்குகின்றன.

உரிமங்கள்

தமிழில் திறந்த கல்வி வளங்களை உருவாக்கும்போது உரிமங்கள் குறித்த அடிப்படை அறிவு தேவை. அறிவு சார்ந்த சொத்துகளைப் பகிரவோ, திருத்தவோ இந்த அறிவு முதன்மையானது. நாம் கல்வி வளத்திற்காகப் பயன்படுத்தும் நிழற்படமோ, ஒலியோ, காணொளியோ எந்த உரிமத்தின் கீழ் வருகிறது என்று அறிந்துகொள்ள வேண்டும். குறிப்பிடுதல், வர்த்தக நோக்கமற்றவை, வழிபொருளற்றவை, அதேமாதிரிப் பகிர்தல், படைப்பாக்கப் பொதுமங்கள் என பதிப்புசார்ந்த உரிமங்கள் உள்ளன. மென்பொருள்களுக்கென தனியே உரிமங்கள் உள்ளன.

திறந்த வளங்களுக்கான மதிப்பீடுகள்

கல்வி வளத்தை யார் வேண்டுமானாலும் உருவாக்கலாம் என்பதால், கல்வி வளத்தை யார் வெளியிடுகிறார்கள்? அதை யார் மதிப்பீடு செய்துள்ளார்கள்? என்பதை அடிப்படையாக் கொண்டே அக்கல்வி வளம் மதிப்புப் பெறுகிறது. ஒரு பல்கலைக்கழகமோ, மத்திய, மாநில அரசின் அங்கீகாரம் பெற்ற ஆராய்ச்சி நிறுவனமோ மதிப்பீடு செய்தபின் கல்வி வளம் வெளியிடப் பெற்றால்தான் திறந்த கல்வி வளத்துக்கான மதிப்பு முழுமையாகப் பெற இயலும்.

திறந்த கல்வி வள மேம்பாட்டுக் கருவிகள்

வலைப்பதிவுகள், இணையதளங்கள், யூடியூப், மின்னூல்கள், ஒலி நூல்கள், சொற்களஞ்சியங்கள், தொடரடைவுகள், அகராதிகள், இதழ்கள், வானொலி, தொலைக்காட்சிகள் என பல்வேறு கருவிகள் வழியாகத் திறந்த கல்வி வளங்களைத் தமிழில் உருவாக்கவும், மதிப்பீடு செய்யவும் வேண்டிய தேவை ஏற்பட்டுள்ளது.

நிறைவுரை

திறந்த கல்வி வளங்கள் என்றால் என்ன என்பதும் அதன் தகுதிகள், வகைப்பாடு மற்றும் நன்மை, தீமைகள் உரைக்கப்பட்டன.

தமிழில் திறந்த கல்வி வளங்கள் உருவாக்கவேண்டிய தேவை எடுத்துரைக்கப்பட்டது. திறந்த கல்வி வளங்கள் உருவாக்கத்தில் உரிமங்கள் குறித்த விழிப்புணர்வும், உரிமங்களின் வகையும் இயம்பப்பட்டன.

திறந்த கல்வி வளங்களுக்கள் உருவாக்கத்தில் மதிப்பீடுகளின் தேவையும், மதிப்பிடுவோர் தகுதியும் உணர்த்தப்பட்டது. திறந்த கல்வி வளங்களுக்கான சான்றுகளை எடுத்துரைத்து தமிழில் திறந்த கல்வி வளங்கள் உருவாக்குவதற்கான களங்கள் சுட்டிக்காட்டப்பட்டன.

[i] *https://www.khanacademy.org/*

[ii] *https://cnx.org/*

[iii] *https://nptel.ac.in/*

[iv] *https://swayam.gov.in/*

[v] *https://www.swayamprabha.gov.in/*

[vi] *https://epathshala.nic.in/*

[vii] *https://shodhganga.inflibnet.ac.in/*

[viii] *https://ta.wikipedia.org/*

[ix] *http://www.tamilvu.org/*

தமிழ் கற்றல் கற்பித்தலில் யூடியூப்பின் பங்கு

முனைவர் ந.இராஜேந்திரன்,

தமிழ் உதவிப்பேராசிரியர்,

இந்துஸ்தான் கலை அறிவியல் கல்லூரி(த.),

கோயம்புத்தூர் - 641 028.

"சான்றோன் ஆக்குதல் தந்தைக்குக் கடனே" (புறம்.312:2) "ஒருமைக்கண் தான்கற்ற கல்வி ஒருவற்கு, எழுமையும் ஏமாப் புடைத்து" (குறள்.398) "

கற்கை நன்றே; கற்கை நன்றே; பிச்சை புகினும் கற்கை நன்றே" (வெற்றிவேற்கை.35) "அன்ன சத்திரம் ஆயிரம் வைத்தல், ஆலயம் பதினாயிரம் நாட்டல்,... புண்ணியம் கோடி, ஆங்கோர் ஏழைக்கு எழுத்தறிவித்தல்" (பாரதியார்) "

கல்வியில்லாத பெண்கள், களர்நிலம்" (பாரதிதாசன்)

போன்ற இலக்கியக் கருத்தாக்கங்கள் அனைத்தும் ஒரு மனிதனுக்குக் கல்வி எவ்வளவு இன்றியமையாதது என்பதை விளக்குவதாக அமைகின்றன.

கல்வெட்டு, செப்பேடு, ஓலைச்சுவடிகளிலிருந்த தமிழ் கருத்தாக்கங்கள் அனைத்தும் காகிதப் பிரதிக்கு ஏற்றம் பெற்றதைப் போல. குருகுலக் கல்வி, மரத்தடிக் கல்வி, ஓர் ஆசிரியர் பள்ளிக் கல்வி போன்றவையெல்லாம் இன்று இணைய வழிக் கல்விக்கு ஏற்றம் பெற்றிருக்கிறது. அந்தவகையில் இன்றைய கல்விச் சூழலில் மாணாக்கர்கள் மனதிலும் பள்ளி, கல்லூரி ஆசிரியர்கள் மனதிலும் இணையவழிக் கல்வி என்பது ஆல்போல் தழைத்து அருகுபோல் வேரோடிக் கொண்டிருக்கிறது என்றால் அது மிகையாகாது. அந்தவகையில் தமிழ்க் கற்றல் கற்பித்தலில் யூடியூப்பின் பங்கு எவ்வளவு இன்றியமையாமையாக இருந்துவருகிறது என்பதையும் அதன் நன்மை, தீமைகளையும் ஆராய்ந்து விளக்கும் முகமாக இக்கட்டுரை அமையும்.

ஆய்வு நோக்கம்

தமிழ் கற்றல் கற்பித்தலில் யூடியூப்பின் எண்ணிக்கையை (அ) பதிவுகளை மேம்படுத்துதல்.

ஆய்வுச் சிக்கல்

யூடியூப் பதிவுகள் ஆங்கிலம் உள்ளிட்ட பிற மொழிகளில் இடம்பெற்றிருக்கும் அளவுக்குத் தமிழில் பெரிதும் இடம்பெறவில்லை. அதிலும், தமிழ் இலக்கணம், இலக்கியம், வரலாறு, தொல்லியல், மானுடவியல், பெண்ணியம், கணினியியல் குறித்த பதிவுகள் குறைவுதான்.

ஆய்வுப் பகுப்பு

யூடியூப் பதிவுகளைத் தமிழ் கற்றல், கற்பித்தல் என இரு நிலைகளில் பகுத்து விளக்கலாம்.

குறிப்புச்சொற்கள்

தமிழ் கற்றல் கற்பித்தலில் யூடியூப்பின் பங்கு, முனைவர் ந.இராஜேந்திரன்

The role of YouTube in teaching and learning in Tamil, Dr N.Rajendran

கற்றல்

- கற்றுக்கொள்வது யார்

- ஏன் கற்றுக்கொள்கிறார்

- எதைக் கற்றுக்கொள்கிறார்

- எப்படிக் கற்றுக்கொள்கிறார்

- எப்போது கற்றுக்கொள்கிறார்

- கற்றுக்கொள்வோரின் இலக்கு

2.கற்பித்தல்

- கற்பிப்பவர் யார்

- யாருக்குக் கற்பிக்கிறார்

- எதைக் கற்பிக்கிறார்

- எப்படி, எப்போது கற்பிக்கிறார்

- கற்பிப்பவரின் இலக்கு

எனும் மேற்குறித்த தலைப்புகள் தக்க சான்றுகளுடன் ஆய்வு நெறிமுறைக்கு உட்பட்டு விளக்கப்படும்.

கற்றல்
கற்றுக்கொள்வது யார்

மனித வாழ்வில் கற்றல் என்பது நடத்தையில் ஏற்படும் நிரந்தரமான மாற்றம் என்றே உளவியலாளர்கள் கருதுகின்றனர். அவ்வகையில் ஒவ்வொரு மனிதனும் தன் வாழ்நாளின் முடிவுவரை புதிய புதிய செய்திகளைக் கற்றுக்கொண்டுதான் இருக்கிறார்கள். யூடியூப்பின் வழி தமிழ் சார்ந்த பாடங்களைக் கற்றுக் கொள்வதற்கு வயதோ, கல்வித் தகுதியோ அவசியமில்லை. ஆர்வம் இருந்தால் யார் வேண்டுமானாலும் கற்றுக் கொள்ளலாம்.

ஏன் கற்றுக்கொள்கிறார்

தங்களது கடந்த கால வரலாறுதோற்றம், கலாச்சாரம் ஆகியவற்றை

அறியாத மக்கள் வேரற்றமரம் போன்றவர்கள்''

என்கிறார் மார்க்ஸ் கார்வே. ஆக மனிதனாய் பிறந்த ஒவ்வொருவரும் தங்களது வரலாறு, கலாச்சாரம், பண்பாடு, நாகரீகம் குறித்து முழுமையாகத் தெரிந்துகொள்ள வேண்டும். நூல் படித்துத் தெரிந்துகொள்ள முடியாத நபர்கள் (அ) மாணாக்கர்கள் யூடியூப்பில் தேடித் தேடிப் பார்த்துக் கற்றுக்கொள்கின்றனர்.

எதைக் கற்றுக்கொள்கிறார்

எந்தத் துறை சார்ந்து நன்கு தெரிந்துகொள்ள வேண்டும் எனக் கற்றுக்கொள்ளக் கூடியவர்கள் நினைக்கின்றார்களோ அந்தத் துறை சார்ந்து யூடியூப் தேடுபொறியில் தேடிக் கற்றுக்கொள்கின்றனர். (எ.கா.) கணினித் தமிழ் குறித்துத்தெரிந்துகொள்ள வேர்களைத்தேடி வலைக்காட்சியும் இனம் வலைக்காட்சியும் பயனுள்ளதாக இருக்கும்.

எப்போது கற்றுக்கொள்கிறார்

யூடியூப்பின் வழியாக கற்றுக்கொள்ளக் கூடியவர்கள், பள்ளி, கல்லூரி செல்வதுபோல கற்றுக்கொள்வதற்கு என்று குறித்த நேரத்தில் செல்ல வேண்டும் என்ற அவசியம் இருக்காது. கற்றுக்கொள்ள நினைப்பவர்களுக்கு எப்போது நேரம் கிடைக்கின்றதோ அப்பொழுது கற்றுக்கொள்ளலாம். (எ.கா.) பேருந்திற்காகக் காத்திருக்கும் நேரத்திலோ அல்லது பேருந்து பயணத்திலோ அல்லது பொழுது போகாத நேரத்திலோ தனக்குத் தேவையான செய்தியை யூடியூப்பின் வழியாகப் பார்த்துத் தெரிந்துகொள்கின்றனர்.

கற்றுக்கொள்வோரின் இலக்கு

முல்லையும் குறிஞ்சியும்

முறைமையின் திரிந்து

நல்லியல்பு இழந்து நடுங்கு

துயர்உறுத்துப்

பாலை என்பதோர் படிவம் கொள்ளும் *(சிலம்பு. காடு.காதை.64-66)*

எனும் சிலம்பின் வரிகளுக்கு ஏற்ப உலகமே கொரானா எனும் கொடிய நோயால் மக்களின் வாழ்க்கையும் வாழ்வாதாரமும் மட்டுமல்ல மாணாக்கர்களின் கல்வி நிலையும் மாறிப்போயிற்று. மாணாக்கர்களுக்குக் கல்வி அவசியம் என்பதை உணர்ந்த ஆசிரியர்கள் *Google meet, Google Classroom, Zoom, Teamlink, Kahot* இது போன்ற பல செயலிகளில் எப்படி பாடம் எடுப்பது என்பதை யூடியூப்பில் பார்த்துக் கற்றுக்கொண்டு அதன் வழி மாணாக்கர்களுக்குப் பாடம் நடத்தியிருக்கிறார்கள்.

பகுதி-2
கற்பிப்பவர் யார்

யூடியூப்பில் கற்பிப்பதற்கு வயது வரம்பு கிடையாது. யூடியூப்பில் தனக்கென்று ஒரு கணக்கு இருந்தால் போதும். அந்தக் கணக்கு வழியாக தனக்குத் தெரிந்த செய்திகளைப் பல வழிமுறைகளில் பதிவிடலாம். ஒருவர் பதிவிடும் செய்தியானது இந்தியா மட்டுமல்ல எந்த நாட்டிலும் இருந்தாலும் அந்த இடத்திலிருந்து

கொண்டே தமிழ் சார்ந்த அந்தச் செய்தியை அவர்கள் தெரிந்து கொள்ளலாம். ஆக அந்தச் செய்தியைப் பதிவிட்டவர் கற்பித்தவர் ஆகிறார்.

யாருக்குக் கற்பிக்கிறார்

தனக்குத் தெரிந்த செய்தியை யூடியூப்பில் பதிவேற்றம் செய்யும்போது, அவருக்குத் தெரியாது. இந்தச் செய்தி யாருக்குப் பயன்படப் போகிறதென்று. தனக்குத் தெரிந்த செய்தி இன்னும் சிலருக்குத் தெரியாது என்ற நம்பிக்கையிலும் அடுத்த தலைமுறையினருக்குக் கடத்த வேண்டும் என்ற நம்பிக்கையிலும்தான் அந்தச் செய்தியை யூடியூப்பில் பதிவேற்றம் செய்கிறார் அல்லது கற்பிக்கிறார்.

எதைக் கற்பிக்கிறார்

தமிழ் இலக்கணம், இலக்கியம், வரலாறு, தொல்லியல், பொருளியல், அறிவியல் கணினியில் போன்ற துறைகளில் எவர் வல்லவராக இயங்குகிறாரோ அவர் அந்தத் துறைசார்ந்து தனக்குத் தெரிந்ததை அவரது யூடியூப் பக்கத்தில் பதிவுசெய்கிறார் அல்லது கற்பித்து வருகிறார். (எ.கா.) சங்கத் தமிழன் டி.வி (யூடியூப்) தமிழர் வரலாறு குறித்துத் தொடர்ந்து கற்பித்துவருகிறது.

எப்படி, எப்போது கற்பிக்கிறார்

யூடியூப்பில் பதிவுசெய்யும் எந்தவொரு கருத்தும் வெறுமனே பதிவு செய்வதில்லை. ஏனெனில், அந்தப் பதிவை உலகம் முழுவதும் பார்க்கக்கூடும். ஆகையால் பதிவு செய்யும் முன்பு அந்தக் கருத்தாக்கம் குறித்துச் சிறு ஆய்வு மேற்கொண்டு தகுந்த சான்றுகளுடன்தான் அந்தச் செய்தியைப் பதிவு செய்கின்றனர். (எ.கா.) யாழ்பாவாணன் வலைக்காட்சி தமிழ்ப் புதுக்கவிதை, மரபுக்கவிதை குறித்து நேரடியாகக் கற்பித்து வருகிறது.

யூடியூப்பில் குறித்த நேரத்தில் கற்பிக்க வேண்டும் என்ற நெருக்கடி எதுவும் கிடையாது. ஆகையால் கற்பிக்கக் கூடியவர் அவருக்கு எப்போது நேரம் கிடைக்கிறதோ அப்போது தனக்குத் தெரிந்த செய்தியைப் பதிவேற்றம் செய்கிறார் அல்லது கற்பிக்கிறார்.

கற்பிப்பவரின் இலக்கு

யாம் பெற்ற இன்பம் பெறுக இவ்வையகம் என்ற வரிகளுக்கு ஏற்ப தனக்குத் தெரிந்த செய்தியை இந்த உலகம் முழுவதும் பரப்ப வேண்டுமென்ற நல்ல

எண்ணத்தோடும் தெரியாதவர்களுக்குத் தெரியப்படுத்த வேண்டும் என்ற மனப்பான்மையோடும் தனக்குத் தெரிந்த செய்திகளை யூடியூப்பில் பதிவேற்றம் செய்கின்றனர். (எ.கா.) தமிழ் நாற்றங்கால் வலைக்காட்சி பெருங்கற்காலத் தமிழ்ச் சமூகத்தின் எச்சங்களைத் தேடிக் கொணர்ந்து ஆய்வு செய்து அந்த முடிவுகளை யூடியூப்பில் வீடியோவாகவோ, அல்லது மேற்பரப்பு கள ஆய்வின் நேரடிக் காட்சியாகவோ பதிவு செய்துவருகிறது. தமிழ்ச் சமூகத்தின் வரலாற்றை மீள் கட்டமைப்பு செய்யும் இலக்கோடு தமிழ் நாற்றங்கால் வலைக்காட்சி இயங்கிவருகிறது.

தீர்வு –

தமிழாசிரியர்கள் மட்டுமின்றி மாணவர்களும் பிற துறை பேராசிரியர்களும் தமிழ் தொடர்பான இலக்கணம், இலக்கியம், வரலாறு, தொல்லியல், பண்பாடு, கணினிப் பதிவுகளை இடுவதன் வழியாகத் தமிழ் மொழியின் கருத்துக்களை மேம்படுத்தவும் அடுத்த தலைமுறைக்குக் கடத்தவும் இயலும்.

யூடியூப் வீடியோ பதிவு - யூடியூப் வலைக்காட்சி உருவாக்குவதற்கும் உங்களுக்குத் தெரிந்த செய்தியை உலகறியச் செய்வதற்கும் திறன்பேசியே போதும். *KineMaster (பின்னிணைப்பு-1)* என்ற மென்பொருளைப் பதிவேற்றம் செய்துகொண்டு அதில் புகைப்படம், வீடியோ, பேச்சு, என எதுவாக இருந்தாலும் யூடியூப் வீடியோவாக பதிவுசெய்து உலகறியச் செய்யலாம். பலவகையான வசதிகளை உள்ளடக்கிய ஒரு மென்பொருளாக *KineMaster* இருக்கிறது. இதில் பெரிய அளவிற்குப் பொருளாதாரச் செலவினங்கள் இல்லாமல் தமிழ் மொழியின் சிறப்புகளைப் பரவலாக்கம் செய்யலாம்.

பயன் - தமிழ் மொழியில் இலக்கணம், இலக்கியம், வரலாறு, தொல்லியல், பண்பாடு, கணினிப் பதிவுகளை யூடியூப்பின் வழியாகப் பதிவேற்றம் செய்யும்போது உலகளாவிய அளவில் தமிழ் மொழி சிறப்பிடம் பெறும்.

ஆய்வாளரின் முடிவு

மகாகவி பாரதியார் விட்டுச்சென்ற தமிழ்ப் பணியைப் பாரதிதாசன் தன் கடமையென நினைத்துச் செய்தார். அதைப் போலப் பெற்றோர், பள்ளி, கல்லூரி, பல்கலைக்கழகங்கள் சொல்லிக் கொடுக்காத அல்லது கடந்து சென்ற தமிழ் இலக்கணம்,

இலக்கியம், வரலாறு, தொல்லியல், பண்பாடு, கலாச்சாரம், கணினியில் போன்ற கருத்தாக்கங்களை யூடியூப் சேனல்கள் மிகச் செறிவாக கற்றுத் தருகின்றன.

மேற்குறித்தக் கருத்தாக்கங்கள் குறித்து நாம் கேட்கும் அத்தனை கேள்விகளுக்கும் முழுமையான பதிலைச் சொல்லிக் கற்றுக்கொடுத்து விடுகின்றனவா யூடியூப் சேனல்கள் என்றால் அது சற்றுச் சிந்திக்கத்தக்கதாகவே இருக்கின்றன.

உ.வே.சா, சி.வை.தா, போன்றோர் செல்லரிக்கும் ஓலைச்சுவடிகளில் இருந்த தமிழ்க் கருத்தாக்கங்களைக் காகிதப் பிரதிக்கு ஏற்றம் பெறச்செய்தனர். நாம் காகிதப் பிரதிகளில் இடம்பெற்றுள்ள கருத்தாக்கங்களை இணையத்திற்கு/யூடியூப் பக்கங்களுக்குக் கதையாகவோ, நாடகமாகவோ, சொற்பொழிவாகவோ, விவாதமாகவோ, ஏற்றம்பெறச் செய்ய வேண்டும். அப்போதுதான் வரும் இளைய தலைமுறையினர் தமிழ்க் கருத்தாக்கங்களை எளிதிலும் முழுமையாகவும் பெறமுடியும். தமிழ்மொழியின் சிறப்பையும் அதன் பெருமையை உலகறிய செய்ய முடியும்.

துணைநின்றவை

- *சங்க இலக்கியம் முழுமையும், 2004, என்.சி.பி.எச் வெளியீடு, சென்னை*

- *சிலப்பதிகாரம், உ.வே.சா. நூல்நிலையம், பெசன்ட் நகர், சென்னை*

- *திருக்குறள் மூலமும் மணக்குடவர் உரையும், 1955, மலர் நிலையம், சென்னை*

- *பாரதியார் கவிதைகள், விகடன் பிரசுரம், சென்னை*

- *பாரதிதாசன் கவிதைகள், 2004 சாரதா பதிப்பகம், சென்னை*

- *மாணிக்கம் வ.சுப, 2007, நீதிநூல்கள், தமிழ் நிலையம், சென்னை*

https://www.youtube.com/results?search_query=%E0%AE%A4%E0%AE%AE%E0%AE%BF%E0%AE%B4%E0%AF%8D+%E0%AE%A8%E0%AE%BE%E0%AE%B1%E0%AF%8D%E0%AE%B1%E0%AE%99%E0%AF%8D%E0%AE%95%E0%AE%BE%E0%AE%B2%E0%AF%8D+%E0%AE%B5%E0%AE%B2%E0%AF%88%E0%AE%95%E0%AF

%8D%E0%AE%95%E0%AE%BE%E0%AE%9F%E0%AF%8D%E0%AE%9A%E0%AE%
BF

https://www.youtube.com/user/gunathamizh

https://www.youtube.com/results?search_query=%E0%AE%87%E0%AE%A9%E0%AE%AE%E0%AF%8D+%E0%AE%B5%E0%AE%B2%E0%AF%88%E0%AE%95%E0%AF%8D%E0%AE%95%E0%AE%BE%E0%AE%9F%E0%AF%8D%E0%AE%9A%E0%AE%BF

https://www.researchgate.net/project/civalamaranin-moliyatalil-karralin-mukkiyattuvam

https://www.youtube.com/results?search_query=%E0%AE%AF%E0%AE%BE%E0%AE%B4%E0%AF%8D%E0%AE%AA%E0%AE%BE%E0%AE%B5%E0%AE%BE%E0%AE%A9%E0%AE%A9%E0%AF%8D

https://www.youtube.com/user/Anandharaj49

https://tamil.webdunia.com/article/religious-thoughts/%E0%AE%95%E0%AE%B1%E0%AF%8D%E0%AE%B1%E0%AE%B2%E0%AE%BF%E0%AE%A9%E0%AF%8D-%E0%AE%85%E0%AE%B5%E0%AE%9A%E0%AE%BF%E0%AE%AF%E0%AE%AE%E0%AF%8D-%E0%AE%85%E0%AE%A9%E0%AF%8D%E0%AE%A9%E0%AF%88-108072100054_1.html

https://eegarai.darkbb.com/t18281-topic

தமிழ் கற்றல், கற்பித்தலில் தொழில்நுட்பத்தின் பங்கு

பா.நாகேஸ்வரி,
தமிழ்த்துறை உதவிப்பேராசிரியர்,
ஸ்ரீ எஸ். இராமசாமி நாயுடு ஞாபகார்த்தக் கல்லூரி,சாத்தூர்.
மின்னஞ்சல் : nagesarumugathai@gmail.com

ஆய்வுச் சுருக்கம்

தமிழ் கற்றல், கற்பித்தலில் தொழில்நுட்பத்தின் சிறப்பினை எடுத்துக்காட்டுவதாக அமைகிறது. ஆசிரியர், மாணவர் நேரடிக் கற்பித்தல் என்ற முறையிலிருந்து மாறி இணையதளங்களின் ஊடே கல்வி என்ற நிலையானது ஏற்பட்டுள்ளது. தொழில்நுட்பத்தின் வளர்ச்சியினாலே இருக்கும் இடத்திலே கற்றல் என்ற நிலையானது உருவாகியுள்ளது. "பழையன கழிதலும் புதியன புகுதலும் வழுவல கால வகையினானே" என்ற நன்னூல் நூற்பாவிற்கேற்ப பழைய முறைகளில் கற்றல் மாறி இன்றைய தொழில்நுட்ப வளர்ச்சியின் பங்கு அளப்பறியது. அவற்றை எடுத்துக்காட்டும் விதமாக இக்கட்டுரை அமைகிறது.

PPT மூலம் கற்றல்

படிக்கும் மாணவர்கள் பாடத்தை விரும்பிக் கற்கும் வகையில் அமையப்பெற்றது. இவற்றில் ஒலி மற்றும் காட்சிப்படங்களின் வாயிலாகவும், இயங்குபடத்தாலும் (Animation) விரும்பிக் கற்பர். power point மூலம் மாணவர்களுக்கு பாடங்களை வண்ணமயமாக வழங்குவதனால் படிப்பதில் ஈடுபாடு ஏற்படும். அதுமட்டுமின்றி மாணவர்களுக்கு தொழில்நுட்பத்தின் வழி கற்பிப்பதால் அவற்றை தெரிந்துக் கொள்ள வேண்டும் என்ற முறையில் கவனிப்பதில் ஆர்வம் காட்டுவர். இயங்குபடத்தினால் விளையாட்டு, வினாடி-வினா போன்ற அமைப்பு முறையால் எளிமையாக பாடத்தை மனனம் செய்வதற்கு ஏற்ற வகையில் அமையும். மாணவர்களுக்கு Seminor, Assignment போன்றவைகளுக்கு PPT பயன்படுத்துவதால் தானே கற்பிக்கும் முறையிலும் ஆர்வம் கொள்வர். தற்போதைய காலத்தில் PPT வழியாக மாணவர்கள் தங்களுக்குக் கொடுக்கப்பட்டுள்ள ஒப்படைப்புகளை மிகவும் ஈடுபாடுடன் கற்பித்தலுக்கு பயன்படுத்துகின்றனர்.

இணையதளங்களின் வாயிலாக கற்றல்

இணையதளங்களின் வாயிலாக பல்வேறு வழிமுறைகளில் கற்றலும், கற்பித்தலும் நிகழுகிறது. இணையதளங்களின் பயன்பாட்டால் எவ்விடத்திலிருந்தும்

கற்றுக் கொள்ளும் ஒரு அறிய வாய்ப்பாக இவை அமைந்துள்ளது. அவற்றால் தமிழ் மொழியை பற்றி நாட்டில் இருக்கும் அனைவரும் அறிந்துக் கொள்ளும் வகையில் பல தளங்கள் அமைந்துள்ளது.

தமிழ் இணையக் கல்விக்கழகம்

தமிழ் இணையக் கல்விக்கழகம் இணையவழியே கல்வி என்ற வாய்ப்பினை முதன்முதலாக நிறுவியது. உலகில் பல்வேறு பகுதிகளில் வாழும் தமிழ் மக்களுக்கு பயன்படும் வகையில் உருவாக்கப்பட்டது. மின்னூலகத்தில் நூல்கள், அகராதிகள், கலைக்களஞ்சியம், கலைச்சொல் தொகுப்புகள், சங்ககால இலக்கியம் முதல் இக்கால இலக்கியம் வரையிலான நூல்கள் மின்னாக்கம் செய்யப்பட்டுள்ளன. தொன்மை இலக்கியங்கள் மற்றும் உரோமன் வடிவிலான தொல்காப்பியம், பத்துப்பாட்டு, எட்டுத்தொகை போன்றவை இவற்றில் சிறப்பாக விளங்குகின்றது. இவ்இணையப்பக்கத்தில் அடிப்படைக் கல்வி முதல் பட்டமேற்படிப்புக் கல்வி வரை படித்துக் கொள்ளலாம். மேலும் தமிழ் சார்ந்த விளையாட்டுகள், ஓலைச்சுவடிக் காப்பகம், ஆய்வியல் நூல்கள் போன்றவைகள் தனிமுறை பிரிவாக வைக்கப்பட்டுள்ளன. இவ்இணையப்பக்கம் கல்வி கற்பதற்கு ஏற்ற வகையில் அமைந்துள்ளது.

தமிழ் விக்கிப்பீடியா

விக்கிப்பீடியா என்னும் தளமானது இணையத்தில் நாம் எவற்றைத் தேடினாலும் முதலில் அவற்றை எடுத்துக்காட்டுவது இத்தளமாகும். இத்தளத்தில் விக்சனரி, விக்கி செய்தி, விக்கிநூல்கள் என்ற பலவகைப் பிரிவுகளின் அடிப்படையில் இயங்குகின்றன. கற்பித்தலுக்கு மட்டுமின்றி பொதுவான தகவல்களை அறிந்து கொள்வதற்கும் உதவும் வகையில் உள்ளது. இவற்றில் பல கட்டுரைகள், தமிழ் வார்த்தைகளுக்கு பொருள் விளக்கும் தமிழ் விக்சனரி போன்றவற்றின் மூலம் தமிழ் கற்றல், கற்பித்தலுக்கு பயன்படும் வகையில் அமைந்துள்ளது. தமிழ் தொடர்பான பல கட்டுரைகள் அகர வரிசைபடுத்தப்பட்டுள்ளன. நாட்டுடைமையாக்கப்பட்ட நூல்களும் சேகரிக்கப்பட்டுள்ளன. இத்தளத்தில் கற்பித்தலுக்கு ஏற்ற வகையில் மட்டுமின்றி தனக்கு தெரிந்த தகவல்களை கட்டுரையாக்கவும், தமிழ் மொழி வளர்ச்சிக்கு ஏற்ற வகையில்

கட்டுரை படைத்தல், ஏற்கனவே உள்ள கட்டுரைகளில் பிழைத்திருத்தம் செய்தல், ஆங்கில நூல்களின் செய்திகளை அறிய மொழியாக்கம் செய்து கற்றுக் கொள்ளுதல் போன்ற பலவகையான செயல்திட்;டங்கள் விக்கிப்பீடியாவில் உள்ளன. தமிழ் விக்கிப்பீடியாவானது கல்லூரி மாணவர்களிலிருந்து ஆய்வு மாணவர்கள் வரையிலான அனைவருக்கும் பயன்படும் வகையில் இத்தளம் அமைந்துள்ளது.

கூகுள் வகுப்பறை (*Google Classroom*)

கூகுள் வகுப்பறை என்னும் தளமானது வகுப்பறையில் கல்வி கற்கும் நிலையை உருவாக்கும். ஆசிரியர்கள் வகுப்பறைக்கான இணைப்பை உருவாக்கி அவற்றில் மாணவர்களை (*Google meet, Google hangout*) இவற்றின் மூலம் வகுப்பறையில் பங்கேற்கச் செய்யலாம். அதுமட்டுமின்றி கூகுள் வகுப்பறையில் ஆசிரியர், மாணவர் கலந்துரையாடலில் ஈடுபடவும், வீட்டுப்பாடங்களை வழங்கிடவும் அதை திருத்தி தகவல்களை மாணவர்களுக்கு வழங்கும் முறையில் அமைந்துள்ளது. சான்றாக ஆசிரியர் தான் நடத்தும் பாடத்தை *you tube* இல் பதிவேற்றம் செய்தும், *Google meet* ஆல் நேரடி வகுப்போ நடத்தி அவற்றை கூகுள் வகுப்பறையில் பதிவேற்றம் செய்து அவற்றின் மூலம் பயிற்சி கட்டுரை போன்றவை எழுதச் செய்து அவற்றை திருத்தியும் வழங்கலாம். இன்றைய காலக்கட்டத்தில் சிறுவர்களிலிருந்து கல்லூரி மாணவர்கள் வரை இவற்றின் மூலமே கல்வி கற்கின்றனர். மூடுல் வகுப்பறையும் கற்பித்தலுக்கு ஏற்ற தளமாக உள்ளது.

மைக்ரோசாப்ட் ஸ்வே (*sway*

மைக்ரோசாப்ட் ஸ்வே மூலம் பாடங்களை எளிதில் கற்பதற்கு ஏற்ற வகையில் ஆடியோ, வீடியோ, படங்கள் போன்றவற்றை உள்ளீடு செய்து கண்கவரும் அழகிய காணொலிகளாக வழங்கும்போது கற்றலானது மாணவர்களிடையே ஆர்வத்தை ஏற்படுத்தும்.

வலைப்பதிவுகள் மூலம் கற்றல்

வலைப்பதிவுகள் என்ற தளமானது தனிநபருக்கு ஏற்ற வகையில் உருவாக்கப்பட்டது. ஆசிரியர் மாணவர்களுக்கு ஏற்ற வகையில் பாடமாக அமைத்து

தனது வலைப்பக்கத்தில் போட்டு அவற்றைக் கண்டு பயனடையச் செய்யலாம். இவ்வலைப்பதிவில் கட்டுரை, கருத்தறிதல் பயிற்சி, குரல் பதிவுகள், கற்றல் தொடர்பான இணையதள இணைப்புகள், ஒளிக்காட்சிகள் போன்றவைகளை கற்பித்தலுக்கு பயன்படுத்தலாம். ஆசிரியர் தனக்கான ஒரு வலைப்பதிவை உருவாக்கிக் கொண்டு அவற்றின் மூலம் மேற்குறிப்பிட்ட செயல்முறைகளால் மாணவர்களுக்கு கற்பிக்கலாம். இன்றைய காலக்கட்டத்தில் வலைப்பதிவுகளின் மூலம் பல்வேறு கருத்துக்கள் பகிரப்பட்டுவருகின்றன. அவ்வலைப்பதிவுகளை கற்றல் நடைமுறைகளுக்கு பயன்படுத்துவதினால் காலத்திற்கு ஏற்ற கல்வி முறையினால் மாணவர்களின் அறிவுநிலைக்கு உந்துசக்தியாக விளங்கும்.

அலைபேசியின் (குறுஞ்செயலிகள்) மூலம் கற்றல்

கற்றல், கற்பித்தலில் இன்றைய கட்ட வளர்ச்சி என்றால் அலைபேசிகளின் வழி கல்வி என்ற நிலை உருவாகியுள்ளது. அலைபேசிகளின் (குறுஞ்செயலிகள்) மூலமாக பல்வேறு வகையில் கற்பித்தலுக்கு ஏற்ற வகையில் உள்ளது. அகராதிகள், தமிழ் இலக்கியங்களான சிறுகதைகள், நாவல்கள் என்று எல்லாவற்றிற்குமான குறுஞ்செயலிகள் உள்ளன. அதுமட்டுமின்றி சிறுவயது குழந்தைகளுக்கான பாடங்கள் முதல் இளைய தலைமுறையினருக்கான நூல்கள் வரை பலவிதமான குறுஞ்செயலிகள் உள்ளன. குழந்தைகளுக்கு ஏற்ற வகையில் எழுத்துக்களை உச்சரிப்பது, எழுதுவது போன்ற செயலிகள் உள்ளன. இளைய தலைமுறையினருக்கும் ஏற்ற நூல்களும் செயலிகளாக உள்ளன.

மேலும் இன்றைய நிலையில் வீட்டிலிருந்தே கல்வி என்ற நிலை உருவாகியுள்ளது. அவற்றை வெளிப்படுத்தும் விதமாக வகுப்பறையில் இருந்து கவனிக்கும் சூழலை காட்டும் முறையில் *GOOGLE MEET> WEBEX MEET> ZOOM* போன்ற செயலிகள் தற்போதைய நிலையில் பயன்பாட்டில் உள்ளன.

சமூக ஊடகங்களின் வழி கற்றல்

\சமூக ஊடகங்களான முகநூல், டிவிட்டர், இன்ஸ்டாகிராம் போன்றவற்றின் மூலமும் கற்றல், கற்பித்தல் நடைபெறுகிறது. தனிநபரின் பயன்பாட்டால் செயல்படும்

தளங்கள் ஆகும். இவற்றில் ஒரு கணக்கை உருவாக்கிக் கொண்டு தான் விருப்பப்படும் துறையில் பிறருக்கு கற்பித்தலும், அவற்றைக் கண்டு கற்றலும் நிகழுகிறது.

முகநூலில் நிகழ்ச்சியை உருவாக்கு என்ற பக்கத்தில் நாம் மாணவர்களுக்கு தயாரித்த பாடத்தை பதிவேற்றம் செய்து அவற்றில் கலந்து கொள்ளச் செய்யலாம். பாடத்தில் ஏதேனும் சந்தேகம் இருப்பின் இவற்றின் மூலமே கேட்டறிய முடியும். பாடத்தின் சிறப்பான செய்திகள் பதிவேற்றி இருப்பினும் ஆசிரியர், மாணவர்கள் என்ற குழுநிலையில் யாவரும் அறிய பயனுள்ள வகையில் அமையும். இவற்றைப் போன்றே டிவிட்டரையும் செய்திகளை பகிர்ந்துக் கொள்ள பயன்படுத்தலாம்.

இன்ஸ்டாகிராம் போன்றவை தங்களுக்கான ஒரு பக்கத்தை உருவாக்கிக் கொண்டு அவற்றின் மூலம் கற்பித்தல் நடைபெறலாம். ஆசிரியர்கள் தங்களுக்கான இன்ஸ்டாகிராம் இணைப்பை உருவாக்கி அதன் மூலமாக மாணவர்களுக்கு பாடம் தொடர்பான பதிவுகள் செய்து அவற்றில் போடுவதின் மூலம் கற்பதற்கு பயனுள்ள வகையில் அமையும்.

You Tube மூலம் கற்றல்

You Tube என்பது தான் இணையம் என்ற நிலையில் வளர்ந்துள்ள காணொளி ஊடகப் பிரிவு. இவற்றில் எதைத் தேடினாலும் எடுத்துக்காட்டும் சிறந்த ஊடகமாகும். இதில் ஆசிரியர்கள் தாங்கள் உருவாக்கிய பாடத்தினை காணொளிக் காட்சியாக உருவாக்கி பதிவேற்றம் செய்வதினால் மாணவர்கள் மட்டுமின்றி உலகளவில் வாழும் மக்களும் அறிந்துக் கொள்வதற்கு உதவும். மாணவர்களும் இன்றைய தொழில்நுட்பத்தின் வழிக் கற்பதினால் ஆர்வம் ஏற்படும். தமிழ் தொடர்பான இலக்கியம், இலக்கணம், கதைகள், நாவல் போன்றவை பிறருக்கு எடுத்துக் கூறும் முறையில் உருவாக்கப்படுவதினால் அடுத்த தலைமுறையினர் இவற்றைக் கண்டு தமிழ் மொழியின் மீது ஈடுபாடு ஏற்படும். சான்றாக கி.ரா குழம்பு என்ற வலைதளம் ஆசிரியர் கதைசொல்லியாக இருந்து ஏற்றம் இரக்கத்தோடு கதையில் நாம் பயணிக்கும் விதமாக கதைசொல்வது அமையும். அதுமட்டுமின்றி நூலினை பற்றிய விமர்சனங்களும் சொல்லப்படுவதனால் கல்லூரி மாணவர்களுக்கு ஏற்ற ஆய்வுக் கண்ணோட்டம

உருவாகும். இவ்வாறாக கற்பித்தலுக்கு ஏற்ற ஒவ்வொரு வலைதளமும் கற்றலுக்கு பயனுள்ள வகையில் அமைந்துள்ளது.

தொழில்நுட்பவழிக் கற்றலில் கால நிலைக்கு ஏற்ற தொழில்நுட்பத்தின் வழி பாடம் கற்பித்தல், ஆசிரியர்கள் தான் நடத்தும் பாடத்தை ஒலி, ஒளி படங்களாக அமைத்து விளக்குவதினால் மாணவர்கள் ஆர்வமுடன் கற்பர். மெதுவாக கற்கும் திறனுடையவர்கள் அவற்றைக் கண்டு பாடத்தை புரிந்துக் கொள்வர். ஆசிரியர்களும் அறிவியல் வளர்ச்சிக்கு ஏற்ற வகையில் பாடம் கற்பிப்பதன் மூலம் திறனை வளர்த்துக் கொள்வதற்கும் பயனுடையதாக அமையும். இன்றையக் கருவிக் கொண்டு பாடத்தைக் கற்ப்பிப்பதின் மூலம் மாணவர்களுக்கு ஆர்வம் ஏற்பட்டு விரும்பிக் கல்விக் கற்றுக்கொள்வர். இவ்வாறான செயலிகளின் மூலம் கற்றல், கற்பித்தல் நடைபெறும் விதத்தினை எடுத்துக்காட்டுவதாக ஆய்வுக்கட்டுரை அமைகிறது.

துணைநூல் பட்டியல்

1. தமிழ்க் கணினி இணையப் பயன்பாடுகள் - முனைவர் துரை.மணிகண்டன், த.வானதி
2. *http://www.tamilvu.org*
3. *http://www.ta.wikipedia.org*

தமிழ் மொழியில் கணினித் தொழில் நுட்ப வளர்ச்சி

முனைவர். க. ஜானகி
ஆய்வு வளமையர்
தமிழ் இணையக் கல்விக்கழகம்
கோட்டூர், சென்னை.25
மின்னஞ்சல்: *janutamil1507@gmail.com*

முன்னுரை

தமிழ் மொழி அச்சு இயந்திரம் தோன்றிய காரணத்தால்தான் இன்று தமிழ் எழுத்துலகில் நீடித்து வளர்ந்து வந்துள்ளது. அதுபோன்று கணிப்பொறியில் உரிய இடத்தைத் தமிழ் பெற்றால்தான் அடுத்தக் கட்ட வளர்ச்சிக்குத் தமிழ் செல்லும் என்பதை நாம் நினைவில் கொள்ள வேண்டும். தமிழுக்கு எழுத்துருவை உருவாக்கிக் கணிப்பொறியில் பார்ப்பதோடு நிறுத்திக்கொள்ளாமல், பல்வேறு உயர்நிலைத் தமிழ் மென்பொருள் உருவாக்கத்தில் கவனம் செலுத்தவேண்டும். எனவே, தமிழ் ஆய்வாளர்கள், தமிழ் ஆர்வலர்கள் கணினி மொழியியல் மற்றும் மொழித் தொழில்நுட்பம் அடிப்படையில் தமிழ் ஆய்வை மேற்கொள்ள வேண்டும். உயர்நிலைத் தமிழ் மென்பொருட்கள் உருவாக்கத்திற்குத் தேவையான தமிழுக்கான அடிப்படை மொழித் தொழில்நுட்ப மென்பொருள் கருவிகள் உருவாக்கப்பட வேண்டும்.

தொடக்க காலத்தில் ஒரு சிலர் மட்டுமே தமிழ்மொழியைக் கணினியில் பயன்படுத்தி வந்துள்ளனர். ஆனால் இன்றைய சூழலில் தமிழ்மொழிக் கணினியில் எவ்வாறு வளர்ந்து வருகின்றது என்பதை விளக்குவதே இக்கட்டுரையின் நோக்கமாக அமைகிறது.

குறிப்புச் சொல் : கணினி மொழியியல், சொற் பகுப்பான், சொல் உருவாக்கி, தொடர் பகுப்பான், தொடர் உருவாக்கி, விரிதரவு மொழியியல், பொருண்மையியல்

மொழித் தொழில்நுட்பம்

தொழில்நுட்பம் என்பது மனித வாழ்க்கையின் நடைமுறை நோக்கங்களுக்கு அறிவியல் அறிவைப் பயன்படுத்துதல் ஆகும். கணினித் துறையில் மனித மொழிகளின் பல்வேறு செயல்பாடுகளுக்காக மென்பொருள் மற்றும் வன்பொருள்களை உருவாக்கும் தொழில்நுட்பமே மொழித்தொழில் நுட்பம் என அழைக்கப்படுகிறது. எடுத்துக்காட்டாக, கணினியில் தமிழைத் தட்டச்சு செய்து, அதைச்

சொல் திருத்தி, இலக்கணத் திருத்தி போன்றவற்றின் மூலம் செம்மை செய்யும் சொல்லாளர் மென்பொருள் (Word Proessor) மொழித் தொழில்நுட்பத்தின் ஒரு முதன்மைப் பொருளாகும்.

தமிழ்மொழித் தொழில் நுட்ப வளர்ச்சியின் இன்றைய நிலை

ஆரம்பக் காலக்கட்டத்தில் கணினியில் தமிழை உள்ளீடுச் செய்ய எந்த வாய்ப்புகளும் இல்லை. தமிழ் எழுத்துருக்கள் (Fonts), விசைப்பலகைகள் (key board) உருவாக்கப்படவில்லை. முதலில், தமிழ் உரைகளை ரோமன் எழுத்துக்களில் உள்ளீடுச் செய்த பின்னர் தமிழ் எழுத்துருக்களில் மாற்ற ஒரு வாய்ப்பு ஏற்பட்டது.

கணினிக்குக் கொடுக்கப்படும் எழுத்துக்கள் எம்மொழி எழுத்தாக இருந்தாலும் 0,1 என்ற எண்களை மட்டுமே உள்ளீடாகக் கணினி எடுத்துக்கொள்ளும். கணினியில் உள்ளீடுச் செய்யப்படும் கட்டளைகளை எழுத்துக்களாக மாற்றிக்காட்ட எழுத்துருக்கள் பயன்படுத்தப்பட்டன. அவை 7 பிட்டு (எ.கா. 1000001), 8 பிட்டு (00001111) என்ற இரும எண் குறியீட்டு முறையில் உள்வாங்கிக் கொள்ளப்பட்டுக் கணினி மொழிகளாக மாற்றம் பெற்றன. கணினி மொழியியல் ஒவ்வொரு எழுத்தும் ஒரு பைட்டாகக் கணக்கிடப்பட்டது. ஆங்கில எழுத்திற்கான எழுத்துரு வடிவமான ஆஸ்கி (ASCII) அமைப்பு உருவாக்கப்பட்டது. ஆஸ்கியில் ஆங்கில எழுத்துக்கள் போக மீதமுள்ள 128-255 வரையிலான இடங்களில் இந்திய மொழிகளின் எழுத்துக்களை ஒன்றிணைத்து பொதுவான முறை உருவாக்கப்பட்டது, இதற்கு இஸ்கி (ISCII) என்று பெயரிட்டனர். இஸ்கி முறை தமிழ் விசைப்பலகையில் எழுத்துருக்களைக் கொண்டு வருவதற்கு முன்னோயாக அமைந்தது. இஸ்கியில் மென்பொருள் பொறியாளர்களின் உதவியுடன் தமிழறிஞர்களால் வடிவமைக்கப்பட்ட தமிழ் வடிவ எழுத்துக்கள் பயன்படுத்தப்பட்டன.

தமிழ் லெசர், அணங்கு, ஆதமி, ஆதவின், திருவின், மயிலை, அஞ்சல், சரஸ்வதி, கணியன், வானவில் போன்ற எழுத்துருக்களைப் பல வல்லுநர்கள் உருவாக்கினர். இதனால் ஒருவர் தட்டச்சு செய்வதை அதே எழுத்துரு இருப்பவர் வைத்திருந்தால் மட்டுமே கணினியில் பார்க்க முடியும் என்ற நிலை ஏற்பட்டது. இந்நிலையில்தான்,

டிஸ்கி (TSCII) என்ற எழுத்துரு உருவாக்கப்பட்டது. இது தமிழ்மொழியில் ஏற்பட்ட அடுத்தக் கட்ட வளர்ச்சியாக இருந்தது. தற்போது நடைமுறையில் யூனிக்கோடு முறை அனைவராலும் ஏற்றுக்கொள்ளக்கூடியதாக உள்ளது. இதுபோன்ற முயற்சிகளினால் கணிப்பொறிக்கும் நமக்கும் இடையில் தமிழ் பயன்படத் தொடங்கியது. பின்னர்தான், தமிழைக் கணிப்பொறியில் பார்க்கத் தொடங்கினோம். அதாவது பயன்பாட்டாளர் இடையூடகம் (User interface) என்ற அடிப்படையில் தமிழ்ப் பயன்படத் தொடங்கியது. பல கணினி மென்பொருள்களில் தமிழ் எழுத்துக்கள் நடைபோடத் தொடங்கின. இந்த வளர்ச்சியைத் தமிழ் வாயிலாகக் கணிப்பொறியின் பயன்பாடு என்று அழைக்கலாம். தமிழுக்கு என்று சொல்லாளர்கள் (Word Processor) பல உருவாக்கப்பட்டு பயன்பாட்டில் உள்ளன. பேச்சறிவான் (Speech recognizer), எழுத்து- பேச்சு மாற்றி (Text-to Speech transferer), இணையத் தேடுவான் (Search engine) போன்ற பலமொழிசார் மென்பொருள்கள் தமிழுக்கு உருவாக்கப்பட்டு வருகின்றன. சொற்பிழை அல்லது இலக்கணப் பிழை ஏற்பட்டால் தானாக அவற்றைத் திருத்தித் தரும் சொல்லாளர்கள் உருவாக்கப்பட்டு வருகின்றன. இதுபோன்ற தமிழ் மென்பொருள்களைத் (Software) தமிழுக்கான மென்பொருட்கள் என்று அழைக்கலாம். இவ்வகை மென்பொருட்கள் உருவாக்கப்படுவதில் இருந்த தடைகள் தற்போது நேர் செய்யப்பட்டுள்ளன. தமிழுக்கு ஒரு நல்ல சொல்திருத்தி (Spell checker) உருவாக்கப்படவேண்டும் என்றால் தமிழ்ச் சொற்களின் பண்பு மற்றும் அமைப்பைப் பற்றி தெளிவாகத் தமிழ்மொழி அறிஞர்கள் முன்வைக்கும்போதுதான், அதை அடிப்படையாகக் கொண்டு, கணிப்பொறித்துறை வல்லுநர்கள் சொல்திருத்தி மென்பொருளைத் தமிழுக்கு உருவாக்க முடியும். தமிழில் பெயர்ச்சொற்கள் எந்தெந்த விகுதிகளை எடுக்கும், எந்த வரிசையில் எடுக்கும், எவ்வாறு அவற்றை இணைத்து ஒரு முழுச் சொல்லை உருவாக்குவது, எவ்வாறு தமிழ்ச் சொற்களைப் பகுபத உறுப்புகளாகப் பிரிப்பது போன்ற உண்மைகளை எல்லாம் தெள்ளத் தெளிவாக அறிவியல் பூர்வமாகத் தமிழ் மொழி அறிஞர்கள் எடுத்துச்சொன்னால், கணிப்பொறித்துறை வல்லுநர்கள் அவற்றை அடிப்படையாகக் கொண்டு சொல்திருத்தி மென்பொருட்களை உருவாக்க இயலும். மொழி அறிஞர்கள் தாங்கள் கண்டறிந்த உண்மைகளைக் கணிப்பொறிக்குப் புரியும் வகையில் மாற்றி அமைத்துக்கொடுத்தால் தான் கணிப்பொறி வல்லுநர்களின் வேலை எளிதாகும்.

இதுபோன்ற இலக்கணங்களைக் கணினி இலக்கணம் (*Computational grammar*) என்று அழைப்பார்கள். தமிழில் இத்தகைய முயற்சி மேற்கொள்ளப்பட்டு வெற்றி அடைந்துள்ளன. தற்போது பல்வேறு நோக்கில் பல கணினி இலக்கணங்கள் உருவாக்கப்பட்டுள்ளன. இதன் காரணமாக நல்ல சொல்லாளர்கள், பேச்சறிவாளர்கள், எழுத்து- பேச்சு மாற்றிகள், இணையத் தேடுவான்கள், இயந்திர மொழிபெயர்ப்பிகள் போன்ற மென்பொருட்கள் உருவாக்கப்பட்டு செயல்படுத்தப்பட்டு வருகின்றன. இவ்வாறு கணிப்பொறி நோக்கில் மொழியாய்வு செய்யப்படுவதால் இவ்வாய்வு கணினிமொழியியல் என்று அழைக்கப்படுகிறது. தமிழ்க் கணினிமொழி மொழியியல் வளர்ச்சி அடைந்து தமிழுக்கான பல மென்பொருட்கள் உருவாக்கப்பட்டு வருகின்றன. இதுவே கணிப்பொறியில் உயர்நிலைத் தமிழ்மொழிப் பயன்பாடாகும். தமிழ் எழுத்துருக்களை (*fonts*) உருவாக்கி, கணிப்பொறியில் பிற மென்பொருட்களோடு உறவாடும் நிலையிலிருந்து (*User interface*) அடுத்தக் கட்ட நிலைக்கு நாம் சென்று கொண்டிருக்கின்றோம். மொழித் தொழில்நுட்பம் இன்று உலகளவில் நன்கு வளர்ச்சி அடைந்துள்ளது. இதற்கு என்று தனித்துறைகள் பல்வேறு பல்கலைக்கழகங்களில் உருவாக்கப்பட்டுச் செயல்பட்டு வருகின்றன.

தமிழ் மொழியிலும், கணினி மொழியியல் கோட்பாடுகளின் அடிப்படையில் பல ஆய்வுகள் மேற்கொள்ளப்பட்டு வருகின்றன. தமிழுக்குச் சொற்பகுப்பான் (*morphological parser*), சொல் உருவாக்கி (*Word generator*), தொடர் பகுப்பான் (*Syntactic parser*), தொடர் உருவாக்கி (*Sentence generator*) போன்ற அடிப்படை மொழித் தொழில்நுட்ப மென்பொருள் கருவிகள் உருவாக்கப்படுவதும் பௌதிக ஒலியியல் அடிப்படையிலான தமிழ்ப்பேச்சொலி ஆய்வு, பொருண்மையியல் (*Semantics*) அடிப்படையிலான ஆய்வு, விரிதரவு மொழியியல் ஆய்வு (*corpus linguistics*) போன்றவை மேற்கொள்ளப்படுவதும் கணினித் தமிழ் வளர்ச்சிக்கு இன்றியமையாதன. இக்கூறுகள் இன்றி தமிழுக்கு உயர்நிலையில் மென்பொருட்கள் உருவாக்க முடியாது. கணிப்பொறி மயமாக உள்ள இன்றைய உலகில், உயர்நிலைத் தமிழ் மென்பொருட்கள் தமிழுக்கு உருவாக்கப்படாமல் உலக அளவில் மற்ற மொழிகளுக்கு இணையாகத் தமிழ் அடுத்தக் கட்ட வளர்ச்சியை எட்ட இயலாது.

மொழி ஆய்விற்குத் தேவைப்படும் கருவிகள்

மொழியாய்விற்குத் தேவைப்படும் கருவிகளாகப் பின்வருவனவற்றைப் பட்டியலிடலாம்: அகராதிகள், சொற்களஞ்சியங்கள், சொல்வலை, சொல்வங்கி, தகவல்தளம், கிளைப்பட வங்கி, பெருந்தரவு இவற்றையெல்லாம் அடிப்படையாகக் கொண்டு ஒரு உரையின் சொல்லடைவைக் கணிப்பொறியில் தயாரிக்கலாம்.

முடிவுரை

தமிழைப் பொதுபயன்பாட்டின் அடிப்படையில் கணினியில் உள்ளீடுச் செய்தால்தான் தமிழின் இலக்கண இலக்கியங்களின் நிலைப்புத் தன்மையை உலகறியச் செய்யமுடியும்.

துணை நூற்பட்டியல்

- இராஜேந்திரன், ச., மொழி ஆய்வில் கணிப்பொறியின் பயன்பாடு, அன்னை அகரம் பதிப்பகம், தஞ்சாவூர்

- பாஸ்கரன், ச., 2004 தமிழில் கணிப்பொறியியல், கணிப்பொறியில் தமிழ், உமா பதிப்பகம், தஞ்சாவூர்

- பொன்னவைக்கோ, மு., இணையத் தமிழ் வரலாறு

- இராதா செல்லப்பன், தமிழும் கணினியும், கவிதை அமுதம் வெளியீடு, திருச்சி.

தமிழ்மொழி கற்பித்தலிற் தொழில் நுட்பத்தின் தாக்கம்

சபா. அருள்சுப்பிரமணியம் *M.A.*
தமிழ்ப்பூங்கா தமிழ்ப் பாடசாலைகனடா

தொழில்நுட்பத்தின் துணையில்லாமல் இந்த உலகம் இந்தளவிற்கு வளர்ந்திருக்க முடியாது என்னும் அளவிற்குத் தொழில்நுட்பம் மானிட வாழ்வுடன் பின்னிப் பிணைந்துவிட்டது. காட்டு விலங்குபோற் காலம் கடத்திய மனிதனை அவனது சிந்தனை ஆற்றலே காட்டுவிலங்கிலிருந்து வேறுபடுத்திக் கட்டம் கட்டமாக முன்னேற வைத்துள்ளது. மேலும் மனிதனிடமிருந்த கற்பனை வளமும் கண்டறியும் திறனும் அவனை அடுத்த கட்டத்திற்கு முன்னேற வைத்துள்ளது. அன்றிலிருந்து இன்றுவரை உணவு தேடுதல், இடம்விட்டு இடம் நகர்தல், மானம் காத்தல், குழுகாயமாகக் கூடிவாழுதல், செய்திப் பரிமாற்றம், எதிரியை வெற்றிகொள்ளுதல், பொழுது போக்கு, தான் மேற்கொள்ளும் தொழிலை எளிமையாக்குதல் என்று எல்லா நிலைகளிலும் நுட்பங்களைப் பயன்படுத்தித் தன்னை முன்னேற்றி வருகிறான். இந்த அளவிற்குத் தொழில்நுட்பம் அவனுக்குக் துணைசெய்துள்ளது.

இங்கு கற்றலும், பட்டறிவுமே மானிடனை உயரவைத்துள்ளது என்பதை அனைவரும் அறிவோம். தொழில்நுட்பம் வளர்ச்சியடைந்துள்ள இன்றைய நிலையில் காலங்காலமாகத் தான் பட்டறிந்தவற்றைத் தனது அடுத்த சந்த திக்குக் கடத்தும் பணியையும் அவன் செய்துவந்துள்ளான். குருசீட முறையில் இருந்து இன்றைய இணையவழிக் கல்விமுறைவரை எமது அடுத்த சந்ததிக்கு நாம் அறிந்தவற்றைக் கூறி வைப்பதிலும் ஆர்வமுள்ளவராகவே இருந்து வருகிறோம். இதற்கு அவன் கண்டறிந்துள்ள தொழில்நுட்பமே பலவகையிற் கைகொடுத்து வருகிறது.

அதனால் மொழிப் பயன்பாட்டிலும், கற்றலிலும் கற்பித்தலிலும் தொழில்நுட்பம் பலமாற்றங்களைச் செய்தும் வருகிறது. கற்றல் என்பது மானிட வளர்ச்சியில் வகிக்கும் பங்கு உணரப்பட்டதாலேயே இன்று அரசுகள் யாவும் கற்றலுக்கு முக்கிய இடம்கொடுத்து வருகின்றன. இதனால் கற்பித்தல் முறைகளிலும் மாணவர் சூழல் அறியப்பட்டு அதற்கேற்பப் பாடத்திட்டங்கள் வகுக்கப்பட்டு முன்னெ டுத்துச்

செல்லப்படுகின்றன. இன்று கற்கும் சழுகமே நாளைய உலகை வழிநடத்தி வருகிறது என்ற உண்மை அனைவராலும் காலாகாலமாக உணரப்பட்டுவெருகிறது. இன்றும் அவ்வுணர்வு உயிர்த்துடிப்போடுள்ளதையும் கண்ணாரக் காண்கிறோம்.

கற்றல், கற்பித்தற் செயற்பாடுகள் பற்றி நேக்கும்போது காலச்சூழலும், கற்போர் மனப்பாங்கும், அவர்களது எதிர்பார்ப்பும் என்று பலவற்றைக் கருத்திற் கொள்ளவேண்டியுள்ளது. தமிழ்மொழிக் கல்வியென்று பார்க்கும்போது இது இடத்துக்கு இடம் மாறுபட்டமைவதை நாம் கவனிக்கலாம். தாய் மண்ணில் தன்மொழியையே பேசும் தன்னின மக்களோடு வாழும் ஒரு சிறுவன் அல்லது சிறுமி தனது தாய்மொழியைக் கற்கமுனைவதும், புலம்பெயர்ந்த சூழலிலே பல்லின மக்களோடு வாழநேர்ந்துள்ள ஒரு சிறுவன் அல்லது சிறுமி தனது தாய்மொழி என்று பெற்றோரால் அறிமுகப்படுத்தப்படும் தாய்மொழியைக் கற்கவேண்டுமென்று பெற்றோர் நினைப்பதுபோற் கற்கமுனைவதும் வேறுபட்டதாக இருப்பதை நாம் அவதானிக்கலாம். இங்குதான் பாடத்திட்டங்களின் வடிவமைப்பும், கற்பிப்பவர்களின் அணுகுமுறையும் மாணவன் தமிழ்மொழியைப் பற்றிக்கொள்ளத் தூண்டுகோலாக அமைகின்றன.

இதனால் மொழிபற்றிய பார்வை கற்கவிழையும் மாணவர் மனதில் சாதகமான ஒரு முடிவை எடுக்க உதவுவதாக இருக்கவேண்டும். எடுத்துக்காட்டாக ஆங்கிலத்தில் கல்வி கற்கும் ஒருவர் அம்மொழியில் இருபத்தியாறு எழுத்துகளே உள்ளன என்ற மனவுணர்வோடு இருப்பான். இவனிடம் தமிழில் இருநூற்றி நாற்பத்தேழு எழுத்துகள் உள்ளன என்று அறிமுகம் செய்ய முனைந்தால் இம்முயற்சி எந்தளவிற்குச் சாதக மனநிலையை ஏற்படுத்தும் என்று சிந்திக்கவேண்டும். அதனால் தமிழில் முப்பது எழுத்துகளே உள்ளன என்றும் அந்த உயிர், மெய் எழுத்துகளே ஒவ்வொரு ஓசையை வெளிப்படுத்தவும் பயன்படுகின்றன என்பதையும் ஒலிவட்டுடாக உணரவைக்கலாம். இதற்குத் தற்போதைய தொழில்நுட்பக் கருவிகள் பெருமளவிற் பயன்படும்.

தொழில் நுட்பங்கள் தமிழ்மொழிக் கற்றலில் எவ்வளவிற்கு உதவமுடியும்?

எழுத்து அறிமுகம்:

முதலில் எழுத்துகள் இவை என்பதை அறிமுகம் செய்யும்போதே அவற்றிற்குரிய ஒலி வடிவத்தையும் அறிமுகம் செய்யலாம். குறுகி ஒலிக்கும் உயிர்களையும் நீண்டு ஒலிக்கும் உயிர்களையும் அவற்றுக்குரிய சரியான பலுக்கலுடன் (உச்சரிப்புடன்) அறிமுகம் செய்வது பின்பு உயிர்மெய் அறிமுகத்தின்போது பெரிதும் கைகொடுக்கும். மெய்யெழுத்துகளிலும் அவற்றின் பிறப்பிடத்தை உணரும்வகையில் பலுக்கப் பழக்கும்போது சொல்லாக்கத்தின்போது எழுத்துப் பிழையின்றி எழுத உதவிசெய்யும். இப்போது அவை பிறக்கும் இடத்திற்கேற்ப வல்லினம், மெல்லினம், இடையினம் என்று பெயரிடப்பட்டு அழைக்கப்படுவ தையும் ஒலிவட்டுகள் ஒலிநாடாக்கள் ஊடாகவோ உணரவைக்கலாம்.

தமிழில் முப்பது எழுத்துகளே உள்ளன என்றும் அவை எவையென்றும் வரிவடிவிற் காட்டவும் கணினி போன்ற தொழில் நுட்பத்தைப் பயன்படுத்தமுடியும். மேலும் எழுத்துகளைச் சரியாகப் பலுக்க (உச்சரிக்க)ப் பழக்குவதன் ஊடாக அதை பிழையின்றி எழுதப்பழக்கவும் கணினியின் துணையை நாடலாம். இதற்கு எழுத்துகளின் பிறப்பிடத்தையும் அவை எவ்வாறு வெளிவந்து ஒலியை ஏற்படுத் துகின்றன என்பதையும் படங்களின் ஊடாகத் தெளிவுபடுத்தலாம். லகர, எகர, ழகர வேறுபாடுகளையும் நகர, னகர, ணகர வேறுபாடுகளையும், ரகர, றகர வேறுபாடுகளையும் உணர்த்தவும் நவீன தொழில்நுட்பம் பெரிதும் கைகொடுக்கும். (இதுசார்ந்த ஆய்வுகள் இன்று வெளிவந்துள்ளன)

முதல்எழுத்துகள் என்று நாம் அறிமுகம் செய்யும் உயிரும் மெய்யும் எவ்வாறு கூடி உயிர்மெய் வடிவத்தை அடைகின்றன என்பதை விளையாட்டாக உணர்த்த விளையாட்டுமுறை பெரிதும் பயன்படும். எடுத்துக்காட்டாக: 'க்' என்ற மெய்யுடன் 'அ' என்ற உயிர் இணையும்போது 'க' என்ற உயிர்மெய் உண்டாகிறது என்பதை கணினி விளையாட்டினூடாகக் கற்பிக்கலாம். மாணவர் 'க' என்பதற்குப் பதிலாக 'கா' என்றோ 'கெ' என்றோ குறிப்பிட்டால் அது தவறான விடையென்பதை வேறுபட்ட ஒலியூடாக உணரவைக்க முடியும். மேலும் இவ்வாறு உயிரும் மெய்யும் சேர்ந்து உருவாக்கப்படுவதே உயிர்மெய் என்று கூறி அது சார்பெழுத்து என்பதை அறியவைத்து

அதனூடாக 216 உயிர்மெய் எழுத்துகளும் உயிரும் மெய்யும் சேர்வதால் உண்டாகின்றன என்பதை விளங்கிக் கொள்ள உதவலாம்.

எழுத்து அறிமுகத்தைப் படங்களுடன் கூடிய எழுத்தட்டைகளைப் பயன்படுத்திக் கணினியூடாக அறிமுகம் செய்யும்போது மாணவரிடம் தெளிவை ஏற்படுத்தும். இங்கே எழுத்துடன் சொல்லும் அறிமுகமாகும் நிலையும் உருவாகின்றது. படங்களைப் பார்த்து அவைபற்றிச் சொல்ல முற்படும் போது எழுத்தும், சொல்லும் அறிமுகமாகின்றன. படங்களைப் பார்த்து அவற்றை விவரிக்க முற்படும்போதும் இது நடைபெறுகிறது. இங்கே படங்கள், காட்சிகள் என்பன மாணவனைச் சிந்திக்க வைத்து அதுபற்றிப்பேசவும் வைக்கும். இங்கும் தொழில்நுட்பத்னூடாக எளிதாக ஆர்வத்தை ஏற்படுத்த முடியும்.

சொல் அறிமுகம்:

தமிழில் உள்ள ஒரு சிறப்பு, எழுதப்படும் எழுத்துகள் அத்தனையும் ஒவ்வொன்றாக உச்சரிக்கப்பட்டே சொல்லாக வெளிக்கொணரப்படுகின்றது. ஆங்கிலத்தில் உள்ளதுபோல் எந்த எழுத்தையும் ஒலிக்காது மௌனமாக வைத்துத் தமிழில் உச்சரிப்பதில்லை. இதை எடுத்துக்காட்டுகள் ஊடாக தெளிவுபடுத்தலாம். இங்கே வகுப்பறையில் மாணவன் எந்தப் பிறமொழியுடன் தொடர்புள்ளவன் என்பதைக் கண்டறிந்து ஆசிரியரே அதை விளக்கவேண்டும். மேலும் எழுத்துகளை அசைகளாக்கி ஒன்றோடு ஒன்றை இணைத்து வாசிப்பதன் ஊடாகச் சொற்கள் உருவாவதையும் எடுத்துக்காட்டுகள் ஊடாக விளக்கிக் காட்டலாம்.

சொற்பொருள் உணர்ந்து எழுத்துகளைப் பொருளுள்ளவையாக அமைப்பது என்பது ஒரு முக்கியமான விடயமாகும். இன்றைய மாணவர்கள் நவீன தொழில்நுட்ப அறிவில் பெரும்பாலும் கைதேர்ந்தவர்களாக இருப்பதால் மாணர்களும் இதை வரவேற்பார்கள். இதற்கு ஏற்றவாறு ஆசிரியர்கள் பயிற்சி அளிக்கப்படவேண்டும் என்பதும் ஒரு முக்கிய விடயமாக உள்ளது. சொற்களை எழுத முற்படும்போது அவை பொருளுள்ளனவாக அமையவேண்டும் என்பதை உணர்த்தவேண்டும். இது வேற்று மொழிகட்கும் பொருந்தும் என்பதால் இதுவிடயத்தில் ஆசிரியர் பெரிய அளவில் நேரத்தைச் செலவிடவேண்டி நேராதென்பதே எனது எண்ணம்.

ஆனால் தமிழ் இலக்கணத்தில் இன்ன இன்ன எழுத்துகள்தான் முதலெழுத்தாக வருமென்றும் இன்ன இன்ன எழுத்துகள்தான் இறுதி எழுத்துகளாக வருமென்றும் கூறப்பட்டிருந்தபோதிலும் பல்லின பன்மொழிகளின் தாக்கம் அவற்றை இன்று மாற்றியமைக்க வைத்துள்ளதையும் தெளிவுபடுத்தலாம். இதை இன்று நாகரிக வளர்ச்சியின் வெளிப்பாடாகச் சிறப்புப் பெயர்களில் பெரும்பாலும் காண்கிறோம். வேற்றுமொழிச் சொற்களைத் தமிழிற் கூறமுற்படும்போது முதலெழுத்து, இறுதியெழுத்து என்ற வரம்பு மீறப்படுகிறது. இது தவிர்க்க முடியாதுள்ளதையும் கவனிக்கின்றோம். தனித்தமிழ் விதியைப் பின்பற்றி ஒருவரின் பெயரையோ அல்லது ஒருஇடத்தின் பெயரையோ எழுத முற்படும்போது அப்பெயர்வடிவமே மாறிவிடுவதைக் காண்கிறோம். தவிரப் புதுக்கண்டுபிடிப்புகளோடு தெடர்புள்ள சொற்களும் தொடக்கத்தில் இந்நிலைக்கே உள்ளாகின்றன.

சொல்லறிமுகத்தின்போது இளஎழுத்துகள், மெய்மயக்கம், மயங்கும் எழுத்துகள், மயங்காத எழுத்துகள் என்பவற்றைச் செயல்முறையூடாக (பயிற்சிகளினூடாக) மாணவரை எளிதிற் சென்றடையச் செய்ய இன்றைய தொழில் நுட்பத்தைப் பயன்படுத்தலாம். இது இலக்கண அறிவும், கணினி சார்ந்த தொழில்நுட்ப அறிவும் உள்ளவர்களால் மட்டுமே சாத்தியமாகும்.

வாக்கிய அமைப்பு:

வாக்கிய அமைப்பென்று நோக்கும்போது அவற்றினூடாக பொருளுள்ள வசனங்களையும், கருத்தை வெளிப்படுத்தும் வசனங்களையும் ஆக்க வைக்கலாம். இதை எழுத்து, சொல் என்பவற்றில் ஒரு தெளிவு ஏற்பட்டபின்பே முன்னெடுத்துச் செல்வது பொருத்தமானதாக அமையும். சொற்கூட்டங்களோ அல்லது சொற்றொடர்களோ பொருளை வெளிப்படுத்தினாலும் ஒழுங்கான வாக்கியமாக அமைந்து விடுவதில்லை.

அதனால் வசன ஆக்கத்தின்போது:

எழுவாய் பயனிலையில் தெளிவு, காலமறிதலில் மயக்கமின்மை, இடைச் சொற்கள் உரிச்சொற்களின் முக்கியத்துவம், என்பன வாக்கிய அமைப்பில் எந்தளவிற்கு முக்கியம் பெறுகின்றன என்ற அறிவை மாணவரிடம் ஏற்படுத்தவேண்டும்.

மூவிட எழுவாய்களுக்கு ஏற்ப அவற்றின் பயனிலைகள் மாறுபடும்போது வினை முற்றுகளின் விகுதிகள் மாறுபடும் என்பதை அறிமுகப்படுத்தி எளிதாக எழுவாய்க்கு ஏற்ற பயனிலையை அமைக்க உதவலாம். இதுபோன்ற பயிற்சிகளை மாணவர்களுக்கு வழங்குவதற்கு ஏற்றமுறையில் பயிற்சிகளை அறிமுகப் படுத்த இன்றைய தொழில்நுட்பம் பெரிய அளவில் உதவமுடியும்.

மேலும் படங்களின் துணையுடன் காண்பதை விவரிக்கும் பழக்கத்தை ஏற்படுத்தலாம். மாணவர் வேறு மொழியிற் சிந்தித்தாலும் அதைத் தான்விரும்பும் மொழியில் கூறவைக்கப் படங்கள் துணைபுரியும் என்பதில் ஐயமில்லை. இதற்குச் சிறிய பாடல்களும் சுவையான சிறுசிறு சித்திரக் கதைகளும் கைகொடுக்கும். தமிழ்நாட்டில் வெளிவரும் இணையத்தளங்களின் உதவியுடன் இத்தேவையைப் பூர்த்திசெய்யலாம். (இதற்கு ஆங்கில மொழியில் வெளிவரும் காட்சியும் கருத்தும் பற்றிய இணைய வெளியீடுகள் பெரிதும் துணைபுரியலாம்)

உடல், உளப் பாதிப்புகளின் காரணமாகக் கற்றற் செயற்பாட்டில் சில மாணவர்கள் பின்தங்கி நிற்பதை வகுப்பறைகளிற் காணமுடிகின்றது. இவர்களிற் சிலர் எழுத்துகளை எழுதவோ அன்றிப் பலுக்கவோ முடியாதவர்களாக அல்லது முயற்சிக்க விரும்பாதவர்களாக இருக்கக்கூடும். இவர்களைக் கணினியின் துணையுடன் வழிப்படுத்தமுடியுமா என்பதற்கும் நவீன தொழில் நுட்பம் வழிகாட்டுவதாக அமையும். இதையும் முன்கூறியதுபோற் கணினித் தொழில்நுட்பத்தில் கைதேர்ந்தவர்களால் மட்டுமே காயாளமுடியும். இத்தகைய முயற்சிகளில் ஈடுபட முன்வரும் தனிநபர்களை ஊக்கப்படுத்தும் வகையில் பொது அமைப்புகளோ, அரச நிறுவனங்களோ இருக்கவேண்டும்.

எழுத்து, சொல், வாக்கியம் முதனிலை, இறுதிநிலை என்பவற்றில் ஏற்படுத்தப்படும் தெளிவு மாணவரிடம் பிற்காலத்தில் சொற்களைப் புணர்த்தும்போது நிலை மொழி ஈற்றையும் வருமொழி முதலையும் அறிந்து செயற்பட வாய்ப்பளிக்கும். மேலும் சொற்களை உணர்ந்து அவற்றை வாக்கியங்களிற் பயன்படுத்தும் போதும் சரியெது பிழையெது என்று கண்டறியும் வாய்ப்பை நவீன தொழில் நுட்பத்தின்மூலம்

ஏற்படுத்தமுடியும். கால இடைநிலைகளை அறிமுகம் செய்யும்போதும், வேற்றுமை உருபுகளை அறிமுகப்படுத்தும்போதும் ஏற்படும் சிக்கலையும் தீர்க்க இது உதவலாம்

புலம்பெயர்ந்த மண்ணில் இதுபோன்ற வாய்ப்புகள் போதியளவு இல்லை என்பதே எனது பட்டறிவு. தமிழருக்கென்று ஆத்மார்த்தமான ஈடுபாட்டுடன் தமிழரை வழிநடத்தும் அமைப்பால் அல்லது அரசால் மட்டுமே இது சாத்தியமாகும் என்பதும் எனது பணிவான கருத்தாகும். மேற்கூறிய பலவிடயங்கள் கனடாவை மையப்படுத்தி எழுதப்பட்ட கட்டுரை என்பதால் வேறிடங்களுக்கு ஒத்துவராமலும் போகலாம். ஆனால் தமிழ்மொழிக் கல்வியில் இன்று காணப்படும் பொதுத்தேவை இங்கு சுட்டிக்காட்டப்பட்டுள்ளது.

மொத்தத்தில் தமிழ்மொழிக் கல்வியில் கணினி, ஒலி ஒளி இறுவட்டுகள் ஒலிநாடாக்கள் போன்ற தொழில் நுட்பங்களைப் பயன்படுத்திக் கற்றல் கற்பித்தல் நடவடிக்கைகளை எளிமைப்படுத்த முடியும். தமக்கென்று கைகொடுக்கும் தன்னார்வ நிதிநிறுவனமோ அன்றி அமைப்போ இல்லாத புலம்பெயர் நாடுகளில் அக்குறைபாட்டைப் போக்க மனமுவந்து யாரேனும் முன்வரவேண்டும். தென்னிந்தியாவில் ஒரு அரசமைப்பு இருப்பதால் அவர்கள் உரிமையுடன் தமது குறைபாட்டை முன்வைத்து அதற்கான தீர்வையும் பெற்றுக்கொள்ள வாய்ப்பு இருக்கிறது. ஆனால் கனடா போன்ற புலம்பெயர்ந்த நாடுகளிற் கல்விப்பணியில் ஈடுபடும் எம்போன்றவர்கட்கு இந்த வாய்ப்பு இல்லாதிருப்பது கவலைக்குரிய விடயமே. தேமதுரத் தமிழோசை உலகமெலாம் பரவும்வகை செய்தல் வேண்டுமென்று ஆர்வம் காட்டும் தமிழார்வலர்கள் இதற்கான தீர்வைத் தேடித்தரவேண்டும்.

தினசரி பாடத்திட்டத்தில் கணினி ஒரு துணைக்கருவி

பா.அன்னலட்சுமி,
உதவிப்பேராசிரியர்,
தமிழ்த்துறை,
ஸ்ரீ.எஸ்.இராமசாமிநாயுடுஞாபகார்த்தக் கல்லூரி,சாத்தூர்.
tamilzagianu@gmail.com

முன்னுரை

ஆதிமனிதனின் சக்கரம் கண்டுபிடிப்புத் தொடங்கி, இன்று வேற்று கிரகத்தில் இடம் தேடும் அளவிற்கு மனிதனின் அறிவியலில் முன்னேற்றம் அடைந்துள்ளான். ஆரம்பகால கல்வி முறை குருகுலக் கல்வியாக இருந்து ஐரோப்பியர் வருகைக்குப் பின் மெக்காலே கல்வி முறையாக மாறியது. அச்சு இயந்திரத்தின் உருவாக்கத்தின் விளைவாக ஓலைச் சுவடியில் இருந்த தகவல்கள் பாட புத்தகமாக மாணவர்கள் கைகளுக்குச் சென்றது. இதன் தொடர்ச்சியாக செய்தித்தாள்கள்; கற்றல் கற்பித்தளுக்கு தகவல் தொடர்பு சாதனமாக உருபெற்றது. வானொலி வந்தபின் செய்திகள் கிராமங்கள் வரை சென்றது. வானொலியின் நிகழ்சிகள் மாணவர்களின் சிந்தனையைத் தூண்டியது அதில் கல்விக் கென்று நேரம் ஒதுக்கி நிகழ்சிகள் வளங்கின. இதை தொடர்ந்து தொலைக்காட்சி, கணினி, இணையம் என தொழில் நூட்பக்கருவிகள் என்னிலடங்காத அளவிற்;கு உருவாகின. கல்வி கொள்கையிலும் தொழில் நூட்பக்கருவிகளைப் பயன்படுத்திக் கொண்டனர்.

எந்திர மயமாதல்

உலகமே இயந்திர மயமாகியுள்ளது. நூறு மனிதன் செய்யும் வேலையை இன்று ஒரு இயந்திரம் செய்து விடும். கல்வி, தொழில், மருத்துவம், கலை என அனைத்திலும் இயந்திரம். மனிதனின் பார்வையே இயந்திரமாகிவிட்டது. மனிதனையும் மனித வாழ்வையும் இயந்திரமயத்திலிருந்து இன்று பிரித்துப் பார்க்க முடியவில்லை. இயந்திரம் வந்த பின் மனிதனின் உடல் உழைப்பு குறைந்தாலும் இயந்திரத்தை இயக்க மனிதனின் தேவை இருந்தது. எத்தனை மாற்;றங்கள் வந்தாலும் அனைத்தையும் ஏற்றுக்கொள்ள மனிதன் பழகியுள்ளான். காலத்திற்கு ஏற்ப எல்லா மாற்றங்களையும

மனிதன் ஏற்றுக் கொள்கிறான். இயற்கையோடு இயைந்து வாழ்ந்த காலம் மாறி இயந்திரத்தோடு இயைந்து வாழும் காலமாக மாறிவிட்டது.

கணினியின் வருகை

கணிதத்திற்காகவே கணினியை ஆரம்பத்தில் கண்டு பிடித்தனர். அன்றாட வாழ்வில் கனிதம் முக்கிய இடம் பெருகின்றது. ஆரம்பகாலத்தில் வணிகம் பண்டமாற்ற முறையாக இருந்தது. பின் நாணயம் வந்த பிறகு கணிதம் அவசியமானது. கணக்கீட்டு கணிப்பு சாதனங்கள் உருவாக்கப்பட்டன. கணிப்பு சாதனத்தில் உச்சகட்ட கண்டுபிடிப்பே கணினி. 'அபாகஸ்' என்ற கருவியே முதல் கணினி. இதன் தொடர்ச்சியே ஒவ்வொரு கால கட்டத்திற்கும் மாற்றம் பெற்று முழு கணினியாக சார்லஸ் பாபேஜ்; என்பவர் கண்டுபிடித்தார். இக்கணினியில் நிரல்கள் சேமிக்கப்படுகின்றன. தொடர்ந்து வந்த காலங்களில் பல்வேறு பொறியல் வள்ளுநர்கள் கணினி வளர்ச்சியில் பங்காற்றினர். கணிதத்திற்காகவே உருவாக்கிய கணினியை அடுத்த கட்டத்திற்கு கொண்டு சென்றனர்.

விமானங்களையும், ஏவுகனைகளையும் வடிவமைக்க உதவும் 'இஸட்-3' என்னும் கணினியை வடிவமைத்தனர். இன்று அனைத்து துறைகளிளும் கணினியின் பங்கு அளப்பறியது.

கல்வியில் ஆரம்பகால கணினியின் நுழைவு

இன்று அனைத்து துறைகளிலும் கணினி மிக இன்றியமையாத இடத்தைப் பெற்றுவிட்டது. ஆரம்பத்தில் கணினியை பயன்படுத்த கடினமானதாக இருந்து, இன்று சிறுவர்கள் கூட எளிதில் பயன்படுத்துகின்றனர். எந்த வேலைக்கு சென்றாலும் கணினி அறிவு உள்ளதா என்று கேட்கின்றன. அந்த அளவிற்கு கணினி இல்லாத துறையே இல்லை. இப்படி எல்லா துறையிலும் கணினி இருப்பதால் பள்ளியில் உயர்கல்வி மாணவர்களுக்கு கணினியை ஒரு பாடமாக்கினர். கணினியில் அடிப்படையான அனைத்தும் மாணவர்கள் கற்றனர். புத்தகங்களை விட மாணவர்களுக்கு கணினி வழி கற்பித்தல் எளிமையாக இருந்தது.

கற்பித்தலில் கணினியின் பங்கு

கற்றல் கற்பித்தலில் புதிய மாற்றமே கணினி பாடத்திட்டம்தான். "புதிய கற்பித்தல் முறை ஊடகங்களின் உதவி இல்லாமல் கல்வியின் குறிகோள்களை முழுமையாக ஒரு கல்வி நிலையம் அடைய முடியாது" என்கிறார் நெல்சன் ஹென்றி. தனியார் பள்ளிகள் ஆரம்ப கல்வியிலே மாணவர்களுக்கு கணினியை கற்பிக்கின்றனர். புத்தகங்களை விட கணினியே மாணவர்களை பெரிதும் ஈர்க்கின்றன. மாணவர்கள் ஆர்வத்தோடு பயில்வதால் கணினி பயன்பாடு வழங்கும் கல்வி நிலையங்களின் தரம் உயர்கின்றது. பிரிட்டன், கனடா, நெதர்லாந்து, செருமணி ஆகிய வளர்ச்சியடைந்த நாடுகள் கணினியை அதிகம் பயன் படுத்துகின்றன. கணினியை மையப்படுத்தி இயங்கும் வகுப்பிற்கு ஆங்கிலத்தில் (னபைவைய உடயளள்சழழஅ) இந்த வகுப்பில் மாணவர்களுக்கு புரியும் வகையில் கணினி மூலம் கற்பிக்கின்றனர். கணினியில் மாணவர்கள் கற்கும் பொழுது புதிய சிந்தனைகள் உருவாகும். மாணவர்களின் கேள்விக்கான பதிலை அவர்களே தேடும் பொழுது அவர்களின் சிந்தனை விரிவாகும். இன்று அனைத்து நூல்களும் இணையத்தில் உள்ளது. வகுப்பறையில் ஆசிரியர்கள் ஒரு தலைப்பைக் கூறி மாணவர்களே அதைப் பற்றி பேச வேண்டும். வகுப்பிலே பாடம் தொடர்பான விளையாட்டு, கதை, வினாடி வினா, குழு கலந்துரையாடல், வீட்டுப் பாடம், பயிற்சிக் கட்டுறைகள் தேர்வுகள் என வகுப்புகள் கணினியை மையப்படுத்தி நடந்தால் மாணவர்கள் கல்வியை இன்னும் ஆர்வத்துடன் பயில்வார்கள்.

கணினி வழிக் கல்வி(*SMART CLASS*)

இன்றய அறிவியல் வளர்ச்சி கல்வித்துறையையும் விட்டுவைக்கவில்லை. இன்று கற்றல் கற்ப்பித்தலில் அதிக மாற்றம் பெற்றுள்ளது. கரும்பலகைகளை பயன்படுத்தி பாடம் நடத்தினர். ஆனல் இன்று திரையில் காட்சி படுத்தி மாணவர்களுக்கு பாடத்தை எளிமையாக கற்பிக்கின்றனர். கற்றல் சுமையாக கருதாமல் செயல் வழிக்கற்றல், செய்து கற்றல், விளையாட்டின் மூலம் கற்றல் என மகிழ்வுடன் கற்கின்றனர். இதற்கு பல்வேறு ஊடகங்களை ஆசிரியர்கள் பயன்படுத்துகின்றனர். காணொளி (*VIDEO*), ஒலி அமைவு(*AUDIO*), இணையம் என மென்பெருளை பயன் படுத்தி பாடம் கற்பிக்கும் போது மாணவர்களின் கவனத்தை பெரிதும் ஈர்க்கும். சிறு வயதில் இருந்தே மாணவர்களுக்கு தொழில்நுட்பத்தை பழக்கும் போது தொழில்

நுட்பங்களை பொழுதுபோக்காக பயன்படுத்தாமல் அறிவை மேம்படுத்த பயன்படுத்துவர்.

அறிவியல் வகுப்பு

நாம் அன்றாட வாழ்வில் பயன்படுத்தும் அனைத்திலும் அறிவியல் கண்டுபிடிப்பு உள்ளது. மனித வாழ்வில் ஒன்றி இருப்பதை புத்தகங்களில் வரும் படத்தை பார்த்து தெரிந்து கொள்வதை விட திரையில் காட்சி படுத்தி பாடங்களை விளக்கவேண்டும். அறிவியலில் இயற்பியல், வேதியல், தாவரவியல், உயிரியல் என பல பிரிவுகள் இருக்கின்றன. ஆரம்பக் கல்விக்கு புத்தகங்களை வைத்து கற்பிப்பர். மேல்நிலை வகுப்பிற்கு ஆய்வுக் கூடங்களுக்கு சென்று செய்முறையாக பாடம் நடத்துவர். ஆனால் இன்று அனைத்து மாணவர்களுக்கும் கணினியைப் பயன்படுத்தி திரையின் வழியாக காட்சி படுத்தி கற்பிக்கின்றனர். வேதியலில் ஏற்படும் மூலக்கூறு மாற்றங்களையும், கண்ணுக்குப் புலப்படாத பாக்டீரியாக்களால் உடலில் ஏற்படும் மாற்றங்களை காணொளி மூலமாக பார்க்கும் பொழுது மாணவர்களுக்கு பாடம் பற்றியான அறிவு தேடல் அதிகமாகும். மாணவர்களுக்குள் எழும் வினாக்களுக்கு அவர்களே விடை தேட வேண்டும் அதற்கான சூழல் பள்ளிலிலும் கல்லுரியிலும்இருத்தல்வேண்டும்.

சமூக அறிவியலில் வரும் வரலாற்று பாடங்களை மாணவர்களுக்கு புரியும் வகையில் வரலாற்று நிகழ்வுகளை படமாக காட்சி படுத்தினால் எளிமையாக எளிமையா கற்றுக முடியும். அண்டங்களில் உள்ள கோள்களை புத்தகங்களில்; பார்த்து தெரிந்து கொள்வதை விட பால்வெளி அண்டங்களோடு பயனிப்பது போன்ற உணர்வை இன்றைய தொழில் நுட்பமான முப்பரிமாண காணொளி (*three-dimensional video*) மூலம் நிகழ்த்திக் காட்ட முடியும்.

கணித வகுப்பு

கணித பாடம் என்றாலே அதிகமான மாணவர்களுக்கு பயமும் குழப்பமும் உள்ளது. கணிதத்தை மனனம் செய்து படிப்பது என்பது கடினம் புரிந்து பயில்தலே எளிமை. மாணவர்களுக்கு ஆரம்ப பள்ளியிலே கணிதத்தை எளிமையான முறையில் கற்றுத்து தரவேண்டும். கணிதத்தை வாழ்வியலோடு கற்றுத் தர வேண்டும். கணிதம்

கற்பதற்கு இன்று ஏராளமான செயலிகள் உள்ளன. விளையாட்டின் மூலம் கற்கும் பொழுது மாணவர்களுக்கு ஆர்வம் ஆதிவகரிக்கும். தவறுகளை திருத்தி கொள்வதற்கும், வினாக்களுக்கான பதிலை தேடும் பொழுதும் மாணவர்களின் பார்வை விசாலமாகும்.

முடிவுரை

மனிதன் இயற்கையோடு வாழ பழகி கொண்ட காலம் தொட்டு இயற்கையை தனக்கு ஏற்றார் போல் மாற்றிக் கொண்டான். ஓலைச் சுவடிகளிளும், புத்தகங்ளிளும் பயின்று இன்று கணினியில் பயிலும் காலம் மாறிவிட்டது. படிப்பதர்க்காக வேற்று நாடு செல்ல வேண்டும் என்ற அவசியம் இன்று இல்லை. கணினியும், இணையமும் இருந்தால் வீட்டில் இருந்தே கற்க முடியும். பள்ளி கல்லூரிகள் அனைத்திலும் புத்தகங்ளை தவிர்த்து விட்டு மாணவர்கள் கையில் திறன்பேசியும் (SMART PHONE) கணினியாகவும் வகுப்பறை மாறும்.

இணையவழி கற்றல் கற்பித்தலில் உயர்கல்வி எதிர்கொள்ளும் சவால்களும் தீர்வுகளும்

Dr. Anurama,
Assistant Professor (Sociology),
Department of Religion, Philosophy & Sociology,
The American College,
Madurai

முன்னுரை:

இந்திய உயர்கல்வி, கரும்பலகை வகுப்பறையில் இருந்து கணினி சாளரம் கொண்டு, உலகில் உயர்கல்வி நிறுவனங்கள் அடைந்திருந்த உச்சங்களை கண்டு உத்வேகம் பெற்று இருந்த நேரம், எதிர்க்க இயலாத வல்லமையோடு எதிர்கொண்டது கொரோனா பெருந்தொற்று. பெரும் துயரம், பேரிடர் காலமாக மாறிப்போக ஊரடங்கில் உலகமே அடங்கிப்போனது. வகுப்பறை முடங்கிப் போனது. கட்டிடங்களுக்கு தான் விடுமுறை, கற்றலுக்கு அல்ல என அணிவகுத்த இணையவழி கருத்தரங்கங்கள், ஆசிரியர்களுக்கு அறிவை விசாலப்படுத்த கிடைத்த வரப்பிரசாதம். கற்பித்தலில் மூழ்கியிருந்த ஆசிரியர்கள், கணினி வழி கருத்தரங்கங்களில் கற்றலை தொடர்ந்தபோது, முடங்கிக் கிடந்த வகுப்பறைகளும் உயிர் பெற்றன. இணையவழிக் கல்வி, கற்றல் கற்பித்தலை தளம் மாற்றிச் சென்றிருக்கிறது இந்த மாற்றத்தில் ஆசிரியர்களும் மாணவர்களும் எதிர்கொள்ளும் சிக்கல்கள் ஏராளம். இணையவழிக் கல்வியை கையாள்வதில், ஆசிரியர்களும், மாணவர்களும் எதிர்கொள்ளும் சிக்கல்களையும் அவற்றுக்கான தீர்வுகளையும் முன்வைப்பது இந்த ஆராய்ச்சிக் கட்டுரையின் நோக்கம்.

இந்திய சூழலில் இணையவழிக் கல்வி:

இணையவழி கற்றல் கற்பித்தலை தொடர்ந்து அரசாங்கமும் பல்கலைக்கழக மானியக்குழுவும் உயர்கல்வி நிறுவனங்களுக்கு அறிவுறுத்தி வந்தன. இதற்காக சுயம் என்னும் பொருள்படும் *SWAYAM (Study Webs of Active-Learning for Young Aspiring Minds)* என்ற திட்டத்தை இந்திய மனிதவள மேம்பாட்டு துறை துவக்கி வைத்து 2017 முதல் இணையவழி கல்வியை *(Massive open online course)* தொடர்ந்து வலியுறுத்தி வருகிறது.

இந்தத் திட்டத்தின் மூலம் திட்டத்தின் மூலம் இதுவரை 2 ஆயிரத்திற்கும் மேற்பட்ட பாட படிப்புகள் வழங்கப்பட்டு வருகின்றன. சமமான வாய்ப்பு, தரமான கல்வி, அனைவரையும் சென்றடைதல் என இந்த மூன்றையும் தன் இலக்குகளாக கொண்டு இந்த திட்டம் இயங்குகிறது. ஒரு மாணவர் ஏதேனும் காரணங்களுக்காக பிற பல்கலைக்கழகங்களுக்கு மாற நேர்ந்தால், படிப்பை தடையின்றி தொடர்வதற்கு வசதியாக கிரெடிட் டிரான்ஸ்பர் என்ற முறையை எளிதாக்கியது. ஒரு குறிப்பிட்ட துறை சார்ந்த வல்லுநராக நடத்தப்படும் பாடத்தை நாடு முழுவதும் உள்ள மாணவர்கள் அங்கங்கு இருந்தபடியே கற்றுக் கொள்ளும் வாய்ப்பை ஏற்படுத்தியது.

தொலைநிலை கல்வியை விட அதிகரித்த பாடவேளைகள் இருந்தது இதன் சிறப்பு. தான் படிக்கும் பட்டப்படிப்புக்கு துணையான ஒரு பாடத்தை படிக்க விரும்பும் ஒரு மாணவர் அந்த பாடத்திட்டம் அந்த கல்வி நிறுவனத்தில் வழங்கப்படவில்லை என்றாலும் இந்த இணையவழி கற்றல் மூலம் கற்றுக் கொள்ளுதல் சாத்தியமாக்கியது. ஆனாலும், ஆர்வமும், தன்முனைப்பும் கொண்ட ஆசிரியர் மாணவர்களை இந்தத் திட்டங்கள் சென்று சேர்ந்த அளவுக்கு, அனைவரையும் சென்று சேரவில்லை. இது தொடர்பான விழிப்புணர்வு, இணைய வசதிகளை பயன்படுத்துவதில் உள்ள ஏற்றத் தாழ்வு, கணினி தொழில்நுட்ப அறிவு அனைத்துமே தடைக்கற்களாக தொடர்ந்து இருந்தன.

இத்தகைய சூழலில்தான் எதிர்பாராவிதமாக ஏற்பட்ட கொரோனா பெருந்தொற்று காரணமாக நீண்ட விடுமுறை விடப்பட்டது. நீண்ட இடைவெளிக்கு பூட்டியிருந்த வகுப்பறைகள் கற்றல் கற்பித்தலில் ஒரு தேக்கத்தை ஏற்படுத்தியது. தொற்றுநோய்க்கு தீர்வு கண்டு பிடிக்கப்படாத சூழலில் முன்னெச்சரிக்கையாக மொழியப்பட்ட சமூக இடைவெளி பெரும் சவாலாக உருவெடுத்தது. ஒரு அறையில் சராசரியாக ஒரு ஆசிரியரும், 60 மாணவர்களும் என பயின்ற முறை மாறி, வகுப்பறைகளை விசாலப் படுத்துவதோ, மாணவர் எண்ணிக்கையை குறைப்பதோ, இரண்டுமே உடனடியான தீர்வு இல்லை என்ற குழப்பமான சூழல் உண்டானபோது இணையம் தன் அகண்ட வகுப்பறைகளை திறந்துவிட்டது. மாணவரின் நலனை மனதில் கொண்டு தேர்வுகளையும், பாடங்களையும் நடத்துவது என உயர்கல்வி

நிறுவனங்கள் முடிவு எடுத்து பாட வேளைகளையும், தேர்வு அட்டவணைகளையும் அறிவிக்க, இணையவழி கற்றல் கற்பித்தலில் அதுவரை இருந்த தடைக்கற்கள் கொரோனாவால் தகர்த்து எறியப்பட்டன.

இலக்கிய மீளாய்வு

இணைய வழி கல்வி அனைத்து தரப்பு மக்களுக்கும் தரமான உயர்கல்வி சென்று சேர்வதை உறுதிப்படுத்துகிறது(Bates, A.W., 2003). கல்வி சார் இலக்குகளை அடைவதில் கூடுதல் பொறுப்பு உள்ளவர்களாகவும், தன்முனைப்பு உள்ளவர்களாகவும் மாணவர்கள் மாற வேண்டியதன் அவசியம் இங்கு முன்வைக்கப்படுகிறது. (McLaren, C. H., 2004),

இளங்கலை பட்டப்படிப்பு என்பது கல்வி மட்டும் சார்ந்தது அல்ல அது சமூகமயமாதல், தனிப்பட்ட முறையில் முன்னேற்றம் அடைதல், நாட்டிற்கு நல்ல குடிமகன்களாதல் மற்றும் பண்படுதலையும் உள்ளடக்கியது.(Barth, T. J., 2004),

தொழில்நுட்ப அளவில் இது முன்னெப்போதும் இருந்திராத வகையில் வந்திருக்கும் புதிய முன்னேற்றம். வகுப்பறை மற்றும் விடுதி வசதி போன்ற வசதிகளை அதிகரிக்காமல் மாணவர் சேர்க்கையை பல்கலைக்கழகங்கள் அதிகரிக்கக்கூடும் இணைய வழி கற்பித்தல் என்பது வேலை பளுவை அதிகரிக்கக்கூடியது மட்டுமன்றி ஆசிரியர் மாணவர் உறவில் பல்வேறு சிக்கல்களை ஏற்படுத்தக்கூடியது சிக்கலான சிக்கலான பரிமாணங்களைக் கொண்டது சிறு தவறுகளும் இணைய சூழலில் பெரும் பாதிப்பை ஏற்படுத்தக்கூடும் (Dykman, Charlene & Charles, Ph & Davis, Kathleen, 2008).

ஆய்வின் குறிக்கோள்:

இந்திய அளவில் உயர்கல்வியின் முன்னோடியின் முன்னோடி மாநிலங்களில் ஒன்றாக அறியப்படும் தமிழகத்தில், மதுரையில் அரசு உதவி பெறும் கல்லூரிகளில் இணையவழி கற்றல் கற்பித்தலில் உள்ள சிக்கல்களையும், அவற்றுக்கான தீர்வுகளையும் அறிவதற்கு என்று இந்த ஆய்வு நடத்தப்பட்டது.

இணைய வழி கற்றலில் மாணவர்கள் எதிர்கொள்ளும் சிக்கல்களை அறிவது

இணையவழி கற்பித்தலில் ஆசிரியர்கள் எதிர்கொள்ளும் சிக்கல்களை அறிவது

சிக்கல்களுக்கான தீர்வுகளை முன் வைப்பது

ஆய்வு முறை:

தமிழகத்தில், மதுரையில் அரசு உதவி பெறும் கல்லூரிகளில், இளங்கலை பாடப் பிரிவில் கற்கும் *100* மாணவர்களிடம், மற்றும் *25* ஆசிரியர்களிடம் இந்த ஆய்வு நடத்தப்பட்டது. *Purposive Sampling* முறையில் *Structured Interview schedule,* மற்றும் *Focus Group Discussion* உத்திகளைப் பயன்படுத்தி தகவல்கள் பெறப்பட்டன. நேரமின்மை காரணமாக கலைப்பிரிவு மாணவர்களிடம் *(ஆண்)* மட்டுமே இந்த ஆய்வை நடத்த முடிந்தது, ஆய்வின் குறை.

ஆய்வின் முடிவுகள்:

ஆய்வில் *56%* முதலாமாண்டு மாணவர்களும், *18%* இரண்டாமாண்டு மாணவர்களும், *26%* மூன்றாமாண்டு மாணவர்களும் பங்கேற்றனர். இதில் *67%* முதல் தலைமுறை பட்டதாரிகள் மற்றும் *59 %* மாணவரின் குடும்பத்தின் மாத வருமானம் *20* ஆயிரத்திற்கும் கீழ்.

இதில் *63%* மாணவர்களிடம் முன்பே ஸ்மார்ட்போன் இருந்தாலும் *37* சதவிகிதம் மாணவர்கள் இந்த இணையவழி கற்றலுக்காகவே ஸ்மார்ட்போன் வாங்கி இருக்கிறார்கள்.

மாணவர்கள் எதிர்கொள்ளும் சிக்கல்கள்

இணைய வழி கல்வியில், *65* சதவீதம் மாணவர்கள், இணையத் தொடர்பில் இணைவதில் சிக்கல் உள்ளது என்கிறார்கள். கணினி அல்லது மடிக்கணினி வழி இணைய வழிக் கல்வியைப் பெறும் மாணவர்களோடு ஒப்பீடு செய்கையில் அலைபேசி வழியே இணைய வழியில் கற்கும் மாணவர்கள் சந்திக்கும் சிரமங்கள் அதிகம். *5* மணிநேரம் இணைய வழி கற்றலில் பங்கேற்கும் போது, *79%* மாணவர்கள் *1* முதல் *1.5* ஜிபி வரை டேட்டா செலவாவதாகவும் இதற்கு தினம்தோறும் செலவு செய்ய வேண்டி இருப்பதாகவும் தெரிவித்தனர். குறிப்பாக குடும்பத்தின் மாத வருமானம் *10* ஆயிரத்திற்கும் கீழ் என்று கூறும் *26* சதவிகிதம் மாணவர்கள் கடுமையான பொருளாதார நெருக்கடிக்கு ஆளாகிறார்கள்.

தினந்தோறும், மணிக்கணக்கில் தொடர்ச்சியாக திரையை பார்த்துக் கொண்டே இருக்கும்போது, 49 சதவிகிதம் மாணவர்கள் கண் வலி ஏற்படுவதாகவும், 33% மாணவர்கள் தலைவலி ஏற்படுவதாகவும், 18 சதவிகிதம் மாணவர்கள் குனிந்து அலைபேசியை பார்த்துக் கொண்டிருப்பதால் ஏற்படும் கழுத்து மற்றும் தோள்பட்டை வலியும் ஏற்படுவதாக தெரிவிக்கிறார்கள்.

இணையவழி கற்றலின் சாதகங்கள் என நீங்கள் நினைப்பவை என்ன என்ற கேள்விக்கு பாடங்கள் விரைந்து முடிக்கப்படுகிறது என்றும், எந்தவித இடைஞ்சலும் இன்றி முழுமையான நேரம் பாடம் நடத்துவதற்கு என்று ஒதுக்கப்படுவதும், பயணத்திற்கான நேரமும் பணமும் மிச்சமாகிறது என்றபோதும், 82 சதவிகிதம் மாணவர்கள் இணைய வழிக் கற்றல் என்பது மிகுந்த மன அழுத்தத்தைத் தருவதாக இருக்கிறது என்று பதிவு செய்திருக்கிறார்கள். வகுப்பறைக் கல்வி இணையவழிக் கல்வி எது பிடித்தமான கல்விமுறை என்று கேட்டதற்கு, 96.3 சதவிகிதம் மாணவர்கள் வகுப்பறையில் கற்றலே பிடித்தமானது என்கிறார்கள்.

ஆசிரியர்கள் எதிர்கொள்ளும் சிக்கல்கள்:

ஆசிரியர்களை பொறுத்தவரையில் இணையத் தொடர்பு பெறுவதில் உள்ள சிக்கல்களைத் தாண்டி இணைய வழிக் கல்வியில் புதிதாக இணைந்திருக்கும் ஆசிரியர்கள், போதிய பயிற்சி இன்றி இந்த கல்வியை கற்பித்துக் கொண்டு இருப்பதாக உணர்கிறார்கள்(66%). ஆசிரியர்களின் வயது, அனுபவம், தொழில்நுட்பத் திறனை கொண்டே அவர்களின் கற்பிக்கும் முறை அமைகிறது. ஆசிரியர்களைப் பொறுத்தவரையில் கண் எரிச்சல், தலைவலி, உடல் வலியை தாண்டி பெரும்பான்மையானோர்(82%) உளவியல் ரீதியான பாதிப்புகளை தான் அதிகம் பட்டியலிடுகிறார்கள்.

ஆராய்ச்சியாளரின் கருத்து:

இணைய வழி கற்றலில் மாணவர்கள் மற்றும் ஆசிரியர்கள் எதிர்கொள்ளும் சிக்கல்களை, தொழில்நுட்ப காரணிகள், உடல்நலம் சார்ந்த காரணிகள், உளவியல் காரணிகள், சமூக பொருளாதார காரணிகள், மற்றும் கல்வி சார்ந்த காரணிகள் என ஐந்து விதமாகப் பிரிக்கலாம்.

வீட்டிலிருந்து கல்வி பெறுவதில் முக்கியமான பிரச்சினைகளாக மாணவர்கள் குறிப்பிடுவது இணையத் தொடர்பில் இணைவதில் ஏற்படும் சிக்கல்கள், நண்பர்களுடன் அளவளாவ முடியாதது, வகுப்பறையில் அனைவரும் சேர்ந்து பங்கேற்பது, வகுப்பறைச் சூழலில் ஆசிரியரோடு உரையாடும் போது கிடைக்கும் தெளிவு, வகுப்பறைக்கு வெளியே இருக்கும் விளையாட்டு மற்றும் கலைப் போட்டிகளில் பங்கேற்கும் அனுபவத்தை தவற விடுவது, குடும்ப சூழ்நிலை காரணமாக கல்வியில் கவனம் செலுத்த முடியாமல் போவது, வசிக்கும் சூழல் சார்ந்த இடைஞ்சல்கள் மற்றும் இரைச்சல்கள் என வீட்டிலிருந்தபடியே இந்த இணைய வழி கற்றலில் பங்கேற்பதில் பெரும் சிக்கல்களை சந்திக்கிறார்கள் மாணவர்கள். தொடர்ச்சியாக அலைபேசியின் திரைகளை பார்த்துக் கொண்டிருப்பதால் வரும் தலைவலி, கண் எரிச்சல் போன்ற உடல் ரீதியான கோளாறுகளை தாண்டி சமூக ஊடகங்கள் சார்ந்த கவனச் சிதைவுகளும் வகுப்பு நடந்து கொண்டிருக்கும் போதே ஏற்படத்தான் செய்கின்றன.

ஆசிரியர்கள் இணையவழி கற்றல் வகுப்புகளை நடத்திக் கொண்டிருக்கும் பொழுதே, சமூக ஊடகங்களை பொழுதுபோக்கிற்காக பயன்படுத்துவதாக, 30 சதவிகித மாணவர்கள், தெரிவிக்கின்றனர். மொத்தத்தில் இணைய வழி கற்றலில் கற்றல் கற்பித்தல் என்பது கல்வி சார்ந்த தளங்களில் இயங்க படுகிறதே அன்றி வகுப்பறைச் சூழலில் முக்கியத்துவம் கொடுக்கப்படும் மதிப்பீடுகள் இங்கே போதுமான அளவு முக்கியத்துவம் கொடுக்கப்படுவது இல்லை என்பதே கசப்பான உண்மை.

ஆண்டாண்டு காலமாக வகுப்பறைகளில் முகம் பார்த்து பயிற்றுவித்த ஆசிரியர்களுக்கு, கணினித் திரையின் எதிரே அமர்ந்து மாணவர்களிடம் உரையாடுவதும், அவர்களுக்கு கற்பிப்பதும் பெரும் சவாலாக உள்ளது. மாணவர்களின் கவனச்சிதறலை கண்காணிக்க முடியாமல் போவதும், மாணவர்களுக்கு புரிந்து இருக்கிறதா இல்லையா என்பதில் ஏற்படும் குழப்பங்கள், ஆசிரியர் மாணவர் உறவில் ஒரு பெரும் இடைவெளியை ஏற்படுத்தி இருக்கின்றன. ஆசிரியர்களுள் குறிப்பாக பெண் ஆசிரியர்களுக்கு வீட்டிலிருந்தே பணி புரிவதில் குடும்பம் சார்ந்த அலுவல்களின் குறுக்கீடும் அதிகம் உள்ளதால் பணிச்சுமை அதிகமாக உள்ளது. வகுப்பறை கல்வியை

கற்பிக்கும் முறையில் கற்று தேர்ந்த ஆசிரியர்கள் கூட, இணைய வழிக் கல்வியில் தேர்வுகளை நடத்துவதும், அதனை மதிப்பீடு செய்வதும் தரமானதாகவும், சரியானதாகவும் இருக்க வேண்டும் என்பதில் பெரும் சவால்களை சந்திக்கிறார்கள். உண்மையில் வகுப்பறைச் சூழலுக்கென்றே வடிவமைக்கப்பட்ட பாடங்களும் தேர்வு முறைகளும், போதுமான கால அவகாசமும் பயிற்சியும் இன்றி அறிமுகப்படுத்தப்பட்டதில், ஆசிரியர்களுக்கும் மாணவர்களுக்கும் கற்றல் கற்பித்தல் அனுபவத்தை கடினமாக்குகிறது. நோய்த்தொற்று காலத்தில் வேறு வழி இல்லாத போது இணையவழி கற்றல் கற்பித்தல் என்பதே கைவசம் உள்ள ஒரே தீர்வு என்றபோதும் காலச் சூழல் மாறும்போது வகுப்பறை கல்வியையும் இணைய வழிக் கல்வியையும் சரிவர இணைத்து உருவாக்கப்படும் பாடத்திட்டங்களும், வகுப்பறைகளும், தேர்வு முறைகளுமே உயர்கல்வியில் பெரும் மாற்றத்தையும் முன்னேற்றத்தையும் கொண்டுவரும்.

தீர்வுகள்

ஆசிரியர்களுக்கும் மாணவர்களுக்கும் இணையவழி கற்றல் தொடர்பான பயிற்சி

மாணவர்களுக்கு வருகைப் பதிவை கட்டாயம் ஆக்காமல் இருப்பது

பாட வேளைகளின் நேரத்தை குறைப்பது

தொலைத்தொடர்பு வசதிகளை பெறுவதில் மாணவர்களுக்கு அரசாங்கம் மானியம் அளிப்பது

மாணவர்கள் தங்கள் திறனை வெளிப்படுத்த கலைப் போட்டிகளையும் குழு விவாதங்களையும் ஆசிரியர்களும் மாணவர்களும் இணைந்து பங்கேற்கும் வகையில் இணையவழியில் ஒருங்கிணைப்பது

ஆய்வின் குறிப்புச்சொற்கள்:

இணைய வழி கல்வி, *SWAYAM*, உயர்கல்வி, வகுப்பறைக் கல்வி, கற்றல் - கற்பித்தல்

References

- *Bates, A. W. (2003), Technology, Distributed Learning, and Distance Education. London: Rutledge.*

- *McLaren, C. H. (2004), "A Comparison of Student Persistence and Performance in Online and Classroom Business Statistics Experiences." Decision Sciences Journal of Innovative Education, Vol. 2(1), pp.1-10.*

- *Barth, T. J. (2004), "Teaching PA Online: Reflections of a Skeptic." International Journal of Public Administration, Vol. 27(6), pp. 439-455.*

- *Dykman, Charlene & Charles, Ph & Davis, Kathleen. (2008). Part One-"The Shift Toward Online Education". Journal of Information Systems Education,p 19.*

தினசரி பாடத்திட்டத்தில் கணினி ஒரு துணைக்கருவி - ஒரு பார்வை

முனைவர் கா. செல்வகுமார்

தலைவர், அரசியல் அறிவியல் துறை,
பெரியார் மணியம்மை அறிவியல் மற்றும் தொழில்நுட்ப நிறுவனம்,
வல்லம், தஞ்சாவூர் - 613 403.

தகவல்களை சேமித்து வைத்தல், மீட்டெடுத்தல், செயல்முறைககு உட்படுத்துதல் முதலிய பணிகளைச் செய்யும் நிகழ்நிரல் எந்திரம். கணினி பிரதான நினைவகம், ஒரு கட்டுப்பாட்டு அலகு, கணித தர்க்க முறைமை அலகு ஆகியவற்றை கொண்டிருக்கும். ஒரு முப்பரிமாண உருவம் கணினி மொழிக்கு மாற்றப்படும்போது கணினி நகர்ந்து செல்லும் அல்லது வெற்றிடத்தில் சுழலும் படி தோற்றம் தரக்கூடிய உருவங்களை உருவாக்க முடியும். ஆகையால் கணினி அசைவாக்கம் மருத்துவத்தில் அல்லது அறிவியல் ஆராய்ச்சியாளர்களுக்கு சிக்கலான சலனங்களைக் கூட மாதிரி படமாக காட்ட முடிகிறது. மேலும் திரைப்படங்கள் உருவாக்கத்தில் பயன்படுகிறது.[1] 1970க்கு பின் நுண் கணிப்பொறி வந்தபின் கணினிகளின் பயன்பாடு மிகுதியாக உள்ளது. ஆரம்பப் பள்ளி முதல் பல்கலைக்கழகம் வரையிலும் பள்ளிக்கு செல்ல ஆரம்பிக்கும் முன்னர் உள்ள சில வகுப்பு திட்டங்களிலும் கணினிகள் பயன்படுத்தப்படுகின்றன. பயிற்றுவிக்கும் கணினிகள் தகவல்களைத் தருதல் நல்லது கற்பித்தல் பணியை செய்கின்றனர். இன்றைய கணினிகள் மாணவர்களுக்கு தங்கள் மேதமையை வெளிப்படுத்தவும் அவர்களுக்கு உகந்த வேகத்தில் புது பொருட்களைப் பற்றி அறியவும் விரைவாக உதவுகிறது.[2] கோவிட் 19 நோய் தொற்று காலத்தில் சவாலை எதிர் நோக்கும் வகையில் உலகம் இந்த சூழ்நிலையில் முன்னெப்போதும் இருந்ததைவிட தன் வாழ்வில் ஒரு முக்கியமான அங்கமாக தொழில்நுட்பம் தினசரி பாடத்திட்டத்தில் கணினி ஒரு துணைக் கருவியாக உள்ளது என்பதை அறியலாம்.

இன்றைய காலகட்டம் கற்பித்தல் கற்றல் முறைகள் ஆகியவை அடியோடு மாறிவிட்டது. கோடிக்கணக்கான மாணவர்கள் அலைபேசியின் மூலம் கல்வி கற்கும் காலமாக மாறியுள்ளது. ஆசிரியர்கள் தங்கள் வீடுகளிலிருந்து கற்பித்தலும் கற்றல் செயல்பாட்டிலும் தொடர்ச்சியை தக்கவைத்துக் கொள்வதற்கான மாற்று வழிகளை

"

காண கற்பித்தல் சமூகத்தை தொற்றுநோய் கட்டாயப்படுத்தி உள்ளது. கல்வியை வழங்குவதற்கான புதுமையான வழிகளை நாம் கொண்டுவர வழிவகை செய்துள்ளது. நீண்டகாலமாக வலியுறுத்தி வந்த தொழில்நுட்பத்தை பயன்படுத்தி ஆசிரியர்கள் இன்று பாடம் நடத்தி வருகின்றனர். இனிவரும் காலங்களில் ஆசிரியர்கள், மாணவர்களுடன் கலந்துரையாடவும், தங்களுக்குள்ளாக கலந்தாய்வு செய்யவும் இந்த புதிய முறை தான் பயன்படப் போகிறது. மிகச் சிறப்பாக வடிவமைக்கப்பட்ட பாட உள்ளடக்கங்கள் மற்றும் கற்பித்தல் கருவிகளை பயன்படுத்தி பாடங்களை மாணவர்களிடம் கொண்டு சென்று சேர்க்க இணையதளம் தான் மிக முக்கியமான சக்தியாகும். இணையதள சேவை தொலைத்தொடர்பு நிறுவனங்களுக்கும் இணையவழிக் கல்வி வழங்கும் நிறுவனங்களுக்கும் இடையிலான நீடிக்கத்தக்க ஒத்துழைப்பு ஆகியவை இணைய வழி கல்விக்கு மிகவும் அவசியமாகும். இவை இருந்தால் மட்டும்தான் உயர் வரையறை தன்மைகொண்ட காட்சிப் பதிவுகளாக மாற்றி மாணவர்களுக்கு அனுப்ப முடியும்,[3] இதுதான் கற்றல் அனுபவத்தை மகிழ்ச்சி நிறைந்ததாக மாற்றும். கல்வித்துறையில் புதிய மாற்றங்களை உருவாக்கக் கூடிய மற்ற வாய்ப்புகளை தேடுவதற்கான நேரமாக இக்காலம் உள்ளது.

இன்றைய கல்வி தேவைக்கும் இணையதளம்தான் மிகவும் பயனுள்ள தொழில்நுட்பமாகத் திகழ்கிறது. கல்வித்துறையில் இணையதளத்தின் முக்கியத்துவத்தை சொல்லித் தெரிய வேண்டியதில்லை. மாணவர்களின் சந்தேகங்களுக்கு தங்கள் வகுப்பறையில் கற்பிக்கப்பட்ட அல்லது விவாதிக்கப்பட்ட பாடங்களை மீண்டும் படித்து அறிந்து தெரிந்து கொள்ளும் வகையிலும் இணையதளம் மிகச் சிறந்த கணினி சார்ந்த அமைப்பாக இருந்தது. இணையதளம் வழியாக வழங்கப்படும் தகவல்களை சிறப்பாக பயன்படுத்திக் கொள்ள மாணவர்களை தயார்படுத்த வேண்டிய அவசியமாகிறது. இதன் மூலம் மாணவர்களின் அறிவுத்திறனையும் சிந்திக்கும் திறனையும் மேம்படுத்தும் வகையில் உள்ளது. 2020 ஆம் ஆண்டு மார்ச் மாதம் வெளியிட்ட புள்ளியியல் ஆராய்ச்சித்துறை அறிக்கையின்படி உலகிலேயே இணையதளத்தை அதிக அளவில் பயன்படுத்தும் இரண்டாவது நாடு இந்தியா ஆகும்.[4]

மாணவர்கள் பயிலும் புத்தகங்களுக்கு பதிலாக டிஜிட்டல் உள்ளடக்கமும், மின்னணுப் புத்தகங்களும் பயன்படுத்தப்படும் காலம் தருவதை மறுக்க முடியாது. ஆன்லைனில் பாடம் நடத்துவது தொடக்க கல்வி, மேல்நிலைக்கல்வி, உயர்நிலைக் கல்வி, கல்லூரி மற்றும் பல்கலைக்கழகங்களும் இணைத்துக் கொண்டு மிகச் சிறப்பாக செயல்படுவதையும் அத்தகைய காலகட்டத்தில் கல்வி நிறுவனங்கள் எதிர்கால கற்றல் முறையை டிஜிட்டல் நவீன தன்மைக்கு மாற்றங்கள் தொழில் முனைவோருக்கு மிக அதிகமாக வணிக வாய்ப்புகளை ஏற்படுத்திக் கொடுக்கும். இத்தகைய சூழலில் இனி வரும் காலங்கள் திறந்த நிலைக் கல்வி நிறுவனங்கள் மற்றும் அஞ்சல் வழி நிறுவனங்கள் மற்றும் புதிய கல்வி நிறுவனங்களுக்கும் மிகச் சாதகமாக அமையும். எதிர்காலக் கல்விச் சவால்கள், புதிய வாய்ப்புகள், கண்டுபிடிப்புகள், கலை, அறிவியல் மேலாண்மை, பொறியியல், மருத்துவம், விவசாயம், சட்டம் போன்ற துறைகளில் நவீன தொழில்நுட்பத்துடன் பல்வேறு பயன்தரக்கூடிய ஆன்லைன் வகுப்புகள் எதிர்கால செயல்திட்டம் குறித்து மத்திய மனித வளர்ச்சியின் கீழ் பல்வேறு தொழில் நுட்பத்தை கையால் வழிவகை செய்துள்ளது.5 புதிய ஊடக கலவையான கற்றல் முறை அமைப்பு: செயலி பயன்பாடு கைபேசி வழி கற்றல் ஆகியவற்றை அனைத்து கல்வி நிறுவனங்களும் மிகச் சிறப்பான பணியை மேற்கொள்கின்றன. மாணவர்களிடம் மதிப்பீடு செய்தல், மாணவர்களின் கற்றல் திறன் குறித்து கூர்ந்து கவனித்தல், வருகைப் பதிவு செய்தல், கேள்விகள் கேட்க தூண்டுதல் போன்ற பல்வகை வழிமுறைகளை மிக நேர்த்தியாக கையாளுகின்றன. நல்ல ஆசிரியர் அல்லாத கல்வி நிறுவனமும் நீர் இல்லாத மீனை போல அல்லது ஆன்மா உடலை போல. நீங்கள் அனைவரும் உங்கள் பாடங்களில் போதுமான அறிவு கொண்டிருப்பீர்கள் என தெரியும். மிகச் சிறந்தவர்கள் ஆகும் பொருட்டு ஒரு நல்ல ஆசிரியருக்கு தேவைப்படும் சில மக்கள் தொடர்பு குணாம்சங்கள் பற்றி விவாதிக்கப்படுகிறது. கல்வி கற்று கொடுக்கும் திறன், படைப்பாற்றலை உருவாக்கும், பாடத்தை ஆர்வமாக கேட்கும் வகையிலும் அறிவை மற்றும் சந்தேகத்தை பகிர்ந்து கொள்ளும் வகையிலும் நெருக்கடியை சமாளிக்கும் திறன்களை மிகவும் கவனமாக ஆசிரியர்கள் பொறுப்பேற்க வேண்டும். வகுப்பறைப் பாடம் கற்பித்தலுக்கு பின்னால் ஆசிரியர் சிறந்த பங்கு பணி ஆற்ற முடிகிறது. இன்றைய ஆன்லைன் வகுப்புகளில் வகுப்பறைக்கு வெளியே பாடத்திட்டம் பிற துறை

செயல்பாடுகள் பாடத்திட்டத்துடன் இணைந்த செயல்பாடுகளில் கல்வி நிறுவனத்திற்கும் உதவுதல் போன்ற பல்வேறு பொறுப்புமிக்க செயல்பாடுகளையும் செயல்களையும் ஆசிரியர் ஒருவரால் மட்டும் தொழில்நுட்பத்தை பயன்படுத்தி செயல்படுத்த முடியும் இன்றைய காலகட்டத்தில் நேர நிர்வாகம், பாட அறிவுத்திறன், கற்றுக்கொடுக்கும் நுட்பம், நவீன இணைய வழி தொழில்நுட்ப முறை, ஊக்குவிக்கும் திட்டம், புத்தாக்கத் திறன், மதிப்பிடுவதில் நேர்மை தன்மையால் மாணவர்களின் கல்வித்திறனை அறிய முடிகிறது.

சமூக வளர்ச்சியானது பழைய தலைமுறையின் தேவையான அனுபவங்களை புதிய தலைமுறைக்கு சரியாக தருவதில் தான் உள்ளது. தனிநபர்களின் செயற்கைதான் சமூகம். எனவே சமூக வளர்ச்சிக்கு வித்திடும் வகையில் தனி நபர்களின் தேவைகளைப் (Individual Needs) பூர்த்தி செய்யுமாறு கல்வி அமைத்திட இக்காலகட்டத்தில் கட்டாயமாகும். மாணவர்களின் சிந்தனை, செயல்திறன், ஈடுபாடுகள் முதலியன இன்று பரந்து விரிந்து காணப்படுகிறது. இத்தகைய தேவைகளை நிறைவு செய்யும் போது தான் தொழில்நுட்பம் இன்று நமக்கு உதவுகிறது. அத்தகைய தொழில்நுட்ப அறிவை பயன்படுத்தும் போது தான் கல்வியை வளர்க்கும் வகையில் மாற்றிக்கொள்ளும் வகையில் மிகச் சிறந்த சாதனமாக உள்ளது. கணினித் தொழில்நுட்ப வளர்ச்சியின் அடுத்த கட்டமாக உலகம் முழுவதும் செயற்கை நுண்ணறிவு (Artificial Intelligence) ஆராய்ச்சிகள் தீவிரமாக விரிவடைந்துள்ளது. அறிவார்ந்த இயந்திரங்களை உருவாக்கி மனிதர்களைப் போன்று செயல்பட செய்வதே செயற்கை நுண்ணறிவு ஆராய்ச்சிகளின் நோக்கமாக ஐபோன், ஏ.ஐ. மாடல்கள், வாய்ஸ் ஆப் கூகுள், அமேசானின் அலெக்ஸா போன்ற மென்பொருட்கள் செயற்கை நுண்ணறிவுப் படைப்புகளின் உதாரணமாக இன்றும் உள்ளன.

ஹைதராபாத்திலுள்ள இந்திய தொழில்நுட்ப நிறுவனம் (ஐஐடி) நிகழ் ஆண்டில் (2019-20) செயற்கை நுண்ணறிவு தளத்தை முழுமையான தொழில்நுட்ப பொறியாளர் படிப்பைத் தொடங்கியுள்ளது. செயற்கை நுண்ணறிவு, இயந்திர கற்றல் தளத்தின் கோட்பாடு பயிற்சி ஆகியவற்றை முழுமையான அடிப்படையில் புரிதலைக் கொண்ட மாணவர்களை உருவாக்குவதே இந்த பாடப்பிரிவின் முக்கியத்துவம் ஆகும். இன்றைய

காலகட்டத்தில் அலைபேசியில் உள்ள இணையம் வழியாக கருத்தரங்கம், பயிற்சி பட்டறை, திறன்களை வளர்க்கும் போட்டித் தேர்வுகள், சிறப்பு உரைகள் போன்றவை வலையொளி இணைப்பு வழியாக நடத்தப்படுகிறது. அதன் மூலம் பின்னூட்டப்படிவம் நிரப்பப்படுகிறது. இந்நிகழ்வுகள் Zoom (செயலிவழி) வலையொளி (YouTube) மூலம் நடைபெறுகிறது. இந்நிகழ்வின் இணைப்பு பதிவு செய்யப்பட்ட மின்னஞ்சல் முகவரிக்கும் புலனக் குழுவிற்கும் அனுப்பி வைக்கப்பட்டு மிகச் சிறப்பாக செயல்படுகிறது. இத்தகைய இணைய வளர்ச்சியில் பல்வேறு தொழில்நுட்ப வளர்ச்சியில் கல்வித் துறை மிக உயர்ந்த நிலையை நோக்கிய வளர்ச்சியை எட்டியுள்ளது.[7]

தினசரி பாடத்திட்டத்தில் கணினி ஒரு துணைக் கருவியாக கொண்டு பாடத் திட்டங்களை செம்மையாக நடத்தப்படுகிறது. உளவியல் அடிப்படையில் மாணவர்களை அணுகுதல், தனித் திறன்களை வளர்க்கும் சூழ்நிலையை உருவாக்குதல், மாணவர்களின் குருவாக இல்லாமல் அறிவைத் தூண்டுவதற்கான காரணியாக இருக்க முடிகிறது. அரசும் இக்காலகட்டத்தை நுண் தேர்வு மற்றும் மதிப்பீடு குறித்த இணையவழிப் பயிற்சிப் பட்டறைகளை ஏற்பாடு செய்து ஆசிரியர் பணிக்கு ஏற்ற வகையில் உதவுகிறது. எனவே இத்தொற்று காலத்தில் தவிர்க்க முடியாத கணினியின் பங்கு பல்வேறு பரிமாணங்களாகவும் ஏனைய துணைக் கருவியாகவும் எதிர்கால தேவைகளை எதிர்கொள்வதற்கான ஆசிரியர் மாணவர்கள் கல்வி நிறுவனங்கள் மற்றும் அரசுகள் இணைந்து கல்விக்கான ஆற்றலைப் பெறுவதற்கான மாபெரும் வாய்ப்புகள் இன்று உள்ளன என்பதை அறிய முடிகிறது. உண்மையான கல்வி ஒரு மனிதனை மேன்மையாக்கும் என்பதை நோக்கமாக இன்றைய பாடத்திட்டத்தில் கணினி ஒரு துணைக் கருவியாக செயல்படுவதில் ஐயமில்லை என்பதை இக்கட்டுரை மூலம் அறிய முடிகிறது.

துணை நூல்கள்:

1. பிரிட்டானிகா தகவல் களஞ்சியம், தொகுதி 1, என்சைக்ளோபீடியா பிரிட்டானிகா (இந்தியா) பிரைவேட் லிமிடெட், விகடன் பிரசுரம்.

2. முத்தையன், மணிமுருகன், கற்றல் கற்பித்தல், நதி பப்ளிகேஷன்ஸ் 2016.

3. ஜெயந்தி கோஷ், பரவசமூட்டும் எதிர்கால வேலை வாய்ப்புகள், மனோரமா இயர் புக் 2020 (ப) 655.

4. பிரசாத், பானு பிரதாப் சிங் ஆன்லைன் கற்றல், திட்டம், ஜூன் 2020, ப 22-33.

5. தமிழ்ச்செல்வன் நாளை உலகை ஆளப்போகும் செயற்கை நுண்ணறிவு, தினமணி மாணவர் மலர் 2019, ப 30-34.

6. ரூபால் ஜெயின், நல்ல ஆசிரியராக இருப்பது எப்படி, புஸ்தக் மகால், புதுடெல்லி, 2015. ப 7, 12.

7. பிரசாத் பானுபிரசாய், ஆன்லைன் கற்றல், திட்டம், ஜூன் 2020, ப 22-33.

பன்முக ஊடகங்களும் கல்வியும்

C. கீர்த்தனா
உதவிப் பேராசிரியர் தமிழ்த்துறை
ஸ்ரீ கிருஷ்ணா சாமி கலை மற்றும் அறிவியல் கல்லூரி, மேட்டமலை, சாத்தூர்.

ஆய்வுச்சுருக்கம்

பேரிடர்காலச் சூழலிலும் கல்வியைக் கற்பது என்பது இன்றியமையாதது. இத்தயைகைய சூழலிலும் அக்கல்வியைப் பெறும் வாயில்கள் அதிகமாக உள்ளன என்பதைக் இக்கட்டுரை கீழ்க்கண்ட வழிகளில் எடுத்தியம்புகிறது. ஊடகங்களின் பன்முகம் ஊடகங்கள் என்றால் என்ன என்பதையும், ஊடகங்களின் வகைகளையும் விளக்குகிறது. ஊடகங்களின் பரிணாம வளர்ச்சி. ஆரம்ப காலத்தில் இருந்த ஊடகங்களையும் தற்போது உள்ள ஊடகங்களின் வளர்ச்சியினையும் எடுத்துரைக்கின்றது. கல்வியில் தகவல் தொடர்பு நுட்பங்களின் செயல்பாடுகல்வி கற்றலில் பயன்படுத்தப்படும் தொழில்நுட்பங்கள் மற்றும் அதன் பயன்பாடுகள் குறித்து விளக்குகிறது ஊடகங்களும் கல்வியும்வானொலி, தொலைக்காட்சி, இணையம், கணினி என்று பலவகைகளில் அமைந்துள்ள ஊடகங்களையும் அவை கற்றுக்கொடுக்கும் கல்வி முறையினையும் விளக்குகிறது. ஊடகங்கள் வழி எதிர்க்கொள்ளும் சவால்களஊடகங்கள் மற்றும் தகவல் தொடர்பு தொழில் நுட்ப பயன்பாட்டின் மூலம், பல புதிய முறைகளில் தகவல்களை பயன்படுத்துதல், தொழில்நுட்ப செயல்பாடுகளை அறிந்து எதிர்க் கொள்ளும் சவால்கள் மற்றும் கற்றலை எளிமையாக்குதல் போன்றவற்றை விளக்குகிறது.

அறிவினையும் மனதினையும் செம்மைப்படுத்தும் குணம் கொண்டதே கல்வி. 'கற்றது கைமண் அளவு கல்லாதது' உலகளவு”[1] என்பார்கள். இத்தகைய கல்வியின் மேன்மையினை, சிறப்பினை கற்க முடியாத பல்வேறு பேரிடர் காலச் சூழல்கள் இன்றைய காலக்கட்டங்களில் உருவாகி இருந்தாலும் *'ஆளும் வளரனும் அறிவும் வளரனும்'* என்பதற்கேற்ப அறிவிலும் அறிவியலிலும் மானுட சமூகம் வெற்றி வாகை கண்டுள்ளது. ஆகாயத்தை தொடும் வளர்ச்சி பெற்ற ஊடகங்களின் சிறப்பும் மனித வாழ்க்கையில் குறிப்பாக மாணவர்களின் வாழ்க்கையில் குறிப்பிடத்தக்கது.

ஊடகங்களின் பன்முகம்

கருத்துக்களைப் பரிமாறிக் கொள்ள வேண்டும் என்ற அறிவு மானுட சமூகத்திற்கு வந்தபோதே அறிவியலும் வளரத் தொடங்கியது. ஊடகம் என்பது தகவல்களை சேமிக்கவும், சேமிக்கும் தகவல்களை பரிமாறிக் கொள்ளவும் பயன்படுவதாகும். ”புதிய கற்பித்தல் ஊடகங்களின் உதவி இல்லாமல் கல்வியின் குறிக்கோள்களை முழுமையாக ஒரு கல்வி நிலையம் அடைய முடியாது” என்கிறார் நெல்சன்

ஹென்றி. இத்தகைய இன்றியமையாத ஊடகமே ஜனநாயகத்தின் நான்காவது தூணாக விளங்குகிறது.

ஊடகங்களின் பரிணாம வளர்ச்சி

ஆரம்ப காலத்தில் கருத்துக்களை, சிந்தனைகளை சைகைகளிலும், குறியீடுகளிலும் வெளிப்படுத்திய மனிதனுக்கு இவை போதுமானதாக இல்லை என்றுணர்ந்தான். இதன் பின்னரே மொழி தோன்றியது. மொழிகளின் வழி அறிவை வளர்த்து ஊடகங்களின் பரிணாம வளர்ச்சியை அடைந்தான். குகை ஓவியங்கள், வரைபடங்கள், கல்வெட்டு எழுத்துக்கள் வழி தகவல்களை பரிமாறிக்கொண்டு பின்னர் படிப்படியாக அச்சு ஊடகங்களான பத்திரிக்கைகள், இதழ்கள் என்றும், மின்னணு ஊடங்களான வானொலி, தொலைக்காட்சி, கணினி, திறன் பேசி, இணையம், செயலி என்றும், சிகரத்தை தொடும் வளர்ச்சியை இன்று ஊடகம் எட்டியுள்ளது.

கல்வியில் ஊடகங்களின் செயல்பாடு

கற்றல் கற்பித்தலில் ஊடங்களின் செயல்பாடு குறிப்பிடத்தக்கதாகும். அவையாவன,

வானொலியானது ஊடகங்களின் முன்னோடியாக கருதப்படுகிறது. உலகில் லட்சக்கணக்கான வானொலி நிலையங்கள் செயல்பட்டு வருகின்றன. இருபதாம் நூற்றாண்டின் தொடக்க காலத்தில் இருந்தே கல்வி துறையில் வானொலி பயன்படுத்தப்பட்டு வருகிறது. ஆசிரியர்கள் இல்லாத சூழலிலும் நேரடியாக பாடங்களை ஒலிப்பரப்பு செய்து கற்பிக்க உதவுகிறது. இன்றைய காலக்கட்டங்களில் இருக்கும் உபகரணங்கள் இல்லாத மாணவர்களுக்கு வானொலி உறுதுணையாக இருக்கின்றது. அனைவருக்கும் அளிக்கப்படும் கல்வியானது சமம் என்ற நோக்கில் இது செயல்படுகிறது. கற்பித்தலில் பாடத்திட்டங்களை மட்டும் திணிக்காமல் பொதுவான கல்வி வாழ்க்கைக்கு தேவையான பல நிகழ்ச்சிகளை வழங்குவது வானொலியின் சிறப்பாகும்.

தொலைக்காட்சியானது வானொலியில் கல்வியை ஒலிப்பரப்புவதைக் காட்டிலும் ஒலி-ஒளி அமைப்புகளில் கற்பிப்பதால் மாணவர்களால் அதிகளவு விரும்பப்படுகிறது. தொலைக்காட்சியில் ஆசிரியர் மற்றும் சிறப்பு விருந்தினர்கள்

கலந்துரையாடுதல் மூலம் கல்வியானது எளிமையாக மாணவர்களை சென்றடைகிறது. பொதுவாக கல்வி சம்பந்தமான நிகழ்ச்சிகளில் படக்காட்சிகள், வினாடி வினாக்கள், உரைச்சித்திரங்கள் இடம்பெறுவதால் 'கல்வித்தொலைக்காட்சி' என்றழைக்கப்படும் ,அளவிற்கு ஊடகமானது மாணவர்களுக்கிடையே வளர்ந்துள்ளது.

கணினியானது கல்வியைக் கற்பிப்பதில் பெரும்பங்கு வகிக்கிறது. கணினியைப் பயன்படுத்தி கற்கும் கல்வி கணினிவழிக் கல்வி. தொழிநுட்ப திறனையும், புதிய ஆக்கப்பூர்வமான தகவல்களையும் கணினி வழங்குகிறது. தயாரிக்கப்பட்ட தகவல்களை மாணவர்களுக்கு தெரிவிக்க கணினியில் பலவகையான மென்பொருள்கள் உள்ளன. இந்த கணினியுடன் இணையத்தள இணைப்பானது படிப்படியாக வளர்ந்துள்ளது. பல்லூடக வசதி கொண்டகணினி, மடிக்கணினி,கையடக்கக் கணினி முதலிய கணினிகள் பயன்பாட்டிற்கு வந்துள்ளன. பேரிடர் காலச் சூழல்களில் கல்விக் கூடங்களில் சென்று கற்க முடியாத நிலையில் வீட்டிலிருந்தபடியே எல்லா மொழிப்பாடங்களையும் கற்க கணினி பேருதவியாக இருக்கின்றது. கணினி அறிவு இல்லாத மாணவர்கள் கூட இணையததின் வழி தனக்கேற்பட்ட சந்தேகங்களையும், சிக்கல்களையும், தேவைகளையும் அறிந்து கணினிப் பயன்பாட்டைப் பெறலாம். மேலும் **'தமிழ் என்ற இணையதளம்'**[3] தமிழ் எழுத்துக்களை எழுதவும், ஒலிக்கவும் கற்றுத்தருகிறது.

திறன்பேசி மூலம் ஏழை எளிய மாணவர்களும் கல்வியினை கற்க முடிகின்றது. கணினி வாங்க வசதி இல்லா நிலையில் இயங்கலை வகுப்பை கற்க விரும்பும் மாணவர்களுக்கு இது உதவிகரமாக கையடக்க கணினியாக உள்ளது. இணைய வசதியுடன் ஒலி- ஒளிப் படங்களையும், செய்திகளையும் உடனுக்குடன் மாணவர்களுக்கு பகிர்கிறது. திறன்பேசி மூலம் ஒரு குழுமமாக உரையாடல்கள் நடத்தி ஆசிரியர்கள் கற்பிக்கலாம். மேலும் தனக்கு தேவையான நூல்களையும். காணொளிகளையும். மாணவர்கள் பதிவிறக்கம் செய்துக் கொள்ளலாம். ஆசிரியர்கள் திறன்பேசி மூலம் வலைத்தளங்கள், பல்வேறு செயலிகள் மூலமும் நேரலையாக மாணவர்களை சந்தித்து சந்தேகங்களை தீர்த்து வகுப்பறையில் இருப்பது போன்ற உணர்வில், கற்பிக்கலாம். புகைப்பட உதவியுடன் புத்தகங்களை, கட்டுரைகளை கேம்

ஸ்கேனர், டாக் ஸ்கேனர் மூலம் ஆவணப்படுத்தவும், வகுப்பறையில் எடுப்பது போன்றே பலகையின் குறிப்புகளைப் படமெடுத்து அதனை கையடக்க ஆவண வடிவமைப்பாக, கோப்புகளாக அனுப்பலாம்.

செயலிகள் பல இணையத்தின் உதவியுடன் கல்வியினை நன்முறையில் மாணவர்களுக்கு கொண்டு சேர்க்கிறது. ஊடகத்தின் வழிக் கற்றல் கற்பித்தலில் அன்றாடம் பயன்படும் கால அட்டவணை, வீட்டுப்பாடம் முதலியவற்றை *TIME TABLE, MY CLASS SCHEDULE, MY HOMEWORK* போன்ற செயலிகளும், குரல் பதிப்பு மற்றும் பாடக்குறிப்புகளை ஒரு சேர அனுப்ப *AUDIO NOTE* என்ற செயலியும், மாணவர்களுக்கு அடிப்படையான *EVERNOTE, GOOGLE KEEP, POCKET, ANYDO.* போன்ற செயலிகளும் இன்று கற்பிக்கும் முயற்சிக்கு உறுதுணையாக உள்ளது. மேலும், மாணவர்களுக்கு துணைப்பாட சேவைகளை வழங்கும் 'ஸ்னேப்- ஆஸ்க்'[4] என்ற செயலியும், பேரிடர் காலச் சூழலிலும் தொடர்ந்து கல்வி கற்க *MYANHYAS* என்ற செயலி மாணவர்களின் கல்வித்திறனை வளர்த்து வருகிறது. மேலும் சூம், கூகுள் மீட், வெப் போன்ற செயலிகள் பல்வகையான கருத்தரங்குகளையும், வகுப்புகளையும் நடத்தி வருகின்றது.

ஊடகங்கள் கற்றுக்கொடுக்கும் சவால்கள்

மனித வாழ்க்கையில் நன்மை, தீமை என்று இருப்பது போல், மாணவர்களின் வாழ்க்கையிலும் நன்மை கலந்த தீமைகள் இருக்கின்றது. கணினி, திறன்பேசி, இணையதளம், வலைத்தளம், செயலி என்று ஊடகங்களின் வளர்ச்சி இருந்தாலும், மாணவர்கள் அதில் உள்ள நன்மைகளை மட்டும் எடுத்துக் கொண்டு பயனுற வேண்டும். வளர்ந்து வரும் தொழில்நுட்ப ஊடகங்களை தவறான முறையில் உபயோகிக்காமல் தன்னையும், தன் சம்பந்தமான செய்திகளை பாதுகாப்பாக வைப்பதே மாணவர்களுக்கு உரிய சவாலாக உள்ளது.

ஊடகங்கள் பன்முகத்தையும் அதன் வளர்ச்சியையும், கல்வியில் ஊடகங்களின் செயல்பாட்டினையும், அதன் ஆக்கப்பூர்வமான செயல்களையும் இக்கட்டுரை எடுத்துரைக்கின்றது.

சான்றெண் விளக்கம்

1. ஔவையார் தனிப்பாடல்கள்
2. விக்கிப்பிடியா
3. விக்கிப்பிடியா(*siragu.com*)
4. தமிழ் முரசு

மின்கற்றல்/கற்பித்தல் தளங்களும் தமிழ்க் கல்வியும்

முனைவர் த. சத்தியராஜ்/
தமிழ் உதவிப்பேராசிரியர், ஸ்ரீகிருஷ்ணா ஆதித்யா கலை & அறிவியல் கல்லூரி, கோயம்புத்தூர் - 641 042, தமிழ்நாடு, இந்தியா. 9600370671, *sathiyarajt@skacas.ac.in*

ஆய்வுச்சுருக்கம் (*Abstract*)

மின்கற்றல், கற்பித்தல் தன்மைகளை வழங்கக்கூடிய இணையதளங்கள் நிரம்பக் காணப்பெறுகின்றன. அவற்றின் வரவு இன்றியமையாதது. இதனால் உலகின் எந்த மூலையிலும் இருந்து கொண்டு பாடப்பொருளை உருவாக்கிக் கற்பித்தலைக் கற்றலாகப் பெறமுடிகின்றது. இவற்றுள் சில இலவசக் கல்வியும், பெரும்பான்மை கல்விக் கட்டணம் பெற்றுக் கொண்டும், சில சிலநாட்களோ/ வாரங்களோ இலவசக் கல்வியை வழங்கிய பின்பு கல்விக்கட்டணம் பெறும் சூழ்நிலையும் கொண்டுள்ளன. எவ்வாறு இருப்பினும் மின் வழியிலான கற்றல் தேவையான ஒன்றே. இக்கற்றல் தமிழில் மிகச் சொற்ப அளவிலே உள்ளது. அதனை விரல் விட்டே எண்ணிவிட முடியும். அதனை இக்கட்டுரை கோடிட்டுக் காண்பித்துப் பின்பு தமிழுக்கு ஏற்படுத்த வேண்டிய மின்கற்பித்தல்/கற்றல் முறைகளையும் ஆராய்கிறது.

மின்கற்றல்/ கற்பித்தல் தளங்கள்

இங்குப் பேசப்படுகின்ற கருத்துக்களை மின்கற்றல், கற்பித்தல் தளங்கள், தமிழ்க்கல்வி என்ற இருவகைகளில் பேசிய பின்பு ஒப்பிட்டுப் பார்க்கப்படுகின்றது. இதிலிருந்து தமிழ்க் கல்வியை மேம்படுத்த வேண்டிய முறைமைகள் புலப்படும். முதலில் மின்கற்றல்/கற்பித்தல் பற்றி அறிய முற்படுவோம்.

மின்கற்றல் என்றால் என்ன?

அச்சுப்படியாக இல்லாமல் மின்கருவிகளின் வழியாகக் கற்கக்கூடிய ஒவ்வொன்றும் மின்கற்றல்/கற்பித்தல் தன்மையைச் சாரும். எடுத்துக்காட்டிற்குக் கையாவண நூலை (*PDF*) எடுத்துக் கொள்வோம். இந்நூலை வாசிக்க மின்னாற்றல் தேவைப்படுகின்றது. அதனாலேயே மின்கற்றல் எனும் கலைச்சொல் இங்குப் பயன்படுத்தப்படுகின்றது. இது ஆங்கிலத்தில் *E-Learning* எனப்படுகின்றது. இவ்வாறு மின்கற்றலை வழங்கும் தளங்களை *E-Learning Portal* என்பர். கற்றல் என்பது வாசிப்பை

மட்டுமே கொண்டிருத்தல் கூடாது. ஆசிரியரும் இதில் பங்களிப்புச் செய்யவேண்டும். அப்பொழுதுதான் செவிச்செல்வத்தின் பயன் நிறைவுபெறும். அவ்வாறு வழங்கக் கூடிய தன்மையிலுள்ள தளங்களையே மின்கற்றல் தளங்கள் எனப் புரிந்துகொள்வது சரியாக இருக்கும்.

மின்கற்றலை வழங்கக்கூடிய தளங்கள் இணையத்தில் கொட்டிக் கிடக்கின்றன. இந்தியாவில் பல்கலைக்கழக மானியக்குழு சுவயம் (Swayam), கோர்செரா (Coursera), என்பிடிஇஎல் (NPTEL), இடிஎக்சு (Edx) போன்ற மின்கற்றலைப் பரிந்துரைக் கின்றது. இதனை மோக் (MOOC) எனும் பொதுத்தன்மையில் கூறிச் செல்கிறது. *Massive Open Online Course* என்பது அதன் விரி. இதில் பல்வேறு நாட்டைச் சார்ந்த பல்கலைக்கழகங்கள் கற்றலை வழங்கி வருகின்றன. இக்கற்றல் அடிப்படை தொடங்கி ஆராய்ச்சி வரை அமைந்துள்ளன. சில இலவசக் கற்றலையும் சில கல்விக் கட்டணத்துடன் கூடிய கற்றலையும் தருகின்றன. இது ஒருபுறம் இருக்கட்டும். இவ்வகையிலான மின்கற்றலை வழங்கக் கூடிய சில தளங்களின் பெயரையாவது முதலில் அறிந்து கொள்ளலாம்.

சுவயம் (Swayam), என்பிடிஇஎல் (NPTEL), கோர்செரா (Coursera), ஈடிஎக்சு (Edx), உடேமி (Udemy), தமிழ்கூப் (Tamil Cube), மூடுல் (Moodle), கோர்சைட் (Course Site), ஓவர்சல் (Oversal), உடாசிட்டி (Udacity), கேன்வாசு (Canvas), விச்ஐகியூ (WizIQ), எலக்ட்ரா (Electa), பிகினர் டு மாஸ்ட்ரி (Beginner to Mastry), ஐசிஎஸ்ஐ (ICSI), திக்சா (Diksha), சா அகாடெமி (Shaw Academy), தமிழ் இணையக் கல்விக்கழகம் (TAU), என்ஐஇஎல்ஐடி (NIELIT), புகி (Byjus), டிக்சலர் (Dexler), எசூகப் (Educomp), சிம்பில் லேர்ன் (Simple Learn), புளூன்டியு (Fluentu), ஓபன் கல்சர் (Open Culture), டியூலிங்கோ (duolingo), கெலோ டாக் (Hello Talk), பேபல் (Babbel), இன்னோவோட்டிவ் (Innovative), லைவ் லிங்குவா (Live Lingua), தமிழ் அநிதம் (Unlimit Tamil), லிங்க்டுஇன் (LinkedIN), புளூரல்சைட் (Pluralsight), அலிசன் (Alison), கியூடென்சுக் (Xuetangx), எட்மோடா (Edmodo), பெடரிகோஇயூ (Federica EU), கில்சேர் (Skillshare), பியூச்சர்லேன் (Futurelearn), நோவோஇடி (Novo Ed), இவர்சிட்டி (Iversity), இன்டலிபாட் (Intelli Paat), எசுரேகா (Edureka), லிங்க் ஏர்ன் சிடிரீட் (Linkstreet learning), சிக்சா அகாடெமி (Jigsaw Academy), கதென்சி (Kadenze) போன்றவற்றைக் கூறலாம். இவை ஒவ்வொன்றும் ஒவ்வொரு கட்டமைப்புடன் அமைந்துள்ளன.

இவற்றுள் தமிழ்க் கல்விக்கான இடம் மிகச்சொற்பமே உள்ளது அல்லது இன்னும் மேம்படுத்த வேண்டும் எனலாம். சான்றாக உடேமியை எடுத்துக்கொள்வோம். இவற்றுள் இந்நாள்வரை (12.8.2020) 157 மட்டுமே தமிழ்க் கல்விக்கான பாடங்களாக உள்ளன. ஆனால் பிற துறை சார்ந்த பாடங்கள் ஆயிரக்கணக்கில் உள்ளன. அதிலிருந்து தமிழ்க்கல்வி மேம்படுத்தப்பட வேண்டியுள்ளது என்பதைப் புரிந்து கொள்ளமுடிகின்றது.

தமிழ்க் கல்வி

தமிழ்க் கல்வி என்று எதனை முன்னிறுத்தலாம்? தமிழ் மொழியில் வழங்கக் கூடிய கல்வியையா? அல்லது இலக்கியம், இலக்கணம் சார்ந்த கல்வியையா என்ற ஐயம் எழும். இங்குத் தமிழ்க் கல்வி என்றமை அனைத்துத் துறை சார்ந்த படிப்புகளும் தமிழில் வழங்க வேண்டும் என்பதாகும். இதில் இலக்கணம், இலக்கியம், நாட்டுப்புறவியல், மின்னியல், வேதியியல், தாவரவியல், விலங்கியல், மண்ணியல், நிலவியல், சட்டவியல், கணினி, நூலகவியல், மருத்துவம் என அனைத்துத் துறைசார் பாடங்களும் தமிழில் இடம்பெற வேண்டும். அப்பொழுதுதான் மின்கற்றல்/ கற்பித்தலில் தமிழ்க் கல்வி என்பது நிறைவுறும். மின்கற்றலில் இன்னும் நாம் பின்தங்கியே இருக்கிறோம். அதற்குச் சோம்பேறித்தனம் தனக்குத் தொழில்நுட்பம் வராது என்ற தாழ்வுணர்ச்சியே. இதனைக் கூட்டு முயற்சியால் மட்டுமே தகர்க்க முடியும். இவற்றைப் போக்குவதற்குச் சில வழிமுறைகளைக் கடைப்பிடிக்க வேண்டும்.

பள்ளிகளில் மின்கற்றல் சார்ந்த விழிப்புணர்வை ஏற்படுத்துதல். இது இரண்டு வகையில் நிகழவேண்டும். ஒன்று: ஆசிரியர்களுக்கு. இரண்டு: மாணவர்களுக்கு. அதனைப் போன்றே கல்லூரிகளிலும் ஏற்படுத்த வேண்டும்.

- கல்லூரி அளவில் செய்யும்பொழுது அனைத்துத் துறைசார் பேராசிரியர்களுக்கும் விழிப்புணர்வைத் தருதல் சாலச் சிறந்தது.

- கல்லூரிகளில் தமிழ்த்துறை என்றால் ஒடுக்கப்பட்ட ஒரு சமுதாயம்போல் தமிழகச் சூழலில் பார்க்கப்படுகின்றது. இந்நிலை மாறவேண்டும். தமிழ்த்துறையோடு பிறதுறைகளும் இணைந்து பங்களிப்புச் செய்தல் வேண்டும்.

- அதற்குத் தமிழ்ப் பேராசிரியர்கள், ஆசிரியர்கள் மின்கற்றல் தளத்தில் தங்களது பங்களிப்பினைச் செய்ய முன்வருதல் வேண்டும்.

- ஆசிரியர்கள் வலைப்பூ எழுதுதல்; பயிற்சி வழங்குதல்; மாணவர்களைப் பங்களிப்புச் செய்யவைத்தல்.

- ஆசிரியர்கள் விக்கிப்பீடியாவில் எழுதுதல்; பயிற்சி வழங்குதல்; மாணவர்களைப் பங்களிப்புச் செய்யவைத்தல்.

- மின்னணு தொழில்நுட்பக் கருவிகளைப் பயன்படுத்த பயிற்சி வழங்குதல்.

- காணொலி உருவாக்கப் பயிற்சி வழங்குதல்.

- தமிழ் மொழியைச் சந்தைப்படுத்தும் நுட்பத்தைக் கூறுதல்.

- மின்கற்றல், கற்பித்தல் கொள்கைமுறைகள் தொடர்பான பயிற்சி அளித்தல்.

- மின்கூடுகை தொழில்நுட்பத்தைப் பயன்படுத்திக் காணொலி உருவாக்கப் பயிற்சியளித்தல்.

திட்டக்கட்டுரைகள் என்ற பெயரில் பெரும்பான்மைக் குப்பைகளை வாங்கி, மதிப்பெண் வழங்கும் முறையை மாற்றி, வலைப்பூ, விக்கி போன்ற திட்டங்களில் மின்னாக்கச் செயல்பாடுகளில் பங்களிப்புச்செய்ய வழிகாட்டுதல்.

இவை போன்ற செயல்பாடுகள் துரிதமாக நிகழும்போதுதான் தமிழ்க் கல்வியானது மின்கற்றல், கற்பித்தலில் சாத்தியமாகும். அதுவரை தமிழ்க் கல்வி ஒடுக்கப்பட்ட கல்வியாகத்தான் உலக அரங்கில் பார்க்கப்படும்.

தமிழ்க் கல்வியை வழங்கும் தளங்கள்

இனி, தமிழ்க் கல்வியை வழங்கக் கூடிய சில தளங்களின் செயல்பாடுகளை அறிவோம். அதில் தமிழ்கூப், தமிழ் இணையக் கல்விக்கழகம், உடேமி, தமிழ் அநிதம், கான் அகடாமி போன்றன செயல்பட்டு வருகின்றன. இவற்றுள் தமிழ்கூப்பில் தமிழ் மொழியைக் கற்பதற்கான சூழல்களை உருவாக்கியுள்ளது. இச்சூழல் தமிழ்மொழியை

எழுதப் படிக்கத் தெரிந்தவர்கள் மட்டுமே பயன்படுத்திக் கொள்ளமுடியும். அதனால் இத்தளம் இன்னும் மேம்படுத்தப்பட வேண்டும்.

தமிழ் இணையக் கல்விக்கழகம் மழலையர் பாடம் முதல் பட்டக்கல்வி வரை தமிழ் மொழியைக் கற்பதற்கு உருவாக்கப்பட்டுள்ளது. இதில் காணொலி வகுப்புகள் இடம்பெற்றுள்ளன. இருப்பினும் இது போதாது. அனைத்துறைசார் பாடங்களையும் தமிழில் வழங்குவதற்கான முயற்சிகளை மேற்கொள்ளவேண்டும். குறிப்பாக ஆர்வமுள்ள தமிழாசிரியர்களைப் பங்களிப்புச்செய்ய ஏதுவாக இத்தளம் மாற்றியமைக்கப்பட வேண்டும்.

உடேமியில் தோராயமாக 157 பாடங்கள் தமிழில் உள்ளன. இதில் மொழி, தொழில்நுட்பம், உளவியல், இலக்கணம், இலக்கியம், இந்தி, போட்டோசாப், எத்திக்கல் கேக்கிங், பைத்தான், வீடியோ எடிட்டிங், ஆண்ட்ராய்டு டெவலப்மென்ட், சாவா, மெசின் லேர்னிங், வேர்டு பிரசு, 2டி அனிமேசன், வியூஇ செளசு, அக்கோண்டிங், ஆப்டர் எபெக்ட், அபிலியோட் மார்க்கெட்டிங், அமேசான், ஆடியோ எடிட்டிங், பிளெண்டர், கேட்டசியா போன்ற வகைகளிலான பாடங்கள் உள்ளன.

தமிழ் அநிதம் தற்பொழுது உருவாக்கம் பெற்றுள்ள தமிழுக்கான ஒரு தளம். இதன் வரவு வரவேற்புக்குரியது. இதன் தளத்தில் கற்பதற்கான சூழல் எளிதாக உள்ளது. இதில் கற்றலானது வாசிப்பு, இலக்கணம், விளையாட்டு என அமைந்துள்ளன. ஆனால், கற்பிப்பதற்கான சூழல் அனுமதி வாங்கி செயல்படுவதுபோல் உள்ளது. இது இன்னும் இலகுவாக்கப்பட வேண்டும்.

கான் அகாடெமி கணிதம், அறிவியல் பாடங்களை உருவாக்குவதற்கான தளமாக உள்ளது. இருப்பினும் மொழிசார்ந்த கற்பித்தலையும் அங்கு நிகழ்த்துவதற்கான வாய்ப்பு உள்ளது. இதில் தமிழ்மொழி கற்பித்தல் இல்லை. இத்தளத்தில் உள்ள கற்பித்தல் செயல்பாட்டை கூகுள வகுப்பறை, முகநூல், டிவிட்டர், மின்னஞ்சல் ஆகிய ஊடகங்களின் மூலம் பெறுவதற்கான சூழலும் இடம்பெற்றுள்ளது.

தமிழ்க் கல்வி மேம்பாட்டிற்குச் சில சிந்தனைகள்

இனி, தமிழ் மொழியைக் கற்கும், கற்பிக்கும் தளம் இருக்க வேண்டிய தன்மைகள் குறித்துப் பேசுவோம். தமிழ்க் கல்வியை வழங்குவதில் சில முறைகளைப் பின்பற்றி பார்க்கலாம். அவையாவன:-

* இணையம் மூலமாகக் கற்பிக்க விரும்பும் கல்வியாளர்களை இனம் காணல் வேண்டும்.
* இது மழலைக் கல்வி முதல் ஆராய்ச்சிக் கல்வி வரை அமைதல் வேண்டும்.
* இக்கல்வி அனைத்துத் துறைசார் பாடங்களையும் உள்ளடக்கியதாக இருத்தல் வேண்டும்.
* இதற்குக் கருத்தரங்குகள் அதிகம் ஏற்படுத்தி அதில் கற்பிக்கும் பாடங்களைப் பதிவுசெய்து பதிவேற்றம் செய்யவேண்டும்.
* சான்றாக, மழலைக் கல்வியைக் கற்பிக்கும்பொழுது தொழில்நுட்பத்துடன் கூடியதாக இருக்குமாறு பார்த்துக்கொள்ள வேண்டும்.
* கருத்தரங்குகள் நடத்துவது பொத்தாம் பொதுவாக நடத்தாமல் குறிப்பிட்ட துறையைத் தெரிவுசெய்து அந்தத் துறையில் மழலைக் கல்வி, தொடக்கக் கல்வி, நடுநிலைக் கல்வி, கல்லூரிக் கல்வி, முதுகலைக் கல்வி, ஆராய்ச்சிக் கல்வி என அமைதல் வேண்டும்.
* அப்படிக் கற்பிக்கும் பொழுது மொழிபெயர்ப்புக் குழுக்களை அமைத்து இதில் ஈடுபடுத்துதல் வேண்டும்.

பொதுவாக மேலே குறிப்பிட்ட தளங்களைப் பார்க்கும்பொழுது ஒரளவிற்கு உடேமியின் தளம் கற்றல் கற்பித்தலுக்கான அமைப்பில் சிறந்தே உள்ளது. இதனைப் போன்றே சுவயம், கோர்செரா போன்ற தளங்களின் அமைப்பு முறைகளையும் கூறலாம். இவற்றிற்கும் உடேமிக்கும் என்ன வேறுபாடு? உடேமியில் யார் வேண்டுமானாலும் கற்பித்தலை நிகழ்த்தலாம். ஆனால் சுவயம் போன்றவற்றில் அவ்வாறு இல்லை. அவற்றில் அதற்கான திட்டங்களை அறிவித்து அதன்வழிக் கல்வி நிறுவனங்களில் ஐந்து ஆண்டுகளுக்குமேல் பணியனுபவம் உள்ளோர் மட்டுமே படங்களைத் தயாரித்துத் தரும் முறை தரப்பட்டுள்ளது. இது ஒரு கல்வியைத் தரத்துடன் தருவதற்கான ஒரு செயல்பாடு. இம்முறையைக் கூடக் கருத்தில் கொள்ளலாம். இதே முறையைத் தனிக்குழு அமைத்துச் செயல்படுத்தினாலும் ஆங்கிலம் தவிர்த்த பிற மொழிகளுக்கு

மதிப்பிட்டுத் தரும் சரியான மதிப்பீட்டாளர்கள் இல்லை. அப்பொழுது தரமான கல்வி என்பது அங்குப் பின்தங்கி உள்ளது வெளிப்படையாகத் தெரிகிறது. எனவே, கூட்டு முயற்சியே இங்கு தமிழ்க் கல்வியைத் தரத்துடன் தருவதற்குத் தேவைப்படும் என்பதை உணரலாம்.

முடிப்பாக இதுவரை விளக்கப்பட்ட கருத்துக்களை உள்வாங்கிக் கொண்டு செயல்படும்பொழுது அல்லது தளம் உருவாக்கப்படும் பொழுது தமிழ்க் கல்விக்குரிய செயல்பாடு உலக அரங்கில் வெகுவாக கவனத்திற்குரியதாகும் என நம்பலாம்.

துணைநின்றவை

1. https://primefeed.in/news/449321/massive-open-online-course-mooc-platforms-market-growth-and-status-explored-in-a-new-research-report-linkedin-learning-pluralsight-coursera-udemy-udacity-alison-edx-xuetangx-edmodo-wiziq/
2. https://www.udemy.com
3. https://www.linkedin.com/
4. https://www.edureka.co/
5. https://join.skillshare.com/
6. https://www.udacity.com/
7. https://onlinetraining.simplilearn.com/
8. https://www.pluralsight.com/
9. https://alison.com/
10. https://www.coursera.org/
11. https://www.edx.org/
12. https://www.xuetangx.com/global
13. https://new.edmodo.com/?go2url=%2Fhome
14. https://www.futurelearn.com/
15. https://www.wiziq.com/
16. https://www.federica.eu/en/
17. https://www.futurelearn.com/
18. https://www.jigsawacademy.com/
19. https://intellipaat.com/
20. https://www.novoed.com/

21.   *https://www.kadenze.com/*
22.   *https://linkstreet.in/*
23.   *https://iversity.org/*
24.   *https://www.khanacademy.org/*
25.   *http://tamilunltd.com/*
26.   *https://byjus.com/*

விளையாட்டு முறைக் கற்றல் அல்லது கற்பித்தல்

நாகூர் அப்துல் கையூம்
மொழி ஆர்வலர் பஹ்ரைன்

குழந்தைகளுக்கு விளையாட்டில் இருக்கின்ற விருப்பத்தையும் ஈடுபாட்டையும் அறிவார்ந்த முறையில் வகுப்பறையில் பயன்படுத்திக் கொள்ளும் அழகிய முறைதான் இந்த விளையாட்டு முறை. களைப்போ, சோர்வோ தோன்றா வண்ணம் அவர்களும் முனைப்பாக கற்றுச் சிறப்பார்கள். அச்சத்தை உண்டாக்கும் வகையில் கல்வி முறை இருத்தலாகாது. மாறாக, ஆர்வத்தை தூண்டும் வகையில் இருத்தலே சாலச் சிறந்தது. அகிலத்திற்கே இந்த விளையாட்டு முறையை அறிமுகம் செய்தவன் தமிழன். இதனை மேலை நாட்டவர் நம்மிடமிருந்து தத்தெடுத்துக் கொண்டார்கள். ஆனால் நாம்தான் புத்தக மூட்டைக்குள் மாணவச் செல்வங்களை மூழ்கடித்து விட்டோம்.

சங்க காலத்தில் கல்வி என்பது மொழியறிவு, உலகறிவு, பண்பாட்டறிவு இவை மூன்றையும் உள்ளடக்கியதாக இருந்தது. இப்போது அப்படியல்ல. மாணவர்கள் சுமந்துச் செல்லும் புத்தக மூட்டையின் எடையை வைத்தே கல்வியின் திறன் தீர்மானிக்கப்படுகிறது. ஏராளமான புத்தகங்களை பள்ளிக்கூடம் வாரி வாரி வழங்கினால் அது சிறந்த கல்வி நிலையம் என்றும், வாங்கிய பணத்திற்கு ஏற்றவாறு நிறைய புத்தகங்கள் கொடுக்கிறார்கள் என்றும் ஆனந்தக் களிப்பில் பெற்றோர்கள் அகமகிழ்ந்துப் போகிறார்கள்.

'ஏட்டுக் கல்விதான் எல்லாமே' என்று தப்புக்கணக்கு போடும் அன்பர்களுக்காகவே "ஏட்டுச் சுரைக்காய் கறிக்கு உதவாது" என்ற பழமொழியை எழுதி

வைத்தனர் நம் முன்னோர்கள். ஏட்டில் சுரைக்காய் சித்திரம் வரையலாம். ஆனால் அதை எடுத்துக் கறி சமைத்து உண்ண முடியாது என்பதே இதன் உட்பொருள்.

முற்காலத்தில் இயற்கைச் சூழ்நிலையில் பயிற்றுவித்த குருகுலம் முறைகூட விளையாட்டு முறையில் இயங்கிய கல்விக்கூடமே. குருகுலத்தில் வில்வித்தை முதற்கொண்டு அனைத்துக் கலைகளும் கற்பிக்கப்பட்டன. நமது கல்விமுறையில் மாற்றம் வேண்டும் என்ற உயர்நோக்கில்தான் ரவீந்திரநாத் தாகூர் 'சாந்தி நிகேதன்' எனும் கல்வி நிலையத்தையே தொடங்கினார். இந்திரா காந்தி, சத்யஜித்ரே, காயத்ரி தேவி, அமர்த்தியா சென் உட்பட பலரும் இக்கல்விக் கூடத்திலிருந்து புறப்பட்ட அறிவுஜீவிகளே.

இந்த கொரோனா பேரிடர் காலத்தில் 'ஜூம்' செயலி மூலம் நேரலையில் பாடம் நடத்தும் ஆசிரியர்கள், கணினி முறையில் பாடம் கற்பிப்பதை நவீனமாக கருதுகிறார்களே தவிர பயிற்றுவிப்பதில் நவீன உத்திகள் ஏதும் அவர்கள் கையாள்வதில்லை என்பதே கசப்பான உண்மை. விடுமுறைக் காலத்தில் கொடுக்கப்படும் தண்டனையாகத்தான் மாணவர்கள் இந்த நிகழ்வலை பாடங்களை எதிர்கொள்கிறார்கள். வீட்டுப்பாடம் மற்றும் தனியார் பயிற்சி வாயிலாக மட்டுமே பிள்ளைகள் பாடத்திட்டத்தில் வெற்றி காண முடியும் என்ற எண்ணம் முதற்கண் நமை விட்டு அகல வேண்டும். ஞானம் என்பது தக்க முறையில், தட்டி எழுப்பினால், தன்னாலே பீறிட்டெழும் சுனை போன்றது. எனவேதான் வள்ளுவர் பெருமகனார் "தொட்டனைத்தூறும் மணற்கேணி" என்று ஒப்பீடு செய்தார்.

அயல்நாட்டில் கல்வி முறை

பின்லாந்து பள்ளிகளில் தேர்வு முறை கிடையாது என்று கூறுகிறார்கள். அது உண்மையல்ல. தேர்வுகள் நடைபெறும், ஆனால் மாணவர் பெறும் மதிப்பெண் அவருக்கு மாத்திரமே அறிவிக்கப்படும். அதை அனைவரும் அறிய பறை சாற்றாததன் நோக்கம் யாரையும் யாரோடும் ஒப்பிடக்கூடாது, மதிப்பெண் குறைவாக எடுத்திருப்பின் அவருக்கு அது தாழ்வு மனப்பான்மையை ஏற்படுத்தக் கூடாது, மிகக் கூடுதலாக எடுத்திருப்பின் அது கர்வத்தை தூண்டக்கூடாது என்ற காரணத்தினால்தான். ஒரு மாணவனுக்கு சிறப்பாக எது வருகிறது என்பதை ஆசிரியர்கள் கண்டறிய

வேண்டிதான் இந்த தேர்வு முறையே. தேர்வுகள் மாணவக் கண்மணிகளை வார்த்து எடுப்பனவாக இருந்தல் வேண்டும். வடிகட்டுவனாக இருத்தல் கூடாது. அவை பண்படுத்தவே அன்றி பயமுறுத்த அல்ல. அந்தோ! அவர்களை நாம் முளையிலேயே தேர்வுகள் மூலம் கிள்ளியெறிய முடிவு செய்துவிட்டோம்.

ஆஸ்திரேலியா போன்ற பெரும்பாலான நாடுகளில் பிள்ளைகள் பள்ளியில் சேர குறைந்தபட்ச வயது ஆறு என நிர்ணயம் செய்திருக்கிறார்கள். ஆனால் நம் நாட்டில் மூன்றரை வயதிலேயே மூவுருளி தானியில், மூட்டை முடிச்சுகளுடன் ஏற்றிவிட்டு, பெற்றோர்கள் தங்கள் கடமையை நிறைவேற்றி விட்டதாக களித்து மகிழ்கிறார்கள். தரமான கல்வி என்ற மாயை காட்டி, இங்குள்ள தனியார் பள்ளிகள் எல்.கே.ஜி. மற்றும் யு.கே.ஜி. வகுப்புகளுக்கு பல்லாயிரக்கணக்கில் பணம் வசூல் செய்வது கண்கூடு. மேலைநாட்டில் இதனை 'விளையாட்டு பள்ளி' (Play School) என்றே அழைக்கிறார்கள். ஏனெனில் விளையாடும் பருவத்தில் வீண் பாரத்தைச் சுமத்தலாகாது என்பது அவர்களது விரிவான கொள்கை.

ஆங்கிலேயன் *"Twinkle Twinkle Little Star"* என்றும் *"Like a diamond in the sky"* என்றும் பள்ளிக் குழந்தைகளுக்கு பாடம் பயில்விக்கிறான். பயிலும் குழந்தைகளுக்கும் பிற்காலத்தில் வானவியல், புவியியல், ரத்தினவியல் என பல்துறையில் வல்லுனர்களாகும் எண்ணம் பக்குவமாய்த் துளிர்க்கிறது ஆனால் இன்னும் நாம் "இலையில் சோறு போட்டு; ஈயத் தூர ஓட்டு" என்ற பாடலைத்தான் பாடத்திட்டத்தில் வைத்திருக்கிறோம். இலையில் சோறு கொட்டிவைத்தால் கட்டாயம் அதைச் சுற்றிலும் ஈக்கள் மொய்க்க வேண்டும் என்ற சித்தாந்தத்தை அவர்களின் மண்டைக்குள் நாம் திணிக்கிறோம். ஆங்கில அகராதியில் உள்ள *14,286* சொற்களில் *12,960* சொற்கள் தமிழிலிருந்து பிறந்தவை என்கிறார் ஸ்கிட் என்ற மொழியாய்வாளர். தமிழர்களாகிய நாம் பலவகையில் முன்னோடிகளாகத் திகழ்கிறோம்.

விளையாட்டு முறையில் இலக்கியப்பாடம்

இரட்டுற மொழிதல், சித்திரக்கவி, சிலேடைக்கவி மற்றும் விகற்பாற்கவி *(PALINDROME)* போன்ற படைத்திறன்களைக் கொண்டு, பண்டுதொட்டே இலக்கியத்தை

விளையாட்டு முறையில் கற்பித்தவர்கள் நம் மூதாதையர். விகடம் என்ற பெயரில் கவி காளமேகம் செய்து காட்டிய சொற்சிலம்பமும் ஒரு வார்த்தை விளையாட்டுதானே?

விளையாட்டு முறையில் இலக்கணப்பாடம்

பண்டைய தமிழர்கள் தமிழிலக்கணத்தையும் "கசடதபற வல்லினம், ஙஞணநமன மெல்லினம், யரலவழள இடையினம், யாருமிங்கே ஓரினம்" என்று மனதில் பாடல் வாயிலாக பதிய வைத்ததோடு இறுதியில் 'யாவரும் கேளிர்' என்ற கணியன் பூங்குன்றனார் கருத்தையும் விதைத்தனர். தேமா, புளிமா, கூவிளம், கருவிளம் என்பதையும் பாடலாகத்தான் நம் மனதில் பதிய வைத்தார்கள். வெறும் கால்பந்தும், மட்டைப்பந்துமே விளையாட்டு அல்ல. ஔவைப் பாட்டியின் ஆத்திச்சூடியே எழுத்து வருக்கங்களின் ஒரு விளையாட்டுதானே?

ஜனரஞ்சக முறையில் இலக்கணப் பாடம்

ஓசையின்மை, எதுகைத்தொடை, மோனைத்தொடை, சொல்முரண், பொருள்முரண், இயைபுத்தொடை, உவமையணி, இயல்பு நவிற்சி அணி, உயர்வு நவிற்சி அணி, பிறிது மொழிதல் அணி, அங்கதம் இவைகளை ஒரு மாணவனுக்கு திரைப்படப் பாடல்களால் புரிய வைக்க இயலும். ஒரு சொல்லின் முடிவெழுத்து ஒரு சொல்லின் தொடக்கமாக வருவது 'அந்தாதி' என்பதை திரைப்படப் பாடலை எடுத்துக்காட்டாக கூறலாம்.

வசந்தகால நதிகளிலே வைரமணி நீரலைகள்

நீரலைகள் மீதினிலே நெஞ்சிரண்டின் நினைவலைகள்

நினைவலைகள் தொடர்ந்து வந்தால் நேரமெல்லாம் கனவலைகள்

கனவலைகள் வளர்வதற்குக் காமனவன் மலர்க்கணைகள்

என்ற பாடல் போதுமானது. இயல்பாய் நடக்கும் ஒரு செயலில் கற்பனையைக் கலந்து சொல்வதற்குப் பெயர் "தற்குறிப்பேற்ற அணி" என்பதாகும். 'போருழந்தெடுத்த ஆரெயில் நெடுங்கொடி வாரல் என்பன போல் மறித்துக் கைகாட்ட' என்ற சிலப்பதிகார வரிகளை பொதுவாக மேற்கோள் காட்டுவார்கள். இதையே

முகிலினங்கள் அலைகிறதே

முகவரிகள் தொலைந்தனவோ

முகவரிகள் தொலைந்ததனால்

அழுதிடுமோ அது மழையோ?

என்று உதாரணம் காட்டினால் கற்பூரமாய் பற்றிக் கொள்வார்கள்.

விளையாட்டு முறையில் கணிதப்பாடம்

தற்போது கற்பிக்கப்படும் கணிதமுறையில் கண்டிப்பாக மாற்றம் தேவை. கடன் வாங்கிக் கழித்தல் என்றுதான் இன்னும் நாம் சொல்லிக் கொடுக்கிறோம். பெரியவனானபின் வங்கிக் கடன் வாங்கி மேற்கல்வி கற்பதா அல்லது வீட்டுக் கடன் வாங்கி வீடு கட்டுவதா என்றுதான் அவன் சிந்தனைப்போக்கு இருக்கும். கடன் வாங்கியே இந்தியாவையும் கடன்கார தேசமாக்கி விட்டோம்.

விளையாட்டு முறையில் கற்பிக்கும் கணிதம் பசுமரத்தாணியாய் மனதில் பதிகிறது. சீன 'அபாக்கஸ்' முறை, ஜப்பானிய 'குமோன்' முறை இன்றைய காலத்தில் சிலாகித்துப் பேசப்படுகிறது. பண்டு "மனக்கணக்கு" என்ற ஒன்றை வைத்துதான் நம்மவர்கள் கணிதவியல் மேதை ஆனார்கள். கணினிக்கே சவால் விட்ட ஸ்ரீனிவாச ராமனுஜமும், சகுந்தலா தேவியும் இந்தியர்கள்தான். சூன்யம் மட்டுமின்றி விகிதமுறா எண், அளவியல், கோணவியல், தேறப்பெறாத சமன்பாடுகள், அட்சர கணிதம் இவை யாவும் கண்டுபிடித்த ஆர்யபட்டாவும் ஒரு இந்தியர்தான்.

மாறுபட்ட முறையில் கல்விப்பாடம்

பாடல், நடனம், நடிப்பு மூலம் பாடம் கற்பிப்பதும் ஒரு விளையாட்டு முறையே. தமிழ்நாடு ஆசிரியை ஒருவர் நடனம், அரவணைப்பு, கைத்தட்டல் போன்ற விளையாட்டு முறைகளைக் கையாண்டு மாணவச் செல்வங்களை வகுப்பறைக்கு வரவேற்ற காணொளியொன்று அண்மையில் மக்களிடையே பேரலையை ஏற்படுத்தியது. மதுரை மாவட்டத்தில் கதை மூலம் பாடம் நடத்தி திறமையை

வெளிச்சத்திற்கு கொண்டுவந்த ஆசிரியர் ஒருவரை ஊடகங்கள் வெகுவாக மெச்சின. புதுக்கோட்டையைச் சேர்ந்த அரசு பள்ளி ஆசிரியை ஒருவர் நடன அசைவுகள் மூலம் தமிழ் எழுத்துக்களை படிப்பிக்கும் காணொளி மிகுந்த வரவேற்பை பெற்றுத் தந்தது. ஆக்கப்பூர்வமாக சிந்திக்கும் ஆசான்கள் ஏராளமானோர் இருக்கிறார்கள்.

"மாற்றம் என்பது மானுட தத்துவம்" என்றார் கவியரசர் கண்ணதாசன். ஒவ்வொரு குழந்தைக்குள்ளும் ஒவ்வொரு திறமை ஒளிந்திருக்கிறது. இவை சரியான முறையில் வெளிக்கொணர்ந்து, திறன்சார் கல்வி கற்பித்தால் நாளைய சமுதாயம் நல்லதொரு மாற்றத்தைக் காண முடியும். குழந்தைகளுக்கு ஆர்வத்தையூட்டி விளையாட்டு முறையில் கற்பித்து, கற்பனைத்திறனைக் கூட்டுவது காலத்தின் கட்டாயம்.

விளையாட்டு வழி கற்றல் கற்பித்தல் தொழில்நுட்பங்கள்

முனைவர் த. தினேஷ்.
தமிழ் உதவிப் பேராசிரியர்
வி. இ. டி கலை மற்றும் அறிவியல் கல்லூரி. திண்டல் ஈரோடு.
dhineshd@vetias.ac.in

தொழில்நுட்பங்கள் வேகமாக வளர்ந்து வரும் இன்றைய காலகட்டத்தில் கல் வியானது பெரும்பாலோனோருக்கு நுனிப்புல் மேய்வதுபோல் ஆகிவிட்டது. அதி வேகமாக சுழன்று வரும் இந்த காலகட்டம் அனைவரையும் மிகச்சுருக்கமாக வாழ வைத்துவிட்டது. இவ்வாறு வேகமாக உருண்டுஒடிக்கொண்டிருக்கும் காலவெள்ளத்தி ன் போக்கிற்கு ஏற்ப இன்றைய கல்வி முறைகளும் கட்டாயம் மாற வேண்டிய சூழ லில் உள்ளது.

அப்படிப்பட்ட கல்வி முறையில் பல்வேறு புதுமைகளைப் புகுத்தி கற்றல் வ ழிமுறைகளைச் சிறப்பிக்க வேண்டியது இன்றைய ஒவ்வொரு கல்வியாளர்களின் / ஆசிரியர்களின் கையில் தான் உள்ளது. காலம் அனைவருக்கும் ஒரு நிர்ணயத்தைக் கொடுக்கும் இந்த வகையில் கல்வி சூழலுக்கும் காலம் பல்வேறு புதுமைகளைத் தொன்றுதொட்டு கொடுத்துக்கொண்டு தான் உள்ளது. ஒரு காலத்தில் கல்வெட்டுகளி லும் ஓலைச்சுவடிகளிலும் தவழ்ந்து வந்த நமது மொழி இன்று கணினி, இணையத எலம் என பன்முங்களில் மிளிர்ந்து நிற்கின்றது.

இவ்வாறு 2500 ஆண்டுகளாக அந்தந்த காலகட்டத்தில் மொழியைக் காக்க அதன் பாதுகாவலர்களாக விளங்கிய புலவர்களும் தமிழ் ஆர்வலர்களும் தா ன் இதற்கு காரணம். ஒவ்வொரு ஆசிரியரும் எளிமையான முறையில் விளையாட்டு வழி கல்வியை மாணவர்களுக்கு எடுத்து புரியவைப்பதன் மூலம் கற்பித்தலில் புதிய இலக்கை நாம் அடையமுடியும்.

கற்பித்தலும் புதுமை எண்ணங்களும்.

கல்வி என்பது ஒவ்வொருவரின் வாழ்க்கையில் கண்டிப்பாக மாற்றத்தை ஏற் படுத்தும் ஒரு கருவியாகும். இன்றைய இணையதள சூழலில் மாணவர்கள் ஆசிரிய ரின் துணையின்றி பாடக் குறிப்புகளை இணையம் வழியாகசேகரிக்கவோ அல்லது தரவிறக்கம் செய்யவோ முடியும். அப்படியிருக்க ஆசிரியர்கள் வகுப்பறையில் தொடர்ந்து வெறும் பாடத்திட்டத்தை மட்டும் கூ விக் கொண்டிருப்பதுமாணவர்களுக்கு எவ்வித பயனையும் விளைவிக்காது. ஒவ்வொரு ஆசிரியரும் காலத்திற்கு ஏற்றாற்ப்போல் சுழலும் பம்பரங்களா க மாற வேண்டும்.

அப்போதுதான் கற்றலில் இனிமை பயக்கும். ஆசிரியர் மாணவர் உறவுநிலை என்பது நல்ல நிலையில் அமைய இன்றைய விளையாட்டு வழி கற்றல் கற்பித்தல் என்பது மிகுந்த

உதவிகரமாக இருக்கும். உதாரணமாக நம் அன்றாடம் பயன்படுத்தக்கூடிய விடுக தைகள், வட்டார வழக்கு சொற்கள், முதலானவற்றைஆண்டராய்டு செயலிகள் வழி தொழில்நுட்பத்தைப் புகுத்தி எவ்வாறெல்லாம் மாணவர்களுக்கு

சென்று சேர்க்கலாம் என்பதில் மிகுந்த கவனம் கொள்ள வேண்டும்.

மாணவர்களுக்கு பாடம் சார்ந்த அறிவை மேம்படுத்துவதுடன் அவர்களைப் பொழுதுப்போக்கின் வழி கற்பித்தலில் உட்செலுத்துவதின் மூலமும் நுண்ணறிவை வளர்க்க இயலும். இத்தகைய புதுமையான எண்ணங்களால் மட்டும்தான் ஆசிரியர் மாணவர் உறவு நிலைகளை மேம்படுத்தும்

கற்பித்தலில் புதிய உத்திகள்

கல்வி மிக உன்னதமான நிலையை அடைய விளையாட்டு வழி கல்வி உத்திகள் நமக்கு மிகவும் துணைப்புரியும். இன்று அனைவரும் அலைபேசிகளைப் பயன்படு த்த தொடங்கிவிட்டோம். மடிக்கணினியைப் பயன்படுத்த தொடங்கிவிட்டோம். மே ற்கண்ட கற்பித்தல்சாதனங்கள் இரண்டும் தற்கால உலகில் கல்விக்கு கிடைத்த இரு கண்களாகும். விளையாட்டு என்பது அனைவருக்கும் விருப்பமான ஒன்று.

பொழுதைப்போக்குவது என்றால் யாருக்குத்தான் பிடிக்காது.

இப்படிப்பட்ட பொழுதுபோக்கின் மூலம் நமது மூளைக்கு ஏற்ற விளையாட்டு மு
றைகளைப் பாடத்திட்டத்தில் உட்புகுத்தி மாணவர்களுக்கு விளங்க வைப்பதன் மூலம்
அவர்களுக்கு கல்வியின் மீது ஆர்வத்தை ஏற்படுத்த முடியும்.

இன்று ஸ்மார்ட் வகுப்பு என்று சொல்லக்கூடிய வகுப்புகள் தான் பெரும்பாலா
ன கல்லூரி மற்றும் பள்ளிகளில் நடைமுறையில் உள்ளன. இந்த ஸ்மார்ட் வகுப்பின்
மூலம் கற்றல் கற்பித்தல் செயலிகளைத் தரவிறக்கம் செய்து மாணவர்களுக்கு புதிய வ
டிவில் வகுப்பு எடுக்க முடியும் என்பதைத் தெரிந்துகொள்ள முடிகின்றது.

விளையாட்டு வழி கற்பித்தல் கருவிகள்

எந்த ஒரு செயலையும் விளையாட்டு வழி நாம் செய்து பார்க்கும்போது அவை ந
மக்கு மிகுந்த மகிழ்ச்சியையும் ஆர்வத்தையும் ஏற்படுத்தும் என்பது நிதர்சனமான உண்
மை. வகுப்பறையில் மாணவர்கள் எப்போது விளையாட்டு வகுப்பு வரும் என்று
ஆவலாக காத்திருப்பர். விளையாட்டு என்பது உடலுக்கும் மனதிற்கும் புத்துணர்ச்சி
தரக்கூடியது அப்படிப்பட்ட புத்துணர்ச்சியை கல்வி என்ற கருவி மூலம் நெறிப்படு
த்துவதன் மூலம் மாணவர்களுக்கு எளிமையாக நாம் கூறவேண்டிய செய்திகளை எளி
மையாக தர முடியும்.

கஹூட் என்ற ஒரு செயலி வழியே நாம் மிகப்பெரிய ஒரு வினாடி வினாப்
போட்டியை நடத்தமுடியும். வகுப்பில் மாணவர்களுக்கு மிகுந்த உற்சாகத்தைத் தரக்
கூடிய முறையில் இந்த செயலி வடிவமைக்கப்பட்டுள்ளது 1. வகுப்பறை மாணவர்கள்
அனைவரையும் இதில் ஒன்றினைத்து குறைந்த நேரத்தில் மாணவர்களின் கவனத்தீயை
பற்றவைக்க முடியும், இதானால் கற்றலில் புதியமுறைகளையும் கையாள முடியும்.

இது மட்டுமல்லாது கூகுள் பார்ம் மூலமோ *PPT* கருவி மூலமாகவோ நாம் கரு
த்துப் படங்கள் மூலம் மாணவர்களுக்கு கல்வியை எளிதாக கற்பிக்க முடியு
ம். எவ்வளவு கடினமான வகுப்பாக இருந்தாலும் நாம் *PPT* முறையில் பட
ங்கள் காணொளிகள் முதலானவற்றைப் பயன்படுத்தி பாடத்திட்டம் அல்
லாத பிறக்கருத்துப்படங்களையும் காணொளிகளையும்
அதற்கான தகவல்களை உட்புகுத்தி மாணவர்களுக்கு தரும்போது அவர்க

ளின் கற்றலில் விரைவும் புதுமையும் ஏற்படுவதை ஒரு ஆசிரியராக நம்மால் உணர்ந்து கொள்ள முடியும்.

தேர்வில் புதுமை.

முன்பெல்லாம் மாணவர்கள் தேர்வு என்றாலே படபடப்பாக காணப்படுவர். தேர்வு பயமே அவர்களின் வெற்றிக்கு பெரும் தடையாய் இருக்கும். நிறைய மாண வர்களுக்கு எழுதுவதற்கான நேரம் போதவேபோதாது. அத்தகைய நேரத்தினை இன்று கூகுள் பாரம் சரி செய்கின்றது. கூகுள் பாரத்தை கொண்டு நாம் எளிமையாக மாணவர்களுக்கு கட்டுரைப் போட்டிகள், வினாடி-வினா போட்டிகள், ஓவியப் போட்டிகள், பேச்சுப் போட்டிகள் முதலானவற்றை ஒரு ங்கே நடத்த வாய்ப்பாக அமையும்.

இதில் பொருத்தப்படும் தானியங்கி சான்றிதழ ஒரு 1300 பேருக்கு தானியங்கி சான்றிதழ் வழங்குகிறது. முன்பெல்லாம் நாம் கைப்பட எழுதி எழுதி அனுப்பவேண் டும், இப்போது அந்த முறை இல்லை காலம், நேரம் இவை இரண்டும்

சுருங்கிவிட்டது. 10 ஆயிரம் மாணவர்களுக்கு பத்து நாட்களுக்குள் சான்றிதழ் வழங்குவதற்கான தொழில்நுட்ப வசதிகள் எல்லாம் இன்று வந்துவிட்டன. அதனை நாம் பயன்படுத்தும் போது நமக்கு நிறைய கால செலவானது குறைகின்றது. இன்றைய கற்றல் சூழலில் விளையாட்டு வழியை மாணவர்களுக்கு உட்புகுத்தி கற்பித்தல் மேற் கொள்வதன் மூலம் ஆசிரியர்களுக்கும் மாணவர்களுக்கும் மிக நல்ல ஒரு உறவு முறை அமைய வாய்ப்புள்ளது.

நாம் மேடையில் அரங்கேற்றிய ஒவ்வொரு செயலையும் இன்று வீட்டில் இ ருந்தவாறே இணையதள கருவிகளின் உதவியுடன் அரங்கேற்றம் செய்ய முடியும். இ ந்த நோய்த்தொற்று காலங்களில் நம்மை நான்கு மாதங்களாக கொடிய வைரஸ் ஆனது முடக்கி வைத்துள்ளது. இருந்தாலும் பல்வேறு கல்வி நிறுவனங்கள் கல்வி கற்றலில் தொழில்நுட்ப துணைகருவிகள் மூலம் தொடர்ந்து பாடங்களை நடத்திக் கொண்டு தான் இருக்கின்றது. இவற்றிக்கு கூகுள் மீட் [2]. சூம் செயலி[3]. புளு ஜீன்ஸ்[4]. டீம் லிங்க்[5]. கோ. டு. மீட்[6] என ஏராளமான இணையவழிச் செயலிகள் இதற்கு

துணைபுரிகின்றன. பிற்காலத்தில் அரசுப் பள்ளிகளிலும் இத்தகைய கற்றலின் புதிய முறைகளைக் கொண்டு வந்தால் மாணவர்களுக்கு அவை நலன் பயக்கும்.

முடிவுரை

ஆக இன்றைய சூழல் என்பது அனைத்திற்க்கும் சாத்தியமான உகந்த ஒரு சூழாலக அமைந்தால் மட்டுமே இத்தகைய புதுமைக் கல்விக்கு சாத்திய ஆயிற்று. ஒவ்வொரு ஆசிரியரும் மேற்கண்ட புதுமை முறைகளை நன்கு பயன்படுத்தி தங்களது மாணவர்களுக்கு போதிப்பதன் மூலம் வளமான மாணவசமூதாயத்தை கண்டிபாக வழங்கமுடியும் என்பதை அறிந்து கொள்ள முடிகின்றது.

1. *https://kahoot.com/*
2. *https://meet.google.com/*
3. *https://zoom.us/signin*
4. *https://www.bluejeans.com/*
5. *https://www.teamlink.co/*
6. *https://www.gotomeeting.com/en-in/meeting/join-meeting*

[i] **Carol A. Chapelle.**, Iowa State University, 'English Language Learning and Technology: Volume 5, *Computer Applications in Second language Acqusition*, Cambridge University Press 2001

[ii] **Abilasha and Ilankumaran,** English Language Teaching: Challenges and Strategies from the Indian Perspective '*International Journal of Engineering & Technology,*' *7 (3.6) (2018) 202-205*

[iii] Vijayaluxmi Murugesan, "Educatinal Technology in Teacher Education in 21st Century, at:Government College of Education for Wman, Coimbatore, Feb.2019

[iv] *Willam & Tharama Rajah*

[v] **Vawn Himmelshach**, Technoloy in the Classromm in 2019: 6 Pros & Cons, Education Technology, TOP HAT Weeky blog recap, Canada July 15, 2019

[vi] **Joe Dale**, Teaching languages with technology: tools that help students become fluent- Advertisement feature: From Padlets to Popplets,

languages consultant Joe Dale shares the tools modern foreign languages teachers are turning to in their classroom 13 May 2014 17.30 BST

[viiviivii] Fred Rogers Center- 2013 Technology In The Lives of Educators and Early Childhood Program – 2012 Surey of Early Childhood Educators, By Ellen Artella, Courtney K.Blackwell, Alexis R.Lauricella and Michael B.Bobb. –

\